அகராதி

இயற்பெயர் கவிதா. ஊர் திருச்சி. தொடர்ந்து இலக்கியப் பத்திரிகைகளில் படைப்புகள் வெளிவந்து கொண்டிருக்கின்றன. இதுவரை ஒரு கவிதை நூல், ஒரு சிறுகதைத் தொகுப்பு வெளிவந்துள்ளது.

இது இவரது மூன்றாவது நூல்.

மரக்குரல்

அகராதி

எதிர் வெளியீடு

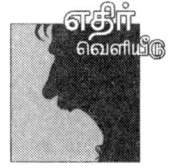

மரக்குரல்
அகராதி

முதல் பதிப்பு: ஜனவரி 2024

எதிர் வெளியீடு,
96, நியூ ஸ்கீம் ரோடு, பொள்ளாச்சி – 642 002
தொலைபேசி: 04259 – 226012, 99425 11302

விலை: ரூ. 250

MaRakKuRal
Akarathi

First Edition: January 2024

Published by
Ethir Veliyeedu, 96, New Scheme Road, Pollachi – 2
email: ethirveliyedu@gmail.com
www.ethirveliyeedu.com

ISBN: 978-81-19576-09-8
Cover Design: Lark Bhaskaran
Printed at Jothy Enterprises, Chennai.

All rights reserved. No part of this book may be reprinted or reproduced or utilised in any form or by any electronic, mechanical or other means, now known or hereafter invented, including Photocopying and recording, or in any information storage or retrieval system, without permission in writing from the Publisher.

பொருளடக்கம்

நனவிலி | 11
மரக்குரல் | 54
தாழ்ப்பாள் | 76
ஹெலன் | 94
பன்னீர் ரோஜா | 147

சமர்ப்பணம்
ஆண்களுக்கு

நன்றி
வாசக நண்பர்களுக்கு

என்னுரை

வெளியில் கொட்டிக் கிடக்கும் கதைகளில் சிலவற்றை அகவெளியில் நனைத்தெடுத்து எப்போதும் அதிசயிக்க வைத்துக் கொண்டிருக்கும் இயற்கையின்பால் பணிந்து சிறுநூலாக அளித்திருக்கிறேன்.

எங்கோ மலைச் சரிவில் மலர்ந்த மலரின் வண்ணமாக, எப்படியெப்படியோ மனதில் தோன்றிவிட்ட வண்ணங்களை உங்கள் கன்னங்களில் தடவிச் சிரிக்கும் திருவிழா மகவென நனவிலி ராதா. அப்பிய அவ்வண்ணங்களை கண்ணாடியின் முன் நின்று தொட்டுப் பார்க்கும் வண்ணமுகை விரல்களைக் கண்டு நீங்கள் தவழ விடும் குறும்புன்னகை நூலுக்கானப் பரிசு.

காதலும் சாதலுமென காலத்தின் கணக்கீட்டை உணர்த்த மரக்குரல் நகர்ந்து கொண்டு இருக்கிறது.

மென்மை வன்மை என்று முரணில் வாழ்வமைத்த இயற்கைக்கு முரணாகவும் சில பொழுதுகள் மலர முயற்சிப்பது உண்டு. முயற்சியின் முடிவென்னவோ இயற்கையின் கையில்தான். மனதில் கொண்ட ஹெலன் என்னும் தேவதைக்கான பக்கங்களை எழுதி மாளாது என்று தெளிந்த மெய்மையில் மிகச் சுருக்கி பகிர்ந்து இருக்கிறேன்.

லஷ்மியும், ரகுவும், ஸ்வாதியும் நடமாடும் உலகில் அவர்கள் விட்டுச்செல்லும் செய்திகளை,

அசைப்போடும் மனதிடம் நாம் சொல்லிவிட ஏதேனும் பதில் வைத்திருந்தால் போதும்தானே?

திட்டங்கள், நெறிகள், சதுரத்திற்குள் கொண்டு வர வைக்கும் கோடுகள் எல்லாமும் மனிதர்களுக்காகத்தானே தவிர அவற்றிற்காக மனிதர்கள் இல்லை என்பது காலத்தின் நேர்மையான மறுமொழி.

பெண் தனக்கு அவசியம் தேவைப்படுபவற்றையும் கூட நிறைவேற்றிக் கொள்வதில்லை. அன்று, இன்று சதவீதங்கள் ஏறலாம் இறங்கலாம் அவ்வளவே அதற்கான வாய்ப்புகள் இருந்தாலும்... விலக்குகள் உண்டு. பார்வதியின் பாதை கடினமானதாக இருக்கக் கூடாது. அவரவர் கை முடிவு செய்ய வேண்டும் தாழ்ப்பாளை இடவும் நீக்கவும் 'மாற்றம் ஒன்றே மாறாதது'.

கதைகளின் மையப்படிமத் தோற்றுவாய் வெகுகாலத்தின் முன்பே திறந்துவிட்டது. வடிவத்திற்குதான் காலம் நீட்டிக்கிறது. குறுநாவலுக்கான வார்த்தை வரையறை என்பது ஒவ்வொரு இடத்திலும் மாறுபடுவதை அறிந்தப் பிறகு இவற்றைக் குறுநாவல்கள் என்றே அழைக்கலாம் என்ற முடிவிற்கு வந்தேன். நாவல் எதிர் பார்க்கும் மனங்களிடம் ஐந்து குறுநாவல்கள் முன்வைக்கிறேன். சிறப்பாக நூலை வெளியிடும் எதிர் பதிப்பகத்திற்கு நன்றி.

உண்மையான அன்பை நல்கும் நண்பர்களுக்கு நன்றி.

உடனிருங்கள்.

அன்பு.

அன்புடன்,

அகராதி

99420 73583

aharathi26@gmail.com

நனவிலி

'ஹேய் லுக்' என்று சாந்தினி கண் ஜாடை காட்டிய இடத்திற்குச் சட்டென்று என் பார்வை செல்கிறது. சாந்தினி எப்பொழுதும் இப்படித்தான் என்னால் கவனிக்க முடியாத ஒன்றைக் கவனித்து விடுவாள். எனக்கு இது குறித்து ரகசியமாக சிறு மனக்குறை உண்டு. என்னால் யாரையும் முழுதாகக் கவனிக்க முடியாது. தயக்கம் மேலமர்ந்து அழுத்தும். வீட்டில் கண்டிப்பு என்ற பெயரில் சுதந்திரத்தை கேள்விக்குறியாக்கி விட்டிருந்தார்கள். சுதந்திரப் பறவை வாங்கிய கல்லடியில் பாதிப்புகள் அநேகம். அதிலிருந்து மீண்டு வர புத்தகங்கள் உதவும் என்று தீவிரமாக முயற்சித்துக் கொண்டிருக்கிறேன். வீட்டிற்கு யார் வந்தாலும் நானும் பேச்சில் கலந்துகொள்ள முடியாது. அம்மா அப்பா அக்கா யாராவது உள்ளே போகக்கூடிய வேலை வைத்து விடுவார்கள். அதாவது அந்தப் பேச்சில் கலந்துகொள்ள விடாமல் என்னைத் தவிர்க்க வேண்டும். அவர்கள் 'திலோத்தமா' என்று அழைக்கும் போதே எனக்குப் புரிந்துவிடும். அழைப்பின் தொனி அப்படியிருக்கும். பள்ளி நாட்களில் தோழிகள் சொல்லும் மனிதர்களின் பாவனைகள், உடல் அலங்காரங்கள் போன்றவற்றின் கருத்துகள் எனக்கு ஆச்சரியமளிப்பதாக இருந்தன. 'நம்ம ஹெச் எம் இடுப்ப பாரேன்' என்று ஆரம்பித்து ஓவியத்திற்கு புதிதாக வந்திருக்கும் ஆசிரியையின் தலைமுடி, நெயில் பாலிஷ் வரை சொல்வார்கள். அப்புறம்தான் நான் கவனிப்பேன். இப்போது

கல்லூரி வந்ததும் சிறிதாக மாற்றம் தலைதூக்குகிறது. சாந்தினி சொன்னபடி அவள் கண்போன திசையைப் பார்க்கிறேன்.

எங்கள் இருவரின் விழிகளும் சிரித்துக் கொண்டன. அந்தச் சிரிப்பு இதழ்களில் குடியேறுமுன் அவசரமாகத் தடுத்து நிறுத்தினோம். மற்றவர்களுக்கு தெரியக்கூடாது எனும் கவனம். இதுபோன்ற சமிக்ஞைகள் எங்களுக்கு மட்டுமானது. எங்களுக்கு முன் நின்ற இசைத்துறையைச் சேர்ந்த பையனொருவனின் விரல்களைத்தான் அவளின் கண் காட்டுகிறது. இந்தக் கல்லூரி தமிழ் இலக்கியம், ஆங்கில இலக்கியம், சமூகவியல், சமஸ்கிருதம், இசை, நாட்டியம் என்று பல்வேறு துறைகளை உள்ளடக்கியது. இசைக் கல்லூரி எங்கள் கல்லூரியை ஒட்டிய கட்டிடத்தில் இயங்கி வருகிறது. அரிதாகத்தான் அவர்கள் கலைக் கல்லூரி இருக்கும் வளாகத்திற்குள் வருவார்கள். சாந்தினி காட்டிய பையன் மிருதங்கத்தில் மூன்றாம் வருடம் டிப்ளமோ படிக்கிறான் என்பது போனவருட ஆண்டுவிழாவில் எதற்கோ அவன் மேடையேறுகையில் பக்கத்தில் இருக்கும் பெண்கள் அவனது விவரங்களை ஒப்புவித்ததில் இருந்து தெரியும். கலைக் கல்லூரியைச் சேர்ந்த இரண்டு பெண்களுக்கு அவன் சிநேகிதன்.

அனைத்துப் பிரிவு மாணவர்களுக்கும் சேர்த்தே ஏமாற்று வேலைகள் செய்து திருடித் தின்னுவதற்கு மிக வசதியாக விடுதி மேலாளராக ஒருவரையே நிர்வாகம் நியமித்திருந்தது. அதைச் செவ்வனே செய்து வருபவர். இதனை அறிந்த மாணவிகள் மேலாளரை ‘அனகோண்டா வாயன்’ எனக் கிண்டல் செய்து பேசிக்கொள்வார்கள். இப்போது அவர் அறை முன் நின்றுதான் கைகளைப் பின்னால் கட்டிக் கொண்டிருந்தான் அந்த டிப்ளமோ. மாணவிகள் சிலரும் அதே அறைமுன் மாதாந்திர கட்டணத் தொகையைச் செலுத்தும் பொருட்டு நின்றிருந்தனர். அவனுக்கு பின்னால் நின்றிருந்த எங்களுக்கு அவன் முதுகும் கைகளும் விரல்களும்தான் தெரிந்தது. நான் விரல்களைப் பார்த்தேன். சாந்தினியின் கண்கள் ஸ்பெஷலாகச் சிரித்ததன் அர்த்தம் புரிந்தது. மாநிறத்திலான அவனது பத்து விரல்களும் அத்தனை அழகு. உறுதியும் சுற்றளவும் தூய்மையும் கவர்ந்தது. இதுபோன்று கவனித்ததை சாந்தினியிடம் கூறினால், “இவ்ளோ கவனிக்குது உன் கண்ணு! ஆனா, நான் சொன்னப் பின்னாடிதான் அதச்செய்யும். ஏன் திலோ!” என்பாள். நான் சிரித்து வைப்பேன். இப்போது அவன் விரல்கள் கவர்கின்றன. அதைப்பற்றிப் பேசியே ஆக வேண்டும் என்று என் மனது துள்ளியது.

பணத்தை நாளை செலுத்திக்கொள்ளலாம் என்று முடிவு செய்தேன். அவன் விடுதி மேலாளரிடம் வந்தக் காரியம் முடிந்ததும் எந்த வழியாகப் போவானோ அங்கே சாந்தினி கையைப் பிடித்து இழுத்துச்சென்று நின்று கொண்டேன். பத்து நிமிடங்கள் அவன் கைகளும் விரல்களும்தான் எங்கள் பேச்சில் இருந்தது. உருட்டி எடுத்தது போல கொஞ்சம் நீளத்தோடு விரல்கள். அப்படியும் இப்படியுமாகத் தெரிந்த உள்ளங்கையில் கத்தியை வைத்துக் கிழித்தாற் போன்று ரேகைகள் கோடிட்டிருந்தன. முழங்கைவரை மடக்கி விடப்பட்டிருந்த மேற்சட்டை. மணிக்கட்டில் இருந்து சட்டை மடக்கி விடப்பட்ட இடம்வரை முடிகள் சுருண்டிருந்தன. சராசரி உயரம். அன்டர் ஆர்ம்ஸில் லேசான ஈரம். கால்களில் இரட்டை வார் வைத்த காப்பிக்கலர் தோல் செருப்பு. விரல்களின் நுனிகளை மனதில் வைத்து சாந்தினி, விரல்களில் பத்து ஆங்கில 'யு' க்கள் என்று என்னை நோக்கி விரல்களை நீட்டி 'யூ யூ' என பத்துமுறை கூறினாள். சாந்தினியின் நீட்டிய விரலை மடக்கி சிரித்துக்கொண்டே பதிலுக்கு யூ யூ என்றேன். சிரித்தோம்.

அவனும் அவனது நண்பர்களும் வந்துகொண்டிருந்தார்கள். கவனித்த நொடியில் கிசுகிசுப்பாக சாந்தினிக்கு அலர்ட் கொடுத்தேன். சரியாக அவன் எங்கள் பக்கம் வருகையில் லேசான வியர்வை வாடையுடன் ஏதோ ஒரு பெர்ஃப்யூம் வாசனையும் வந்தது. அதன் பெயர் என்னவென்று நினைவிற்கு வரவில்லை. அதை யோசித்தால் இவன் எங்களைக் கடந்து போய்விடுவானென்று அந்த எண்ணத்தை அவசரமாக பிரேக்கிட்டு நிறுத்தினேன். அவன் எங்களைத் தாண்டிப் போகுமுன் சட்டென கன்கிராட்ஸ் என்று வலக்கை நீட்டிக் குலுக்கினேன். உறுதியான விரல்கள். அகலமான உள்ளங்கை. அனிச்சையாய் கை கொடுத்துக் கொண்டே அவன் குழப்ப முகத்துடன் கேள்விக்குத் தயாராகையில் சாந்தினியும் வாழ்த்துச் சொற்களோடு கை கொடுத்தாள். குழப்பம் நீங்காதவனாக எதற்காக இந்த கன்கிராட்ஸ் என்றான். 'யுனிவர்சிட்டி காம்பிடிஷன்ல வின் செய்ததற்கு' என்று சாந்தினி கூறினாள். மேலும் குழப்பமாகி திருதிருவென விழித்தான். அப்படி ஒன்றும் இல்லையே என்றதும் நாங்கள் இருவரும் சீரியசான முகபாவத்துடன், "அப்ப அது நீங்க இல்லையா... ஸாரி" - தெரியாத பாவனையாக முகத்தை வைத்துக்கொண்டு கேட்டோம். அடுத்த நொடி பதிலுக்கு காத்திராமல் விடுவிடுவென எங்களது அறைக்கு வந்து விட்டோம்.

அறைக்குள் வந்தவுடன் நடந்ததை நினைத்து சாந்தினி சத்தமாகச் சிரித்து விட்டாள். நானும் சிரிப்பில் இணைந்து கொண்டேன்.

நடந்தவை அனைத்தும் ஒருமுறை காட்சியாக மனதில் வந்து போனது. தோழிகளிடமிருந்து எதிர்வந்த கேள்விகளுக்கு நடந்ததைக் கூறினோம். வேண்டுமென்றே கூடுதலான விவரணையுடன் மிக அதிகமாகச் சிலாகித்தோம். ‘அப்படி என்னடி அவன் கை, ராஸ்கல்...’ என்று அப்போதே ரெண்டுபேர் பார்த்துவிட்டு வந்து விடுவதாகக் கிளம்பினார்கள். அன்று இரவு அவன் விரல்கள் கனவில் வந்ததாக சாந்தினி அடுத்த நாள் வகுப்பிற்குச் செல்லும்போது என்னிடம் கூறினாள்.

பட்டப்படிப்பின் முதல் வருடம் கடந்து போனதே தெரியவில்லை. இத்தனைக்கும் இருவரும் வெளியே கடைத்தெரு, சினிமா, தோழியர் வீடு என்று போனதில்லை. ஹாஸ்டலோடு சுற்றல், விளையாட்டு எல்லாம் முடிந்தது. இரண்டாவது வருடத்தில் வந்த முதல் விடுமுறையில் நாங்கள் படிக்கும் கல்லூரிக்கு அருகே இருந்த மீனாட்சியம்மன் கோவிலுக்குப் போகலாம் என தோழிகள் ஐவர் முடிவு செய்து கிளம்பினோம். கோவிலில் அன்று விசேஷம். மூன்று நாட்கள் திருவிழா நடைபெற்றுக் கொண்டிருக்கிறது. வழியில் உள்ளூர் இளவட்ட கூட்டம் ஒன்று “ஊதினால் பஞ்சாய் பறக்கும் பாண்டவரா” என்று எங்களின் மெலிந்த தோற்றத்தைக் கிண்டல் செய்தனர். மேலும் இடைக் குறித்த சினிமா பாடலைப் பாடினர்.

எல்லோரும் பாவாடை தாவணி அணிந்திருந்தோம், தாவணி மட்டும் ஐந்து பேருடையதும் சிவப்புக் கலர். கிளம்பும் போதே சீனியர் மாணவி ஒருத்தி ‘ஓம் சக்தி! பராசக்தி!’ என்று கைகளைத் தலைக்கு மேல் கை உயர்த்தி கும்பிட்டு வழியனுப்பியிருந்தாள். அப்படி செஞ்சிவப்பாகக் கிளம்பியிருந்தோம். கோயில் வாசலில் எங்களின் விடுதியைச் சேர்ந்த இருபதுக்கும் மேற்பட்ட பெண்கள் கோவில் உள்ளே செல்ல நின்று கொண்டிருந்தனர். அந்த இடம் வானவில்களின் சந்திப்பு போலிருக்கிறது என்று எங்களில் ஒருத்தியே சிலாகித்தாள். கையில் கேமரா வைத்திருந்த ஒருத்தி தள்ளி நின்று எல்லோரையும் படம் பிடித்தாள். நான் இரு பெண்களுடன் வாசலிலியே நின்று சமீபத்திய திரைப்படம் பற்றி பேசிக்கொண்டிருந்தேன். கும்பலில் போக விருப்பமில்லை. எங்களைத் தவிர்த்து மற்றவர்களைப் போய்வருமாறு கூறினேன்.

கூட்டத்தோடு கூட்டமாக உள்ளே போன சாந்தினி போன வேகத்தில் திரும்பி வந்தாள். முகம் கறுத்துப் போயிருந்தது. நானும் மற்றப் பெண்களும் அவளைப் பார்த்து திடுக்கிட்டோம். அவளது கண்கள் தளும்பி கண்ணீர்விடத் தயாராயிருந்தன. திடீரென

பீரியட்ஸ் ஆகிடுச்சோ, டிரஸிலேதும் ஆகி தர்மசங்கடப்படுத்தி விட்டதா... என்ன ஏதென்று புரியாமல் அவளைத் தனியே அழைத்துக் கேட்டேன். சொன்னாள். எவனோ முன்பக்கமாக வந்து இடித்துவிட்டுப் போயிருக்கிறான். சமாளித்து மேற்கொண்டும் நடந்து கொண்டிருந்தவளை இரண்டாவது முறையாகத் திரும்பி வந்து அவள் மார்பில் கை வைத்து அழுத்திவிட்டுக் கூட்டத்தில் மறைந்திருக்கிறான். அங்கேயே உடல் நடுங்கியிருக்கிறாள். வெளியே வந்தவளுக்கு எங்களைப் பார்த்ததும் கண்களில் நீர் முட்டிக்கொண்டு நின்றிருக்கிறது. நான் எப்போதோ மூன்றாம் நான்காம் மனிதரிடையே கேள்விப்பட்டதுதான் நேரடியாக இப்போதுதான் முதல் முறையாகக் கேள்விப்படுகிறேன். சாந்தினியை ஆசுவாசப்படுத்தினேன். முகத்தை எங்கோ திருப்பி வைத்துக்கொண்டு சமாளித்தாள் ஆனாலும் சிலதுளிகள் கண்ணீர் வந்துவிட்டது. சிறிது நேரம் ஒரு மாதிரியாகவே இருந்தவள் தோழிகளின் பேச்சில் சகஜமானாள். இல்லை சகஜமானதாக நாங்கள் நினைத்துக் கொண்டிருந்தோம். விடுதிக்கு வந்து நீண்ட நேரத்திற்குப் பிறகு நெருங்கிய சிநேகிதிகள் நான்கு பேருடன் பேசிக்கொண்டு இருக்கையில் “இது மாதிரி அவங்க...” என ஆரம்பித்து அவர்களிடையே இன்னும் நெருங்கி எதுவோ கிசுகிசுத்தாள். மூக்கு நுனி துடித்தது. எனக்குப் புரிந்தது.

“ஹூம் அவனுகளுக்கு சுகமா இருக்கும்” என்றாள் ஒருத்தி. முகத்தில் வெறுப்பு வெளிச்சமிட்டது.

“அது அப்படி இல்ல. அமுத்தாம சக்தியைத் திரட்டி இழுத்து விட்டோம்னா?” கோபமாகக் கேட்டாள் சாந்தினி. அவளின் நியாயமான கோபம் புரிந்தது. எல்லோரும் அமைதியாக இருந்தனர். ஆனால் நான் சத்தமாக “கஷ்டமான டாஸ்க்டி” என்றேன். கோபம், ஆற்றாமை மறந்து எல்லோரும் சிரித்தோம். சிரிப்பு மருந்து.

அந்தச் சம்பவத்திற்குப் பின்னர் நாங்கள் கோவிலுக்கே செல்வதில்லை. இரண்டு வாரங்களுக்குப் பிறகு மற்றப் பெண்கள் எல்லோரும் “இது எல்லா கூட்டத்திலும் நடக்குது நாம எச்சரிக்கையா இருக்கணும். அதுக்காக போகாமயே இருக்க முடியுமா” என்றார்கள். சின்னச்சின்ன அறிவுரைகள், எதிர் பாலினம் மீதான வசவுகள், கலந்தாலோசனைகளுக்குப் பிறகு இயல்பிற்கு வந்தோம்.

பாடப்புத்தகங்கள் தவிர மற்ற புத்தகங்கள் படிக்க ஆரம்பித்திருந்தோம். அவை எங்களுக்கு சமூக வெளிக்கான

திறப்பை நிகழ்த்தியது. புத்தகங்கள் படிப்பது பெரிதல்ல அதனை சரியான முறையில் புரிந்துகொள்ள வேண்டும் என்று பேசிவைத்து படித்து முடித்ததை தருக்கம் செய்தோம். அப்போதுதான் புரிந்தது பேராசிரியர்கள் சிலரின் இலக்கிய அறிவின் போதாமைகளும் அசமந்தத்தனமும்... வருத்தம் மேலிட்டது. சாந்தினி "யாரும் இருக்கும் இடத்தில் இருந்தால் எல்லாம் சௌக்கியமே" என்று அவ்வப்போது கண்ணதாசனின் வரிகளை வகுப்பில் பாடுவது உண்டு.

ஞாயிற்றுக்கிழமை எனது தலையணைக்குக் கீழே தி.ஜாவின் அம்மா வந்தாள் உறங்கிக் கொண்டிருந்தது. ஞாயிறுதானே நன்றாகத் தூங்கிக் கொள்வோமென்று தூங்காமல் படுத்து இருந்தேன். எண்ணம் எங்கெங்கோ சுற்றி வந்தது. இலக்கற்ற சிந்தனை! இப்படி அங்குமிங்கும் அலையும் சிந்தனை பிறகு ஏதோ நூல் பிடித்து ஒன்றில் மட்டும் உட்படுத்தும். அதன்படி கலவையான சிந்தனைகளில் இலயித்து அவற்றையே கவனித்துக் கொண்டிருந்தேன். இது ஒரு போதை! ஆனால் என்னவோ நான் இரண்டு மணிநேரமாக ஆழ்ந்து உறங்கிக் கிடப்பது போல தூரத்தில் இருந்து "திலோ திலோ..." என்று கத்தும் சத்தம் கேட்டது. சாந்தினிதான் என் பெயரை ஏலம் விட்டுக் கொண்டிருந்தாள். இரைந்து அழைத்ததில் எனக்கு எரிச்சல் ஏற்பட்டது.

அழைத்தலின் தொனி ஆயிரம் இருக்கலாம். அதனின் நுனி நம் பதில் கூறலை விருமபச்செய்ய வேண்டும். எழுந்து அமரச்செய்து திரும்பிப் பார்க்கச் சொல்ல வேண்டும். இயல்பாக இருப்பதிலிருந்து மாறி பதில்களை உருவும் சில அழைத்தல்கள். சும்மா இருக்கும் போதே கொப்பளிக்கும் குறும்பிற்குச் சொந்தக்காரியிடமிருந்து எப்பொழுது எப்படி அழைப்பு வருமென யாருக்குத் தெரியும்... தொடர்ந்த அவளின் சத்தத்தில் எரிச்சலாகி எழுந்து கொள்ளாமலேயே படுத்திருந்தேன். சாந்தினியின் மூன்று முத்துகள் வைத்தக் வெள்ளிக்கொலுசின் சத்தம் பக்கமாக வந்து கொண்டிருந்தது. வேண்டுமென்றே கண்களை மூடிக்கொண்டேன். பக்கத்தில் வந்து உட்கார்ந்து எழுப்புகிறேனென உடலை பலமாக உலுக்கியவளிடம் அமைதியாக 'என்ன' எனக் கண்களைத் திறந்து கேட்டேன். இதுவரை தூங்காமல் வேண்டுமென்றே கண்களை மூடியிருந்ததைத் தெரிந்து கொண்டாள். அதன் எதிர்வினையாக முறைத்தவாறே "நீ எந்த கிழமைல ஏஜ் அட்டன்ட் பண்ணின?" என்றாள். எதற்காக இந்தக் கேள்வி இப்போது... இப்படித்தான் இவளுக்குத் திடீரென ஏதாவது ஆராய்ச்சி மூட் வந்துவிடும். இன்று எதற்கு இந்தக் கேள்வி எனத் தெரியவில்லை. இதற்காக அங்கே

இருந்து அழைத்து பக்கத்தில் அமர்ந்தும்கூட சத்தமாக இரைந்து கேட்டதை நான் கடிந்து கொண்டேன். பதில் சொல்ல மாட்டேன் என மறுத்தேன். கொஞ்சமாக இறங்கி வந்தாள். "ஹாஸ்டலில் நிறையப் பேர் திங்கள் கிழமைதான் ஆகியிருக்காங்க" அதனால் ஒரு ஆர்வம் என்றும், எல்லோரிடமும் கேட்பதாகவும் கூறினாள். அவளுக்கு இப்பொழுது பதில் வேண்டும். அதற்காக இந்தத் தயை கூர்ந்த தொனி. இதைத் தெரிந்து என்ன செய்வாளோ தெரியவில்லை. ஆனால் இந்த ஆராய்ச்சியில் சுறுசுறுப்பாக இயங்கியது மட்டும் நன்றாகத் தெரிகிறது. நான் சுவாரசியமற்று கண்மூடிப் படுத்துக் கொண்டேன். அமர்ந்திருந்தவள் எழுந்து கொண்டாள். கொலுசு சிணுங்கியது. சற்று நேரம் அமைதி. பிறகு அந்த மூன்று முத்துகள் சத்தமாகச் சிணுங்கிக்கொண்டே தூரமாகச் சென்று கொண்டிருந்தன.

இந்த விடுதியின் தரைதளத்தில் மட்டும் மாணவிகள் தங்கி இருந்தார்கள். மாடிப்பகுதி விசேஷ நாட்களில் திறக்கப்படும் கொண்டாட்டங்களுக்காக இரண்டு பிளாக் இருக்கிறது. ஒரு அறைக்கு ஐந்து மாணவிகள் தங்க வைக்கப்பட்டிருக்கிறார்கள். இந்த பிளாக்கில் பன்னிரெண்டு அறைகளும் இங்கிருந்தும் வெளியில் இருந்தும் செல்லக்கூடிய அடுத்த ப்ளாக்கில் இருபது அறைகளும் இருக்கின்றன. சாந்தினி மற்றப் பெண்களிடம் அவளது கேள்வியைத் தொடர்ந்திருப்பாள் என்று நினைத்துக்கொண்டு புரண்டு படுத்தேன். என் நினைப்பில் ஒரு லாரி பீச் மணலை அள்ளிக் கொட்டினாள். இருபதடி தூரத்தில் அடுத்த பிளாக்குக்குக்கு போகும் வழியில் நின்று கொண்டு, "திலோ... என்ன கிழமை வயசுக்கு வந்தடீ" -இரண்டுமுறை கத்தினாள். வாரிச் சுருட்டிக்கொண்டு எழுந்தேன். அதற்குள் ஆங்காங்கே இருந்த மற்றப் பெண்கள், அறைக்குள் இருந்து வெளியே வந்தவர்கள் எங்களைப் பார்த்துச் சிரித்தார்கள். அவளை அன்று முழுதுமாகப் பதினைந்து நிமிடங்கள் ஒரு இடம் விடாமல் துரத்தினேன். அவளும் அகப்படாமல் இரு பிளாக்குக்குமாக ஓடிக்கொண்டிருந்தாள். மூச்சு வாங்க அவளைப் பிடிக்கையில் ஒருவர்மேல் ஒருவராகச் சரிந்து கண்களில் நீர்வர சிரித்துக் கொண்டிருந்தோம்.

எங்கள் கல்லூரியின் அழகன் சிவா. உயரமும் சிவந்த நிறமும் கொண்டவன். அணிந்திருந்த கண்ணாடி அவனை அறிவாளியாகக் காட்டியது. ஒவ்வொரு பையனும் மாணவிகளிடம் பேசுவதற்கான வாய்ப்புகளை உருவாக்கிப் பேச பேரார்வம் கொண்டிருக்க, இவன் பெண்களைத் தெரிவு செய்து பேசினான். அனைத்துப் பெண்களிடமும் பேசுவதற்கு முயற்சிக்க மாட்டான். அதுவே

அவனை கவனிக்கச் செய்தது. பெண்ணிற்கு என்று பல இலக்கணங்கள் வகுத்துக் கொண்டவன் எனக் கேள்விப்பட்டேன். அவனது அம்மா அழகாக இருப்பாரென்று அவன் ஊரைச் சேர்ந்த இரண்டு பெண்கள் அடிக்கடி சொல்லிக் கொண்டிருந்தனர்.

ரத்த சம்மந்த உறவுகளை மிகைப்படுத்தி உணர்வு வயப்படுதல் என்பது வெகுகாலமாக நம்மிடையே உள்ள பழக்கம். அதில் சில செயற்கைப் பூச்சுகளும் உண்டு. இதனையெல்லாம் வெளியில் சொல்லி சமுதாயத்திலிருந்து ஒதுங்கிக்கொள்ள விரும்பியதில்லை. மனதோடு சொல்லிக் கொள்வதுடன் சரி. சில அபத்த சென்டிமென்ட்களும் தேவையாகத்தான் இருக்கிறது. அந்த வகையில் அவனது அம்மா புராணம் அவனது தோழிகள், ஊர்க்கார நண்பர்கள் வழியே பலருக்கும் தெரியவந்தது. அவனைவிட அவன் அம்மாவின் அழகு கல்லூரி முழுதும் பரவியிருந்தது. எனக்கும் சிவா அம்மாவைப் பார்க்கும் ஆர்வம் இருக்கிறது. அந்த சிவாதான் சாந்தினியை காதலித்துக் கொண்டிருப்பதாக நாங்கள் மூன்றாவது வருடத்தில் இருக்கையில் அவன் நண்பர்கள் கூறிக் கொண்டிருந்தார்கள். அவன் இப்போது முதுகலை படித்துக் கொண்டிருக்கிறான்.

நீண்ட விடுமுறைக்குப் பிறகு முதல் நாள், முதல் வகுப்பு முடிந்து விடுதி நோக்கிச் செல்கையில் சிவாவின் நண்பன் கிருஷ்ணா வழிமறித்தான். எங்களுக்கு பயமோ தயக்கமோ இல்லை. ஏனென்று கேட்டோம். பில்டப் கொடுத்துப் பேசினான். எங்களுக்கு அந்தக் காதல் கீதல் நினைவே இல்லையாகையால் அவனது செயல்பாடு சிரிப்பு கொடுத்தது. சிவா, சாந்தினியை தனியாக அழைத்துச்சென்று மிக ஆழமாகக் காதலிப்பதாகச் சொன்னான். அதன் பிறகு, இரண்டு நாட்கள் கழித்து வகுப்புகள் இல்லாத மாலை நேரம் சாந்தினியும் சிவாவும் தனியாகப் பேசிக் கொண்டிருந்தார்கள். ஒரு மணிநேரம் கழித்து சாந்தினி அறைக்கு வந்தாள். இரண்டு மணி நேரங்கள் என்னிடம் பேச ஆரம்பித்துச் சொன்னவற்றை வைத்துப் பார்த்தால், இவள் காதலை ஏற்கிறாளோ இல்லையோ எனக்கு நிறைய சேதிகள் கிடைக்கும் போலிருக்கிறது. புதுமையாக அறிந்ததை பகிர்தலின் மகிழ்ச்சி என்பது, அதுகுறித்த நினைவின் ஆயுளை அதிகரிக்கும். அதுவும் கண்களும் கைகளும் பாவனைகளைத் தோற்றுவித்துக் கொண்டேயிருக்கும் பெண்ணிடமிருந்து என்கையில் அந்த நினைவுகளில் வண்ணம் பூசப்படுகிறது.

என்னுடைய இடக்கையை எடுத்து அவள் மடியில் வைத்துக் கொண்டாள். இது வழக்கம்தான். எனது விரல்கள் அவளுக்குப்

பிடிக்கும் என்று சொல்வாள். வெவ்வேறு வண்ணங்களில் நகப்பூச்சு வைத்து விடுவது அவள் வேலை. இம்முறை கையை இழுத்து வைத்து,

“இந்த மணிக்கட்டு லேடிஸ்க்கு உருளையாட்டம் இருக்கு ஆனா ஜென்ஸ்க்கு அப்படி இல்லைடி. அவங்களுக்குப் பட்டையா இருக்கு” என்று கூறினாள். மேலும் சிவாவின் கை மட்டுமில்லை அனைத்து ஆண்களின் கை மணிக்கட்டும் அப்படித்தான் இருக்கிறது என்றாள். இதை அவனிடம் பேசிக்கொண்டே போய்வந்து கொண்டிருந்த பல ஆண்களையும் கவனித்தே சொல்வதாகக் கூறினாள். அடுத்து தாடி, கிருதா, மீசை என்று கவனித்தவற்றை கூறிக் கொண்டிருந்தாள். எல்லாருக்கும் தாடி மீசை எல்லாம் அடர்த்தியாக வருவதில்லை. முகத்தில் நெருக்கமாக முடி வருவதில்லை. ஒவ்வொருத்தருக்கும் ஒவ்வொரு மாதிரி திலோத்தமா என்றாள். சிவா இவளிடம் பேசுகையில் ஷர்ட்டின் முதல் பட்டனையும் தாண்டி அவன் நெஞ்சில் தெரிந்த முடி அட்ராக்டிவாக இருந்தது என்று முகம் பிரகாசித்தவள், உனக்கு தாடி பிடிக்குமா, மீசை பிடிக்குமா, மீசை இல்லாமல் பிடிக்குமா என்றாள். எல்லாம் நன்றாக இருப்பதாகக் கூறி அவளின் ஆர்வத்தீயில் தண்ணீர் ஊற்றினேன்.

றெக்கைக் கட்டிப் பறந்த பல நாட்களுக்குப் பிறகு ஒரு ஞாயிற்றுக்கிழமையன்று சிவாவின் அம்மா அப்பா வந்திருந்தனர். போய் பார்த்துவிட்டு வந்தோம். கேள்விப்பட்டது போல அவர் நல்ல அழகுதான் என்ற முடிவுக்கு வந்தேன். உறவினரின் ஊரிலிருந்து நேராக கல்லூரிக்கு வந்துவிட்டார்களாம். மகனைப் பார்த்துப் பேசிவிட்டு அவனது அறைக்குப் போகும் திட்டம் என்றார்கள். ஊர்க்காரப் பெண்கள் இருவரும், நாங்களும் பார்த்துவிட்டு வந்து அவர்களைப் பற்றி பேசிக்கொண்டிருந்தோம். சந்தித்ததில் மகிழ்ந்திருந்தோம். அவரின் வருகை, வருங்காலம் குழந்தை குடும்பம் என யோசித்திருந்த காதலுக்கு முற்றுப்புள்ளி வைத்தது.

சில நாட்களாக அவர்களின் செல்ல மகன் சிவா சாந்தினியின் நினைவில் அம்மாவிடம்கூட சரியாகப் பேசவில்லையாம். “அவ வர்றதுக்கு முன்னமே பிரிக்கறா” என்று காரணம் சொன்னதாகக் கூறினார்கள். சிரிப்பு வந்தது. சாந்தினியும் பெரிதாக அலட்டிக் கொண்டதாகத் தெரியவில்லை. மனது நிம்மதியடைந்தது.

என்னைவிட சாந்தினிக்கு நிறையத் தோழிகள் இருக்கிறார்கள். அவர்களில் ஒருத்தி சாந்தினியிடம் சிவாவுடனான காதல் பற்றிக்

கேட்டிருக்கிறாள். மேலும் அவர்களின் தனிமை நேரங்களைப் பற்றியும் என்னென்ன பேசிக் கொண்டீர்கள் என்றும் கேட்டதற்கு, அன்று கோவிலில் முகம் தெரியாத எவனோ நடந்து கொண்டானே அதை முகம் தெரிந்தவன் நடத்துவதற்கு பெயர்தான் காதல் என்று கூறிச் சத்தமாகச் சிரித்தாளாம். அவள் முகம் சுண்டிப்போய் என்னிடம் வந்து புகார் கூறுகிறாள்.

"சீரியசா கேட்கறதுக்கு இப்படிச் சொல்லி கிண்டல் பண்றாடி."

"அது கிண்டலுக்குத்தானு தெரியுதே விடுடி" என்று சமாதானம் செய்து அனுப்பி வைத்தேன்.

சாந்தினியிடம் இந்தப் புகார் பற்றிக் கேட்டேன்.

"அவ இன்னொருத்தனோட குடும்பமே நடத்திக்கிட்டு இருக்கா நான் இதைச் சொல்லக்கூடாதா" என்றாள்.

அது அவரவர் விருப்பம் என்று கூறினால் பதில் சொல்வது என் விருப்பம் என்பாள். எந்த நேரத்தில் எது பேசுவாள் என்றே தெரியாது. அதனால மேற்கொண்டு எதுவும் பேசாமல் பேச்சைத் திசை திருப்பும் பொருட்டு புதிதாக வெளிவந்திருந்த பாலிவுட் சினிமா குறித்துப் பேச்சை ஆரம்பித்தேன். அவளுக்கு கத்ரீனா கைஃப் மேல் கிரேஸ் இருந்தது. அதனால் அந்தப் பேச்சிலிருந்து எளிதில் வெளிவந்து இதில் கலந்து கொண்டாள். வீணான வாக்குவாதம் நட்பின் ஆரோக்கியத்தைக் குறைத்துவிடக் கூடாது.

மூன்று வருடங்கள் படிப்பு முடிந்தது. இரு வேறு திசையில் சென்றோம். நாட்கள் றெக்கை கட்டிப் பறந்தன. திருமணம், குழந்தைகள் என்று அவரவர் குடும்ப வாழ்க்கையில் நாங்கள் தொலைந்தோம். பிள்ளைகள் வளரத்தொடங்கி இருந்தனர். இப்போது ஏனோ அடிக்கடி அவளைப் பார்க்க வேண்டும் என்ற எண்ணம் தோன்றிக் கொண்டிருக்கிறது. தொடர்பு விட்டுப் போயிருந்தது. அலைபேசி எண்கள் பழையது இல்லை. புதிதாக மாற்றி இருந்தோம். ஃபேஸ்புக், ட்விட்டர் என்று ஒரு செயலியையும் விடாமல் தேடியதில் அலுப்புதான் வந்தது. ஓய்வு நேரங்களில் இப்படித் தேடுவதை வழக்கமாக்கி வைத்திருந்தேன். ஒருமாதத் தீவிரத் தேடலின் இறுதியில் ஸ்மூல் ஆப்பில் மேடம் கத்திக்கொண்டு இருந்ததைக் கையும் களைப்புமாகப் பிடித்து விட்டேன். குப்பென்று சந்தோஷக் காற்று அடித்தது.

நலபல சுகங்கள், உற்றார், உறவினர்கள் விசாரணை முடித்து நாங்கள் நாங்களாக வந்தோம். ஆம். பேச்சு எங்கள் எண்ணம், விருப்பம்

என்று வந்தது. எதிரில் இருப்பவருக்கான போலி வார்த்தைகள் முகமூடிகள் இன்றி நதி கண்ட மீனாகத் துள்ளித்துள்ளிப் பேசினோம். இடுப்பு அளவு, மார்பளவு எல்லாம் பேசினோம். இப்போது என்னென்ன மாற்றங்கள் என்று தெரிந்துகொள்ளும் ஆவலில் அளவுகள் பரிமாறிக் கொண்டோம். தசைகள் இறுகி இருக்கிறதா, தொய்ந்து இருக்கிறதா சரியாக என்னென்ன செய்யலாம் என்று பேசினோம். இருவருக்கும் அப்போதிருந்தே உடல் ஆரோக்கியம் குறித்த அக்கறை இருந்ததால் அதனைப் பற்றியப் பேச்சு நீண்டது. பிறகு ஆண், காதல் என்று வர, வர ஒரு மாற்றம் அவள் குரலில் பரவியதை உணர முடிந்தது. நேரில் பேசலாம் என்று கூறினாள். ஆர்வத்துடன் காத்திருந்தேன்.

சாந்தினி எது பேசினாலும் இரண்டு முறையாவது ராதாக்கா என்று கூறிவந்தாள். நேரில் வந்தவுடன் மறக்காது விசாரிக்க வேண்டும் என்று நினைத்துக் கொண்டேன். அப்படி ஒருநாளும் வந்தது. அவள் ஊருக்கும் நான் இருக்கும் இடத்திற்கும் இருந்த நாற்பது கிலோ மீட்டர் தூரம் எங்களுக்கு வசதியாகப் போனது. முதல் முறை என்பதால் இரண்டு நாட்கள் தங்கும்படி வருவது இதுபோலவே அடுத்து நான் அவள் வீட்டிற்குச் செல்வது என்று பேசிவைத்தப்படி அவள் முதலில் வந்தாள்.

சந்தோஷமாகக் கட்டிப்பிடித்துக் கொண்டாள். சடாரென்று எங்களுக்கு ஈரிலக்கத்தில் வயது குறைந்தது. கொஞ்சம் உருவ மாற்றம் இருந்தாலும் குணம் அப்படியே அவளிடம் இருந்தது.

அவள் "உனக்கு வயசே ஆகாதாடி" என்றாள்.

முதிர்ச்சி இல்லாமல் மென்மையோடு இருப்பதாகவும் இன்னும் சில பாராட்டு வார்த்தைகளையும் அவள் கூறக்கூற எனக்கு போரடிக்கத் தொடங்கியது. எப்போது அவள் இதை முடிப்பாள் என்றிருந்தது.

சந்தோஷத்தைப் பகிரும் வண்ணம் செய்து வைத்திருந்த கேசரியை இருவரும் சாப்பிட்டோம். பிறகு வீட்டைச் சுற்றிக் காண்பித்துவிட்டு அவளுக்குப் பிடித்த காலிஃப்ளவர் மஞ்சூரியன், கத்தரிக்காய் சாம்பார் சாப்பிட வைத்தேன். பரந்த வெளியில் காற்று மோத, இன்னும் நிறையப் பேச ஆசை ஏற்பட்டது. வீட்டுக்குப் பக்கத்தில் இருக்கும் பூங்காவிற்கு அழைத்துச் சென்றேன். மனம் திறந்து பேச யார் தொல்லையும் இல்லாமல் இருக்க வேண்டும்.

பார்க்கில் மஞ்சள் பூக்கள் சொரிந்து கொண்டிருந்த பெயர் தெரியா மரத்தின் கீழே அமர்வதற்காக அதை நோக்கி நடந்து

கொண்டிருந்தோம். வழியில் இரண்டு ஆண்கள் அக்கடாவென மேல் பொத்தான்களை எல்லாம் கழட்டிவிட்டு ஹாயாக சாய்ந்து அமர்ந்து பேசிக்கொண்டிருந்தார்கள். உடற்களைப்பு மீறி அரட்டை இன்பம் முகத்தில் தெரிந்தது. அவர்கள் அருகில் செல்கையில் க்ரஷ், சைட் போன்ற சொற்கள் காதில் விழுந்தன. ஒருவரையொருவர் பார்த்துக் கொண்டோம். மர நிழலில் அமர்ந்தோம். இப்போதும் 'ராதாக்கா கூட பார்க் போகும்போது' என ஆரம்பிக்கிறாள். உடனேயே யாரது என விசாரித்தேன். "பக்கத்து வீட்டில் இருக்காங்க செம்ம லேடி! ஐ லவ் ஹெர்."

நாம் நடந்து வரும்போது பேசிக் கொண்டார்களே "க்ரஷ்" என்று, அதை அந்த சம்மந்தப்பட்ட நபரை நினைத்து ஆண் சுய இன்பம் அடைவதென்பார் என்றாள். அதிர்ச்சியடைந்து 'என்னடியிது!? என்றேன். அவள் சிரித்துக் கொண்டே சும்மா விளையாட்டுக்குச் சொன்னதுடி 'லுல்லுலாயி' என்று நாக்கைச் சுழட்டினாள். இதற்கே இப்படி அதிர்ச்சியானால் எப்படி, இன்னுமொரு விஷயம் அவர் சொன்னது போல அப்படியே சொல்கிறேன் பாரெனச் சொன்னாள். அவள் முகத்தையே பார்த்துக் கொண்டிருந்தேன். த்ரோட் க்ளியர் செய்து கொண்டு,

"லவ் மேரேஜோ அரேஞ்ட் மேரேஜோ ஒவ்வொரு ஆணும் பெண்ணும் கட்டாயம் குறைஞ்சது நான்கு திருமணங்கள் செய்யணும்னு ஒரு சட்டம் போடணும். துணை தேர்வுங்கிறது ஒரு அறிவு. அது நமக்கு வரவே இல்லை. கல்யாணம் முடிச்சு பிள்ளைகள் வளரும் போதுதான் நாம யாரு, நம்ம பக்கத்தில் யார் இருந்தா நல்லா இருக்கும்கிறது எல்லாம் கொஞ்சமாவது தெரிய ஆரம்பிக்குது. சில பேருக்கு உடனே தெரியுது. தெரிஞ்சும் பயனில்லை. நொந்துபோய் பிள்ளைகளுக்காகன்னு அதையே தொடர்ந்துக்கிறாங்க. பெத்தவங்களுக்கு கூட பிள்ளைகளுக்கு கல்யாணம் செய்து முடிச்சப் பிறகுதான் இப்படிப் பார்த்து இருக்கலாமோ அப்படிப் பார்த்து இருக்கலாமோங்கிற எண்ணமும் எப்படி வரன் தெரிவு செய்யணும்கிறதும் புரிபட ஆரம்பிக்குது. கல்யாணம் பேசறப்ப ஒரு அவசரம் வந்துடுது. எத்தனையோ எண்ணத்தோட நல்ல படியா நடக்கணுமேனு அவசரமா முடிக்கிறாங்க. பிரபஞ்சன் சொல்றது போல இங்கே கல்யாணம்கிறது குலுக்கல் சீட்டு. யாருக்கு எது விழுதோ அதுவே சாஸ்வதம். முதலில் ஓவர் நெருக்கம் இல்லை ஓவர் முரண்பாடு, அடுத்து ஒரு மாதிரியான 'இட்ஸ் ஓகே நிலை', இறுதியா எல்லாம் பழக்கமாகி 'ஒரு ஓகே இருப்பு நிலை'. அவ்வளவுதான். முப்பது நாப்பது வருடங்கள் சேர்ந்து இருந்த, இருக்க வைக்கப்பட்டக்

காரணத்தால் ஆதர்ஸ தம்பதி பட்டம், சுபம். இதான் நம்ம ஆளுங்க வாழ்க்கை. நான் பெரும்பான்மையின் பக்கம் நின்னு பேசறேன் தட்ஸ் இட். இதான் சொன்னாங்க'' என்றாள்.

அவள் சொன்னது புரிவதற்கு சிறிது நேரம் பிடித்தது. வாயிலிருந்து வார்த்தையே வரவில்லை. 'என்ன நாலு கல்யாணமா!!!!!' மின்சாரம் பட்டது போல் அதிர்ச்சியாகித் திகைத்துப் போனேன். சுற்றும் முற்றும் பார்வையை ஓடவிட்டேன். நல்லகாலம் வேறு யாரும் கேட்கவில்லை. முக்கியமாக என் கணவரின் காதுக்குப் போகவில்லை. 'ஷப்பா...' எப்படி இந்த ராதாக்கா இப்படி யோசிக்கிறார்! கை விரல்களை சிலமுறை இறுக மூடி விடுவித்து அவர் கூறிய வார்த்தைகள் ஒவ்வொன்றாக நினைவுக்கு கொண்டு வந்து யோசித்துக் கொண்டிருக்கையில், படாரென்று சிரிப்பு பொத்துக் கொண்டு வந்தது. நீண்ட நேரம் சிரிப்பு நிற்காமல் வாய்விட்டுச் சிரிக்கச் சிரிக்க விழியோரம் தண்ணீர் துளிர்க்கிறது.

“நீயாவது கொஞ்சம் நேரங்கழிச்சு சிரிச்ச, நான் உடனே கடகடனு சிரிச்சிட்டேன்'' என்ற சாந்தினி, “அப்ப...'' நான் பதில் சொல்லும் முன் அடுத்த சப்ஜெக்ட்க்கு தாவியிருந்தாள். ராதாக்கா புராணம் தொடர்ந்தது, எவன் ஒழுங்காக ரசிக்கிறான் பெண்ணை என்று அடிக்கடி அங்கலாய்த்துக் கொள்வாராம். உடனே நான் நக்கலாகப் பேசினேன்.

“ஓ... பொம்பள ஆம்பள ரெண்டு பேரையும் ரசிப்பாங்களா பெரிய அளவில் பாடம் எடுத்துருப்பாங்க போல.''

“உளறாத திலோ... நான் சொல்றதக் கேளு அவங்கதான் சொன்னாங்க பெண்ணோட உடம்பு ஒரு திகட்டாத லியானர்டோ டாவின்சி, ரவிவர்மா, வின்சென்ட் வான்கா கலந்து தீட்டின ஓவியம். அது எப்படி இருந்தாலும் பிடிச்சிட்டா ரசிச்சிட்டே இருக்கலாமாம். புதுசு புதுசா தோற்றம் கொடுக்குமாம்'' என்ற சாந்தினியிடம் ராதாக்கா மீது கொஞ்சம் ஆர்வம் வருவதாகக் கூறினேன். ஒரு நேரம் இப்படிச் சொல்லும் அவர் மற்றொரு முறை பெண்ணை காடு மழை அருவி என்பாராம். சுயமோகியா...! அவரை மட்டும் கூறிக்கொள்ளாமல் பெண் இனத்தையே கூறுகிறாரே. விந்தை மனுஷிதான்!

இருளின் வருகை ஆரம்பிக்கத் தொடங்கியது. வீட்டிற்குப் போகலாம் என்று கிளம்ப ஆயத்தமாகையில் அருகிலுள்ள ஐஸ்கிரீம் பார்லர் அழைத்தது. கல்லூரி காலங்களில் உண்ட ஜில்லிப்பு நாக்கில் இன்றும் தங்கியிருந்தது. கடைக்குச் சென்று

அவளுக்குப் பிடித்த ஃபிளேவரில் இருவரும் ஐஸ்கிரீம் சாப்பிட்டு வீட்டுக்கு வந்தோம். வேலை, விசாரிப்பு, பிள்ளைகள் படிப்பு என அரட்டை முடித்து எல்லோரும் தூங்க, படுக்கைக்குச் சென்றபிறகு அவளை அழைத்துக் கொண்டு மாடியறைக்குச் சென்றேன். வசதியாகப் படுத்துக்கொண்டே கூறினேன்.

“ரொம்ப ரசனையான ஆள்தான் போல ராதாக்கா.”

“ரொம்ப ரொம்ப.”

உன் கை அழகாக இருக்கு திலோ என்றவளிடம் என்ன கை கால் என்று புதிதாகப் பேசுகிறாளென புருவம் உயர்த்தினேன்.

“இது கூட அவங்கதான் சொல்லிக் கொடுத்தாங்க.”

பெண்ணின் கழுத்து, பக்கவாட்டில் அதன் வளைவு அப்படியே நகர்ந்து நகர்ந்து தோளிலிருந்து கை எனும் உறுப்பு ஆரம்பிக்கும் அந்த இடம், கையின் மேற்பகுதி வரையிலிருக்கிற செல்லமான உயரம் அத்தனை அழகு! பெண்ணின் உடலில் அழகான கவர்ச்சியான இடம் இது. என்ன கலர், என்ன உயரம், என்றாலும் இதன் அழகு மிகையழகு! தெரியுமா என்றாள். நான் இது குறித்தெல்லாம் யோசித்ததே இல்லை. இவள் ஏதோ வேறு உலகத்திலிருந்து வந்தவள் போல எங்கேயோ கற்பனை உலகைப் பார்த்துக்கொண்டு கூறிக் கொண்டிருக்கிறாள். சரி எதுவோ சொல்லிவிட்டுப் போகட்டும் என்று நினைத்தால் ‘நீ போய் கண்ணாடியில் பார் உனக்கே தெரியும்’ என்று ஆலோசனை அளித்தபடி ‘இது எப்படித் தெரியும் யார் சொன்னார்கள் என்பதுதானே உன் எண்ணம்’ என என் மௌனத்தைக் கேள்வியாக அர்த்தம்கொண்டு வாயைக் கிளறினாள்.

நினைவின் நிழலாக மின்னிக் கொண்டிருந்த இருளைக் கலைத்துக் கொண்டிருந்தது தெருவின் சோடியம் விளக்கு. தெருவிளக்கின் வெளிச்சம், வலையிட்ட ஜன்னலின் வழியே உள்ளேயும் வந்தது. அவளைப் பார்த்தேன் இருளும் ஒளியும் கலந்து அவள் முகத்தின் பளிச்சிடலை அதிகமாக்கி விட்டது. இல்லையில்லை அவளின் மகிழ்ச்சியில் முகம் பொலிவடைந்து விட்டது. பார்வையை என்பக்கம் திருப்பியவளிடம் ஆம் என்று சொல்வதா, இல்லை என்று சொல்வதா...

“ராதாக்காதான் சொன்னாங்க” மௌனத்தினைக் கேள்வியாக மொழிபெயர்த்து பதில் வந்துவிட்டது.

ஒருநாள், தான் சொல்வது நிஜம் வேண்டுமானால் குளிக்கும்போதோ உடை மாற்றும் போதோ கண்ணாடியில் பார் என்று ராதாக்கா சொன்னார். உடனே அவர் வீட்டிலிருந்து என் வீட்டிற்கு வந்தவுடன் அணிந்திருந்த நீளமான நீலவண்ண மேலாடையை நீக்கி கண்ணாடியில் பார்த்து அவர் சொன்னது உண்மைதான் என்று உணர்ந்து கொண்டேன். அதனை அவருக்கு வாட்ஸப்பிலும் அனுப்பினேன் என்று சொல்லிவிட்டு மேலும் பல கதைகளை கூறிக்கொணடிருந்தாள். எனக்கு என் கையின் வளைவை உடனே பார்க்க வேண்டும் போலிருந்தது. ஆவலைக் கட்டுப்படுத்தி ஆர்வமில்லாதவள் போல 'ஹ்ம்ம்' என்று சொல்லிக் கொண்டிருந்தேன். வலது கையால் இடது கை ஆரம்ப இடத்தை, செல்ல உயரத்தை தடவிப் பார்த்தேன். நான் என்னை ரசிக்க வேண்டும்.

வழக்கமாக எழுந்து கொள்ளும் நேரத்திற்கு முன்னதாகவே எழுந்து வேலைகளை ஆரம்பித்து முடித்து விட்டேன். தோழியின் வருகையில் குதூகலமான மனது வேலைகளைச் செய்ய அலுக்காமல் ஊக்கம் கொடுத்து. குளிப்பதற்கு தலையில் தண்ணீர் ஊற்ற ஆரம்பிக்கும் போது குளியலறைக் கண்ணாடியில் அவள் சொன்ன இடங்களைப் பார்த்தேன். கழுத்து வளைவு, தோள், செல்லமான உயரம் கொண்ட புஜத்திற்கு மேல் உள்ள இடம்... இவ்வளவு அழகா இந்த இடத்திற்கு! இத்தனை நாளும் கவனிக்கவே இல்லையே! எனக்கே என் கைகளின் குமிழான உயரத்தை, ஆரம்ப இடங்களை முத்தமிட வேண்டும் போலிருந்தது. சோப்பு நுரையினூடே பார்க்க இன்னும் ரம்யமாகத் தெரிகிறது.

மகிழ்ச்சியாகக் குளித்துவிட்டு வந்தேன். நாம் சாந்தினி வீட்டிற்குப் போகும்போது ராதாக்காவைச் சந்திக்க வேண்டும் என்று முடிவு செய்தபடி அறைக்குள் சென்று சாட்டின் துணியினாலான இளஞ்சிவப்பு வண்ண நைட்டியை வேண்டுமென்றே அதன் மேல்கோட் இல்லாமல் முழங்கால்வரை உள்ள ஸ்லீவ்லெஸ் பகுதியை அணிந்து வெளியே வந்தேன்.

மிச்சமீதி இருந்த சிறுசிறு வேலைகள் முடிந்தது. மதிய உணவுகளுடன் அவரவர் வேலை, படிப்பு என கிளம்பினர். அவள் அறைக்குச் சென்று குளிக்கச் சொல்லிவிட்டு வந்தேன். குளித்து வந்தப் பிறகு இணைந்து சாப்பிட்டோம்.

"நீ இன்னும் ஹமாம் சோப்புதானா, பாத்ரூமில் இருக்கற கண்ணாடி நல்லாவே இருக்கு" என்றாள்.

அதன் பொருள் நீ அதைப் பயன்படுத்துவதே இல்லையா என்பது. புரியாதவள் போல் அமைதியாக இருந்த என்னை அழைத்துச் சென்று டிரஸிங் டேபிள் முன் நிற்க வைத்தாள்.

"பார்... அவங்க சொன்ன மாதிரியே உன் கழுத்து வளைவு, தோள், அதோட இறக்கம், கை ஆரம்பிக்கும் பகுதி எல்லாம் எப்படி அள்ளுது! செம!" என்றாள்.

நேற்று இரவிலிருந்து நான் இந்த வார்த்தைகளை அவளிடம் எதிர்பார்த்திருந்தேன். எப்போதும் சாந்தினியின் பாராட்டு வார்த்தைகளுக்கு மதிப்பு உண்டு. என்னைப் பொறுத்தவரை அப்போதிலிருந்து இப்போதுவரை அவளிடமிருந்து வரும் வார்த்தைகளில் நியாயம் இருக்கும். மனது மகிழ்வண்ணம் பூசியபடி பூரித்துக் கொண்டது.

நான் அவள் சொன்னபிறகு திரும்பவும் கவனித்து, "ஆமாம்... அவங்க சொன்னது நிஜம்தான்" என்றேன் கண்ணாடியில் தெரியும் என்னைப் பார்த்துக் கொண்டே....

பெண்களுக்கு வளைவாக இருக்கும் அனைத்து இடங்களும் ரொம்ப அழகாகத்தான் இருக்கும் போலிருக்கிறது. இதுபற்றி ராதாக்காவிடம் விசாரணை செய்ய வேண்டும். இதுவே ஆண்களுக்கு எனில் எப்படி? என்று ஆராய்ந்து கொண்டிருக்கும் சாந்தினியின் கேள்விக்குள் போகாமல் அதற்குமுன் அவள் ராதாக்காவிடம் கேட்க இருப்பதாகக் கூறியதை மூளை யோசிக்க ஆரம்பித்தது. சாந்தினி சொல்வது உண்மைதான் போலிருக்கிறது. அவளின் அதிக ஆர்வம் மனதிற்கு என்னவோ நெருடலாய் தோன்றியது. அவள் இன்னும் பல, 'ராதாக்கா புராணங்களை' ஒப்புவித்தபடி சாயங்கால ட்ரெயினில் புறப்பட்டுச் சென்றாள். அவள் வீட்டிற்கு நான் வருவதைப் பற்றி பின்னர் ஃபோனில் கூறுவதாகக் கூறி வழியனுப்பினேன். இங்கே பிள்ளைகள் படிப்பு, வீடு என்று நேரம் சரியாக இருந்தது. மாமியார் கண் ஆபரேஷன் செய்திருக்கிறார். போய் இரண்டு நாட்களாவது உதவியாக இருந்துவிட்டு வரவேண்டும். சாந்தினியிடம் ராதாக்கா போன் நம்பர் வாங்கியிருந்தால் நன்றாக இருக்கும் என்று நினைத்தேன். ப்ச்... அவளுக்கு வாட்ஸப்பில் மெஸேஜ் அனுப்பி நம்பர் கேட்டால், பேசி பழகிவிட்டு நம்பர் வாங்கு அதுதான் சரியாக இருக்கும் என்கிறாள்.

குறைந்தது வாரத்தில் இரண்டு நாட்கள் பேசிக்கொள்கிறோம். இப்போது அவளது ஆராய்ச்சி ஆணின் புஜத்திற்கு வந்து நிற்கிறது.

இதுவும் கூட ராதாக்கா சொன்னதாகத்தான் இருக்கும். இத்தோடு விட்டிருந்தால் பரவாயில்லை, உனக்கு ஆண்களிடம் எந்த இடம் பிடிக்கும் சொல்லென நச்சரித்துக்கொண்டிருந்தபோது, நான் மாமியாரிடம் வாங்கவே முடியாத நற்பெயருக்காகப் போராடிக்கொண்டிருந்தேன். நல்ல பெயர் கிடைக்கிறதோ இல்லையோ இதுதான் என் இயல்பு. முடிந்தவரை உதவிகளைச் செய்து வருகிறேன்.

என்னதான் சாந்தினி அதிகமாகப் பேசுவது போல் தெரிந்தாலும் அதுபோன்ற எண்ணங்களை எல்லாம் என் மனது எங்கே தொலைத்தது என்று தெரியவில்லை. என்னை ஏதேதோ சிந்திக்கத் தூண்டும் குறும்பு அவளுக்கே உரியது.

அந்த வகையில் சாந்தினியின் மிதமிஞ்சிய பேச்சு, வாட்ஸப் சாட் எனக்குப் பிடித்ததாகவே இருந்தது. இப்போது நானும் மாமியார் கண்ணிற்கு சொட்டு மருந்து விட்ட கையோடு ஆணிடம் பிடித்த இடம் எதுவென நினைக்க ஆரம்பித்திருந்தேன். எப்படி, எங்கு என்று சிந்தித்தாலும் எண்ணங்கள் முதுகு காட்டியது. ஆமாம் ஆணின் முதுகுதான் பிடித்தது என்று அவளுக்கு ஒரு வாட்ஸப் செய்தி அனுப்பிவிட்டு அடுத்து என்ன ஆரம்பிப்பாளோ என்ற சுவாரசியமான அச்சத்துடன் வழக்கமான வேலைகளில் ஆழ்ந்தேன்.

நினைத்தது சரிதான் ராதாக்காவிடமிருந்துதான் அந்தக் கேள்வி ஆரம்பித்து இருந்தது. இதில் வேடிக்கை என்னவென்றால் அவருக்கும் முதுகுதான் பிடிக்குமாம். மாம்பலகை மாதிரி பரந்து விரிந்து இருக்கும் முதுகைப் பாக்கும் போதெல்லாம் ஒரு பலம், ஒரு உறுதுணை, ஒரு மதில் போல அவருக்குத் தோன்றுமாம். அட இதுவெல்லாம் எனக்கு ஏன் தோன்றாமல் போனது! எனக்குத் தோன்றியதெல்லாம் பார்த்தவுடன் பின்பக்கமாகப் போய் கட்டிக்கொள்ள வேண்டுமென்பதுதான். அவர் சொல்வதும் யோசிக்க வேண்டிய விஷயம்.

இதற்கு நடுவே இந்தப் பக்கி சாந்தினி "ஏன்டி உங்களுக்கு இந்தப் புஜமே கண்ல படலயா" என்று மெசேஜில் குறைபட்டுக் கொண்டாள். ஃபோனில் அழைப்பு விடுத்து ஒருமணி நேரம் எடுத்துக்காட்டுகளுடன் அம்மணி விவரிக்க ஆரம்பித்து விட்டார்கள். எனக்குப் புரியவைக்கவென்று அவள் விளக்கமாகப் பேசி முடிக்கும்போது, ஆணினுடைய தோளும் புஜமும் அத்தனை அழகு! கம்பீரம்! 'தோள் கண்டேன் தோளே கண்டேனு' கம்பர் சும்மா எழுதி வைத்தாரென்று நினைக்கிறாயாவென புராணத்திற்குள்ளும் மிதமான கோபத்துடன் சென்றாள்.

'பார்த்துக்கொண்டே இருக்கலாம், கண்ணுக்கு நிறைவு தரும், அந்தப் புஜத்தில் கன்னம் வைத்துக் கொள்வதினால் பெண் இன்னும் நளினமாகி விடுகிறாளோ என்று தோன்றும். ஹூம்... நீ என்னதான் பார்க்கிறாயோ' என்று அலுத்துக் கொண்டுதான் அழைப்பைத் துண்டித்தாள்.

அவளிடம் திட்டு வாங்கிய இரவு தூக்கத்தின் நடுவே மூன்று மணிக்கு விழிப்புத் தட்டியது. அவள் கூறியவைப் பற்றிதான் எண்ணங்கள் சுற்றியது. இது என்னவிதமான சிந்தனை?? சாப்பிட்டோமா தூங்கினோமா என்றில்லாமல், பிழைப்பைப் பார்த்துக்கொண்டு இருக்காமல்... எல்லோரும் இப்படி யோசிப்பார்களா? இதுபோல சிந்தனை வராமல் இருக்குமா? வருமா? ஆனால் அவள் கேட்கக்கேட்க இந்தக் கேள்விகளுக்கு காத்திருந்தது போல மனது பதிலைத் தேடித் தாவுகிறதே ஏன்? அவளிடமே கூறி ராதாக்காவிடம் கேட்கச் சொல்லலாமா, இதில் என்ன இருக்கிறது, யாருக்கு என்ன நஷ்டம்? ஃபிரண்ட்ஸ் நாங்கள் மனதில் தோன்றியதைப் பேசுகிறோம் அவ்வளவுதானே... இதனால் வழக்கமான ஒரு வேலையும் நிற்கவில்லையே. ஹ்ம்ம்... நாளை ஃப்ரீ டைமில் அவளிடம் இன்னும் நிறையப் பேசவேண்டும். இன்று திட்டியதற்குச் சண்டை போடவேண்டும். லூசு அவள் போக்கில் பேசிக்கொண்டே போகிறாள். எனக்கும் ரசிக்கத் தெரியும். அவள் ஆரம்பிக்கும் முன்பே நான் ஆரம்பிக்கிறேன் புது டாப்பிக்கை., எண்ணங்கள் கிளர்ந்தெழுந்து கொண்டிருந்தன. ஒரு சிறிய கொள்கலனில் அடைத்து திணித்து வைக்கப்பட்டதை வெளியில் எடுத்து விடுவித்தது போல் சிந்தனை சுருங்கலின்றி விரிந்திருந்தது. நிமிர்ந்தால் வானைத் தொட்டுவிடும் போலிருந்தது எனது உயரம்! ஒரு செயலின் எண்ணத்தின் தூண்டல் பல்வேறு வகையான செயலையும் எண்ணத்தையும் கொண்டுவந்து விடுகிறது. ஒடுங்கியிருந்தவை சிறகுகளா!

டீனேஜில் எனக்குப் பிடித்த 'அவன்' எங்கள் வீட்டிற்கு வந்தபோது வீட்டில் இருப்பவர்கள் அவனிடமும் அவனுடன் வந்தவரிடமும் பேசிக்கொண்டிருந்தார்கள். நான் வெளியில் வந்து அவன் கழட்டி விட்டுச் சென்ற செருப்பை அணிந்து பார்த்தேன். முதல் முறையாக அந்நிய ஆணின் செருப்பு பாதங்களைத் தீண்டியது குறுகுறுப்பாக இருந்தது. பட்டும்படாமல் சிறிய பாதத்தை அணைக்கின்ற அதன் பகுதிகள் அவனது சட்டையை உரசிக்கொண்டு பக்கத்தில் நிற்பது போன்ற எண்ணத்தைக் கொடுத்தது. அந்த உணர்வு ஒரு வாரகாலம் முழுதும் இருந்தது. நினைத்தால் வேடிக்கையாக இருக்கும். இதைத்தான் அந்த பிரகஸ்பதியிடம் இன்று சொன்னேன். அப்புறம்

சும்மாவே பல ஆண்களுடைய செருப்பு அணிந்து இருக்கிறேன். அது ஒருமாதிரியான விருப்பமாகி விட்டது. இன்றுவரை அந்தப் பழக்கம் எனக்கு இருக்கிறது. நீ அணிந்து பாத்துவிட்டுச் சொல் என்றேன்.

தான் அப்படி யாருடையதும் அணிந்து பார்த்ததே இல்லை. ஆனால் நீ சொல்லும் விதம் ஆர்வமளிப்பதாக இருக்கிறது என்றாள். எப்போதிலிருந்து இப்படிச் செய்து கொண்டிருக்கிறாய் என்று கேள்வியும் எழுப்பினாள். அதுதானே இவளிடமிருந்து கேள்வி வராமல் இருந்தால்தானே ஆச்சரியப்பட வேண்டும்.

“ஏழெட்டு வயசுல இருந்து.”

அப்பாவின் செருப்பைப் போட்டு அவர் பார்க்கும் முன் நடந்திட வேண்டும் என்கிற பரபரப்பில் இரண்டு கணுக்கால்களிலும் மாற்றி மாற்றி இடித்து சிரமமானாலும் கண்டுகொள்ளாமல் வாசலில் நான்கு தப்படி நடந்து பார்த்து விடுகையில் மனது மத்தாப்பூவாகும். வேகமாக நடந்து கீழே விழுந்து எழுந்த வரலாறும் உண்டு. ஆனாலும் இந்தப் பழக்கத்தை நிறுத்தியதில்லை. பாதங்களைவிட நீண்டதான அகன்ற பாதுகைகள் பாதுகாப்பு அரண் போலிருக்கும். பாதுகாப்பு உணர்வுடன் பட்டும்படாமல் முரட்டுத்தனமான பாதப் போர்த்தல் அது. அப்பா கையைப் பிடித்து நடப்பது போன்றிருக்கும். அப்படி ஆரம்பித்ததுதான் அதன்பின் தாத்தா, மாமா, பெரியப்பா என்று பலரது செருப்புகளும் அணிந்து பார்த்திருக்கிறேன்.

வேறு ஏதும் ஆண்களின் கால் பற்றி செய்தி இருக்கிறதா என்றாள். ஏதோ ஹோட்டல்களில் பரிமாறுபவரிடம் உணவு வகைகள் கேட்பது போல கேட்டாள். வேறென்ன என்று முழித்தேன்.

“ம்க்கும் ராதாக்காகிட்ட கேட்டு இருக்கணும் இந்நேரத்துக்கு...”

என்று ஆரம்பித்தாள். உள்ளே கொஞ்சம் எரிச்சல் எட்டிப் பார்த்தது. அதனை சமாளித்து,

“இருடி நானே சொல்றேன்” என்றேன்.

தயக்கத்துடன் கணுக்கால் மேல் முடிகள் படர்ந்து திரண்டிருக்கிற கெண்டைக்கால் பிடிக்கும் என்றேன். எனது பேச்சில் ‘எனக்கும் எல்லாம் தெரியும்’ என்ற பாவனையும் அவசர தொனியும் இருந்ததை நானே உணர்ந்தேன். பதிலுக்கு சிரிப்புச் சத்தம் கேட்டது. என்னடியென்றால் பெண்கள் எல்லோருக்கும் பிடிக்குமே இது என்ன அதிசயமா என்றாள். போகிற போக்கைப்

பார்த்தால் ராதாக்காவிடம் டியூசனுக்குப் போயே ஆகவேண்டும் போலிருக்கிறது!

வேலை, சொந்தக்காரர்கள் கல்யாணம் என்று நாட்கள் ஓடியது. இதற்கிடையில் எங்கள் வீட்டிற்கு டிஸ்டம்பர் அடித்து நாட்களாயிற்று என்ற பேச்சு வருகையில் டிஸ்டம்பர் முடித்து ஹால் சுவரில் வால்பேப்பர், ஸ்டிக்கர் என்று ஒட்டாமல் வரைய வேண்டுமென என் ஆசையைக் கூறினேன். எல்லோரும் டபுள் ஓகே சொன்னார்கள். வரைவதற்கு யாரை அழைப்பது. கூகுளில் தேடி சில முகவரிகளை எடுத்தேன். நண்பர்கள் சிலரிடம் சொல்லி வைத்துக் காத்திருந்தேன். ஒன்றும் மனதிற்கு ஒப்பவில்லை. சில இடங்களில் நேரடியாக விசாரிக்கத் தொடங்கி ஒருவழியாகக் கண்டுபிடித்து ஒருவரை வரவழைத்தேன். போனில் தொடர்பு கொண்ட பிறகு நான்கு நாட்கள் கழித்து நேரில் வந்தார். சிறிது நேரம் பேசிக் கொண்டிருந்து விட்டு,

"ரெண்டு நாள் கழிச்சு வரேன்மா..."

என்று சென்றார்.

சொன்னது போலவே சரியாக இரண்டு நாட்கள் கழித்து வந்தார். வந்தவுடன் ஓவியம் தீட்டலுக்கான உபகரணங்களை பொக்கிஷம் போன்று கையாண்டு எடுத்து வைத்தார். கூடத்துச் சுவரில் வேலையை ஆரம்பித்தார். தவறான ஆளைத் தெரிவு செய்துவிட்டோமோ என்று மனது துணுக்குற்றது. கொஞ்சம் வேகமாக என்னிடம் என்ன மாதிரியான படமென்று கேட்கவே இல்லையே என்றேன்.

"ரெண்டு நாள் முன்னாடி பேசினேனே அதுல தெரிஞ்சுக்கிட்டேன்மா முடிஞ்ச உடனே பாருங்க" என்றார்.

அவரது சொற்களில் இருந்தத் தெளிவும் நிதானமும் என்னை சட்டென்று அமைதியாக்கியது. பதில் கூறாமல் அவருக்கு இடைஞ்சல் தரக்கூடாதென அந்த இடம்விட்டு அகன்றேன். அவருக்குத் தேவையானவற்றைக் கேட்டு அருகில் வைத்துவிட்டு மாடிக்குச் சென்று பழைய நாவலை விட்ட இடத்திலிருந்து வாசிக்கத் தொடங்கினேன். மதிய உணவு, சிற்றுண்டி என்று அந்தந்த நேரத்திற்கு ஏற்பாடு செய்திருந்தேன். நான்கு நாட்கள் எடுத்துக் கொண்டார்.

நீலநதியின் பின்னணியில் ஒரு பெண் விரல்களும் பாதி முகமும், மடியும் மட்டுமே தெரிய அமர்ந்திருந்த தோற்றம் நயமிக்க சாந்த

அழகு. அந்தப் பெண் உருவில் அவ்வளவு நளினமும் அழகும் ஏக்கமும் மிளிர்ந்தது! விரல்களில் ஒற்றை ரோஜா பூத்திருந்தது. கால் மடங்கித் தெரிந்த மடியில் ஆடை நதித்தீண்டிய மணல் போல அலைந்திருந்தது. அவள் ஏக்கத்தினூடாகச் செய்யும் புன்னகை நம்மையும் தொற்றிக் கொள்ளும் வகையில் அரும்பிருந்தது. அந்த ஓவியம் பார்த்தவுடன் முழு உருவத்தையும் பிரதிபலிக்கும் கண்ணாடியைப் பார்க்கத் தூண்டியது ஏனென்று தெரியவில்லை! ஓவியம் தீட்டிய மனிதனை மனதாரப் பாராட்டி அலைபேசி எண் வாங்கிக்கொண்டேன். தாம்பாளம் நிறைய இளஞ்சிவப்பு வண்ண பன்னீர் ரோஜாக்களையும் அவர் கேட்டப் பணத்தையும் நிறைந்தப் புன்னகையுடன் கொடுத்தேன். கையில் தாம்பாளம் பெற்றவர் ஒரு நிமிடம் நின்று என் கண்களை ஊடுருவிப் பிறகு, "இந்த ரோஜாக்களோட மணம் எப்பவும் என்கிட்ட இருக்கும். சந்தோஷம் திலோம்மா." எனச் சொல்லி விட்டுச் சென்றார். அந்தப் பார்வை வங்கியின் நிரந்தர வைப்புநிதி போல எதிரில் இருப்பவரிடம் இறக்கும்வரை தங்கிவிடும்.

ஒன்றரை மாதமாயிற்று நல்லபடியாக சாந்தினியிடம் பேசி, இந்த ஓவியம் பார்த்த உடனேயே அவளிடம் விவரமாகப் பகிர்ந்துகொள்ள வேண்டுமெனத் தோன்றியது. வேலையெல்லாம் முடித்து ஓய்ந்த பின் போன் செய்து விஷயத்தை விலாவாரியாகக் கூறினேன். நான் இந்த வாரம் வரட்டுமா என்றாள் அதற்கென்ன வாயேன் என்றேன். நான் சொன்னதை வைத்து அந்த ஓவியம் நிச்சயம் அழகாகத்தான் இருக்கும் அதைப் பார்த்துவிட வேண்டும் என்ற ஆர்வம் ஏற்பட்டதாகக் கூறியவள்,

"ஏன் நீ ஒரு ஆணின் உருவத்தை ஓவியமா வரையச் சொல்லியிருக்கக் கூடாது?"

என்று பிறகு கேட்டாள். முடக்கப்பட்டது அறியாமல் முடங்கியிருக்கும் அளவிற்கு பழக்கப்பட்டு இருக்கிறது சில இனங்கள்.

இப்படி ஒரு கேள்வி கேட்பாளென்று நினைக்கவே இல்லை.

"அது எப்பட்றி பொதுவெளியில் பொதுவா பொம்பளையதான் ஆம்பளையும் ரசிக்கிறான் பொம்பளையும் ரசிக்கிறா."

என் பதிலை ஏற்காத பாவனையாக பதில் கூறாமல் அமைதி காத்தாள்.

ஏன், எழுத்து என்று வந்தால் கூட ஆண் தனது பெண் கதாபாத்திரத்தை வர்ணனை செய்வதை பெண் ரசிக்கிறாள் கவனிக்கறாள். ஆணும் பெண்ணை வர்ணிப்பதைக் கவனிக்கின்றான் என்றேன். "இருப்பதை ரசிக்கிறார்கள். மாற்றி எழுதினால் மறுக்கிறார்களா" மறுமொழி அழுத்தமாக வந்து விழுந்தது.

"இதில் நான் என்ன நினைக்கிறேன் என்றால் ஆணைப் பற்றி ஆணுக்கே அக்கறை கிடையாது, கவனம் கிடையாது. இல்லையெனில் இப்படிப் பொதுப்பார்வ வளந்துருக்குமா சொல்லு" என்றேன். பார் பொம்பளை என்னை வர்ணி, கொண்டாடு இல்லை திரும்பிப் பாக்க மாட்டேனென்று செக் லிஸ்ட் வைத்துக்கொண்டு சுற்றுகிறது போலிருக்கிறது. குறிப்பாகத் தன் இனத்தையும் ரசிக்கின்றாள் தன்னையும் ரசிக்கின்றாள். "இந்த அழகில் பாரம்பரிய கலாச்சார பாதுகாவலர்கள் மத்தியில் எப்படி ஆம்பளைப் படம்? போடி..." என்று அலுத்துக் கொண்டேன். எதிர்பாராத கேள்விக்கு அந்த நிமிடம் மனதில் தோன்றியதை வைத்து எதையோ பதிலெனக் கூறினாலும் அவளின் கேள்வி எனக்குப் பிடித்திருந்தது.

அப்படி நாமே ஏன் நினைக்க வேண்டும், உங்கள் வீட்டில் ஆண் ஓவியத்திற்கு எதிர்ப்பு இருக்கும் என்கின்றாயா என்ற அவளின் நேரடிக் கேள்விக்கு மழுப்பாது பதில் உரைக்க முயன்றேன். எதிர்ப்பு நேரடியாக இருக்காது ஆனால் அழுத்தமாகப் பின்தொடரும். இருக்கும். என்று கூறி சில நொடிகளுக்குப் பிறகு புரிந்துகொள்ள முடிகின்றதா என்றேன்.

"நூறு சதவீதம் புரிஞ்சுக்க முடியுது திலோ."

"......"

"அந்த ஓவியரை எங்க வீட்டுக்கு வரவழைச்சி நான் ஒரு ஆணோட படம் வரைஞ்சிக்கிறேன் நம்பர் அனுப்பி வை."

"சரி. நீ எந்த மாதிரி வரைய சொல்லப் போற?" அவசரமாக மனக்கண்ணில் சில உருவங்களை ஓட்டினேன். ஏன் ஆண்கள் பல பேர் எப்பொழுது பார்த்தாலும் ஒரே மாதிரியாக போஸ் கொடுத்து நிற்கின்றார்கள். சரி அமர்ந்து போஸ் கொடுங்னென்றால் முழங்காலில் கை வைத்துக் கொள்கிறார்கள் கலையுணர்வு குறைகிறது இல்லையா என்று நீட்டி முழக்கினாள். குரலில் சலிப்பு இருந்தது. இவளுக்கு ஆண்களைக் குறை சொல்லியே ஆகவேண்டும் இந்த செக்மென்டில்...

“அப்புறம் எப்படித்தான் இருக்கறதுடி... பாவம் உங்கிட்ட மாட்டிக்கிட்டு அந்த ஆர்ட்டிஸ்ட் என்ன பாடு படப்போறாரோ.”

சிரித்துக் கொண்டே பதில் கூறினாள்.

பூத்துக் கொண்டிருக்கும் ஒரு மல்லிகையை உள்ளங்கைக்குள் மறைத்துவந்து பாதி திறந்து காட்டுவது போல் இருந்தது அவளது ரகசியமில்லா ரகசியச் சிரிப்பு!

“இதே போஸ கொஞ்சம் மாத்தி செய்யலாமில்லையா” கேள்வி கேட்கிறாளா பதில் சொல்கிறாளா,தொடர்ந்து அரேபிய மாடல் ஒருவனின் உருவத்தையும் தோற்ற வெளிப்படுத்தலையும் புகழ்ந்தாள்.

“அவனது ஸ்டில்ஸை பார்த்தால் அசந்து விடுவாய். அட்டகாசம் அவ்வளவு அழகு, ஸ்டைல், லுக், அப்பப்பா அவன் போட்டோக்கு முத்தம்கூட கொடுத்து இருக்கேன்”

வேறு பல வெளிநாட்டு உள்நாட்டு மாடல்களை சொல்லிக்கொண்டே போனாள். பேச்சின் குறுக்கே புகுந்து அந்த அரேபிய மாடல் போட்டோ அனுப்பு பார்க்கிறேன் என்றேன். நீ கேட்கவில்லை என்றாலும் அனுப்புவேன் எனச் சிரித்து பேச்சை ஓவியரிடம் கொண்டு வந்தாள்.

“அந்த ஓவியன் உங்கிட்ட கேட்காம, உன்னைக் கவனிச்சு, உனக்குப் பிடிச்ச மாதிரி வரைஞ்சிருக்கான்னா அவன் ஓவியன் மட்டுமல்ல பெண்ணே! நல்ல கூர்நோக்கும் மணக்கற சிந்தனையும் இருக்கறவன். எனக்கு உன்வீட்டு ஓவியத்த பார்க்கறதுக்கு முன்னாடி அவன பாக்கத் தோனுது.”

என்று நல்ல வாசனையை முகர்வது போல் மூச்சை இழுத்து விட்டாள்.

வாட்ஸப்பை பார். அலைபேசி எண் அனுப்பிவிட்டேன். பேசிவிட்டுச் சொல். நான் அப்புறம் பேசுகிறேன். இப்போது வேலையிருக்கிறது என்று அழைப்பைத் துண்டித்தேன். எமகாதகி!

அடுத்த நாளே அலைபேசியில் அழைத்து ஓவியர் அடுத்த வாரம் வருவதாகச் சொன்னாரென்றாள்.

“சரி சாந்தினி பெரும்பாலும் எல்லா இடங்களிலும் பெண்ணோட வடிவம்தான் இருக்கு. ஓவியமோ காவியமோ நான் என்ன

சொல்றேனா ஆண்களுக்குத்தான் பெண்ணை விட ரசனை அதிகம் ஆமாதானே.''

என்றேன். தேரை இழுத்து தெருவில் விடும் செயல் இது. தெரிந்தே செய்தேன். ஏதாவது அவள் பேசி நான் கேட்க வேண்டும் என்ற ஆசையிருந்தது.

“கொல்லுவேன் நீ, நான், ராதாக்கா மாதிரி ஆட்கள் இந்த உலகத்தில் இருக்கிறோம். என்னை நானே சொல்லிக்கறதா, அதை விடுடி போன செவ்வாய் நீ ஷாப்பிங் போனபோது பாத்ததாக ஒரு காட்சியை வர்ணிச்சியே வாய்ப்பே இல்ல. நினைச்சிப் பார்த்தே ரசிக்கும் அளவிற்கு இழை இழையாகச் சொன்ன அதை நினைச்சி ஆச்சரியப்பட்டேன்'' என்றாள்.

எனக்கும் நினைவு வந்தது. அப்பாவும் பெண்ணும் ஐஸ்கிரீம் சாப்பிட்ட காட்சியது. அவர் கொஞ்சம் அதிக எடையுள்ள ஆசாமி. பெண்ணின் அருகே அமர்ந்திருந்தார். மூன்று நான்கு வயதிருக்கும் அந்தக் குட்டிப் பெண்ணுக்கு அது தனக்குமுன் வைக்கப்பட்ட ஐஸ்கிரீமை முதலில் கண்களில் ஆசையாகப் பார்த்தது. ஒரு கையில் அந்தச் சிறு கோப்பையைப் பிடித்து, மற்றொரு கையில் ஒரு ஸ்பூன் எடுத்து வாயில் வைத்தது. ஒரு விநாடி கழித்து தன் இரு தோள்களையும் உயர்த்தி, கண்களைச் சுருக்கி பிறகு மலர்த்தி அப்பாவைப் பார்த்து உதடுகள் குவித்து, பின் விரித்து அந்த ஜில்லிப்பை உணர்த்தியது. ஐஸ்க்ரீமிற்கு அதிர்ஷ்டம். உலகம் மறந்து அவளையே பார்த்துக் கொண்டிருந்த அதன் தகப்பனும் அந்த தேவதையும் ஒரு புள்ளியில் மிகப்ரியமாக சிறிய மின்னலை இதழ்களின் வழியே ஒளிரவிட்டுக் கொண்டனர். கண்கள் மின்னின. ஒரு கவிதை வடிவில் காட்சியைக் கூறியிருந்தேன். பக்கி அன்று அமைதியாக இருந்துவிட்டு இன்று சிலாகிக்கிறாள். பாராட்டுத் தாமதமானாலும் இனிப்பாக இருந்தது ஐஸ்க்ரீமைவிட...

இப்படியெல்லாம் இருக்கின்றவள் பேசுகின்ற பேச்சா இது என்பது சாந்தினியின் விவாதம். ‘பெண்தான் உசத்திங்கிறியா’ என்றேன். எனக்கு இது குறித்து விவாதம் நீட்டிக்க வேண்டும். அதன் முகாந்திரமாகவே கேள்வியை நீட்டினேன். நீட்டியதைப் பற்றிக்கொண்டு தொடர்வாள் என்று நினைத்தேன். ஆனால், இதுபற்றி இன்னொரு நாள் பேசுவோமே என்று நழுவினாள். இதுபோன்ற பேச்சுக்களுக்குப் பேயாக அலைவாள் என்னாச்சு இவளுக்கு! அவளே பதிலையும் கொடுத்தாள்.

“எனக்கு ஓவியர் நினைப்புதான் இப்பொதைக்கு.''

அன்று இரவு சென்னை சிஐடி காலனியில் இருந்து அத்தை மகனுடைய மூத்த பெண் பெரிய மனுஷியாகியிருக்கிறாள் என்று அழைப்பிதழ் எடுத்துக்கொண்டு இரண்டு பேர் வந்தனர். வீடு கண்டுபிடிக்கச் சிரமப்பட்டதாகக் கூறினார்கள். மதுரையின் முக்கியமான இடத்தில் இருப்பதாக நினைத்துக் கொண்டு வந்து இருக்கிறார்கள். எங்கள் வீடு மதுரையின் புறநகர் பகுதியில் இருக்கிறது. வந்தவர்கள் இரவு சாப்பிட்டு உறங்கி அதிகாலையில் எழுந்து வேறு உறவினர்கள் வீட்டிற்குச் செல்ல வேண்டுமென துரித கதியில் சாப்பாட்டை அள்ளிக் போட்டுக் கொண்டு சென்றனர். வீட்டு வேலைகளை முடித்தப்பின் அத்தை எண்ணிற்கு அழைப்பு விடுத்தேன். பொறுமையாக நிதானமாகப் பேச வேண்டும் என்று எனக்கு நானே சொல்லிக் கொண்டேன்.

அத்தை போன் எடுத்த அடுத்த நிமிடமே, "உங்களுக்கு எல்லாம் வேற வேலையே இல்லையா" என்றேன். அவர் நிதானமாக "ஏன் என்ன இப்ப" என்றார்.

"பிள்ளை வயசுக்கு வந்துருக்குனு இப்பக் கூடவா தம்பட்டம் அடிப்பிங்க, இது இயற்கைதானே அந்தக் குழந்தையோட இயல்பான உடல் வளர்ச்சி அவ்ளோதான். இதுக்கு போய் ரெண்டு பஸ் பிடிச்சு, இத்தனைக் கிலோமீட்டர் ஓடியாந்து, இங்க நாப்பது கிலோமீட்டர் சுத்தோ சுத்துனு சுத்தி, வீட்டக் கண்டுபுடிச்சி இன்னும் ரொம்பப் பேர கூப்பிடணும்னு விடிஞ்சு விடியறதுக்குள்ள ஓடறாங்க. ஏன் அத்தை இது அவசியமா?"

"திலோ இது என் மருமக ஆசை, என் ஆசைனு நினைச்சி நீ கோவமா பேசற. ஆனா இத ஒரு சின்ன விழாவா நடத்தணும்னு ஆசப்பட்டது உன் மாமன் என் புள்ளதான். என் பொண்ணு வளர்ந்துக்கிட்டு இருக்காங்கறது எனக்கு சந்தோஷமா இருக்கு, அத நாலு பேருக்குச் சொல்லி, வகதொகயா ஆக்கிப்போட்டு பகிர்ந்துக்கணும்னு நினைக்கிறேன். அதுவும் இல்லாம இந்த ஃபங்ஷன பாப்பாவும் விரும்பறா. என்ஜாய் பண்றா. அப்பறம் என்னனு, என்கிட்ட சொன்னான்டி. சரி பெத்தவன் ஆசப்படறான் பேத்தியும் ஆசப்படறா செய்துக்கிட்டா என்ன நீயே சொல்லு."

"சரிங்கத்த நான் அப்புறம் பேசறேன் குக்கர் விசில்விடப் போகுது" பொய் சொல்லி இணைப்பைத் துண்டித்தேன்.

ஓ காட்! இந்த ஆண்கள்... இவர்களை வைத்துக்கொண்டு என்னதான் செய்வது... அதே நேரத்தில் அவரது ஆசை மற்றவர்களுக்குத் தொல்லைக் கொடுப்பது இல்லை பிரியப்பட்டதைச் செய்து

கொள்கிறார் போகட்டும் போ என்று மனம் சமாதானப்பட்டுக் கொண்டது. என் முதல் மாதவிலக்கு நாள் அப்படியே நினைவில் இருக்கிறது. பசுமையாக மனதில் பதிந்து போய்விட்டது. மனம் அந்த நாளுக்குள் நுழைந்துகொள்ள ஆரம்பிக்கையிலேயே என்னைச் சுற்றி ஏதோ மணம் பரவுவது போலிருந்தது. தீவிர எண்ணம் கொண்டுவரும் வாசனை.

கோடையின் மத்திமக் காலமது. பள்ளி, விடுமுறை அறிவித்து இருந்தது. புத்தகங்கள் வாசிப்பது, வீட்டில் சின்னச்சின்ன வேலைகள் செய்வது என்று கடந்து கொண்டிருந்த நாட்களில் ஒரு பகற்பொழுது அம்மா மின்கட்டணம் கட்டிவர மூன்று கிலோமீட்டர் தொலைவிலிருக்கும் மின் அலுவலகத்திற்கு போய் வரச்சொன்னார். வீட்டிற்குள் சிறுசிறு உதவி என்று வளைய வந்த நாட்களவை. இதுபோன்ற தனித்து செய்யக்கூடிய வேலைகள் தொடங்கியது மகிழ்ச்சி அளிப்பதாக இருந்தது. நாம் வளர்ந்து விட்டோம். நமக்கும் பொறுப்பாக வேலைகள் செய்யமுடியும் என்ற எண்ணம் தன்னம்பிக்கை வளர உதவி செய்தது. மின் கட்டணம் செலுத்தச் செல்கையில் புதிதாக வியர்த்த என் உடல், என்னிலிருந்தே வித்தியாசமாகத் தள்ளி நின்றது. என்னை நான் பார்த்தேன். போய்விட்டுத் திரும்பிக் கொண்டிருக்கையில் கடும் கோடையில் குளிக்காத மதியப்பொழுது போன்ற ஒரு புழுக்கம் உடலில் பரவியது. உடலின் வியர்வைத் துளைகள் அனைத்திலும் மிகச்சிறிய அளவிலான அழுக்குத் திரள்வது போல மொயமொயவென்று. ச்சே... என்ன இது என சங்கோஜமாகி வீடு வந்த முதற்காரியமாக 'நான் குளிச்சிட்டு வரேன்' என்று குளிக்க விரைந்து அந்த உணர்விலிருந்து மீள இயலாமல் பாத்ரூமிற்குள் சென்று தலைக்கு குளித்து வெளியே வந்தேன். சின்ன மாறுதல் கிடைத்தது. என்றாலும், ஏதோ உடலின் இயல்பை விட்டு விலகுவது போன்ற உந்துதல் தொடர்ந்து கொண்டிருந்தது. அந்த உணர்விலிருந்து வெளிவரவே முடியவில்லை. ஆமாம் அப்போதுதான் முதல் மாதவிடாய் நிகழ்ந்தது. அந்த நேரத்தில் பெண் அறிந்துகொள்ள வேண்டியது நல்ல உணவு உடற்சுத்தம் தவிர வேறொன்றுமில்லை என்பது பின்னர் புரிந்தது.

அம்மாதான் சொல்லிக்கொண்டே இருந்தாள். "ஈபி ஆஃபிஸ் போகும்போது குளிச்சிட்டுதான் போனா ஒருமணி நேரம் கூட ஆகல! வந்த உடனே திரும்ப குளிக்கறாளேனு நினைச்சேன்" அவர் இப்படிச் சொல்கையில்தான் நான் முன்பு குளித்தேன் என்பதே நினைவிற்கு வந்தது.

முதல் முறைக் கடந்த பிறகு அடுத்தடுத்த சுழற்சியில் மிகை இரத்தப்போக்கின் நிலைக்கண்டு தடுமாறினேன். இயல்பாக ஏற்றுக்கொள்ள வேண்டும் என எந்தப் பக்கம் இருந்தும் அனுசரணை பெறப்படவில்லை. விளைவு, அடுத்து அடுத்து என நிகழப்போகும் சுழற்சிக்காக அந்த தேதிக்கு முன்னரே பயம் கொள்ள ஆரம்பித்து, அந்த நாட்களில் தடுமாறி, யோசித்து அதனை ஏற்றுக்கொள்ள வேண்டும் என்ற இயல்புக்கு வர சில மாதங்கள் பிடித்தது. இப்பொழுது பரவாயில்லை பிள்ளைகளுக்கு ஊடகங்களும் கல்வியும் உறுதுணையாக இருக்கிறது. பால்பேதமின்றி பேசிக் கடக்கின்றனர். ஆனால் இப்போதும் போதிய விழிப்புணர்வு பெறாமல் இருப்பவர்களும் இருக்கிறார்கள். ஹூம் அத்தையிடம் சொல்லி அந்தப் பெண்குழந்தையிடம் பேச வேண்டும். என்னென்ன வேண்டாத கதையெல்லாம் பேசி வைத்திருக்கிறார்களோ பாவம் பன்னிரெண்டு வயதுதான் ஆகிறது என்கிறார்கள். சிந்தனைச் சட்டென்று ராதாக்காவிடம் தாவியது. அவர் எப்படி உணர்ந்து இருப்பார் என்று கேட்க வேண்டும். சாந்தினியிடம் பேசுகையில் சொன்னேன்.

"நீ என்னடி கற்காலத்தில் இருந்தது மாதிரி பேசற, அதுதான் டிவி, மேகசின்னு டாக்டர்ஸ் வந்தாங்களே படிக்க கேட்கனு." ஏகத்துக்கும் எகிறினாள். "நீ எந்த டாக்டர்கிட்டயோ பெரியவங்கக்கிட்டயோ மனசுவிட்டு கேள்வி கேட்டுருக்கியா, விவாதம் செய்துருக்கியா" என்றேன். யோசனையினூடே மெதுவாக 'இல்லையே' என்றாள்.

"அதுதான் சாந்தினி, என் கண் பார்த்து கைப்பிடிச்சு ஒரு தெளிவான பார்வை உடனடியாகத் தேவையாயிருந்தது மனசுக்கு, அவ்ளோதான்"

"புரியுது" என்றாள்.

தொடர்ந்து மௌனமாக இருந்தாள். பேசியவைப் பற்றி யோசித்துக் கொண்டிருக்கிறாள் என்பது தெரிந்தது. பேச்சை மாற்றும் பொருட்டு அவளுக்குப் பிடித்த மாடல் பற்றி பேசினேன்.

"நீ சொன்ன மாறியே அந்த அரேபியன் ஹீரோ செம்மையா இருக்கான்டி" மகிழ்வாக ஆமாம் என்றாள்.

"சரி ஆர்ட்டிஸ்ட் எப்ப வராறாம்?"

தொண்டைச் செருமலுடன் பேசத் தயாராகி,

"ஒரு வாரம் கழித்து வருவதாகக் கூறிய ஓவியர் மூன்று நாட்கள் முன்னதாகவே மெசேஜ் செய்துவிட்டு மேகமூட்டத்துடன்

கூடிய ஒரு மாலைப்பொழுதில் வெள்ளை ஜிப்பா, தாடி, நீண்ட தலைமுடி என்று எந்த அடையாளமும் இன்றி முழங்கை வரை மடக்கி விடப்பட்ட ஃபுல் ஹேண்ட் டீ சர்ட், க்ளீன் சேவ்ட், அடர்ந்து காற்றிலாடும் சிகை வெட்டலோடு அங்கங்கே மினுங்கும் வெள்ளை முடிகளுடன் கூரியப் பார்வையை வீசியவாறு வாசலில் நின்றா…ர்”

என்று கடைசியாக ‘நின்றாரை’ ராகமாகக் கூறி முடித்தாள். சிரித்து விட்டேன். எதுவோ புத்தகத்தைப் பார்த்து வாசிப்பது போன்று இல்லையில்லை கிட்டத்தட்ட பாடுவது போன்று ஏற்ற இறக்கங்களுடன் வந்த அவளது கிண்டல் பேச்சு ரசிக்கத்தக்கதாக இருந்தது.

“ஓ அன்னைக்கு நான் அவர் உருவத்தை உனக்குச் சொல்லல. அதான் நீ இவ்வளவு டீடெயிலா சொல்றயா.”

“ஹிஹி அப்படி இல்லை” சிறிய இடைவெளி விட்டு “அப்படியும் வச்சுக்கலாம்” என்றாள்.

“அம்மா பிரஹஸ்பதி நீங்க கன்டினியூ பண்ணுங்க இதுக்கு பதிலடியை அப்புறம் கொடுக்கறேன்.”

“சரி குழந்தாய் கவனமாகக்கேள் வழக்கம் போல ஒருவரி கூட இட்டுக்கட்டாமல் அப்படியே சொல்கிறேன்” என்றவளிடம்,

“நாம இரண்டு பேருமே அப்படித்தானே நீ சொல்லு தாயே” என்றேன்.

அவள் கூறிய தோரணை, இரு நாடுகளுக்கிடையே சட்டவிரோதமான சரக்கு பரிவர்த்தனை செய்யும் அன்டர் கிரவுண்ட் ஆசாமியைப்போல இருந்தது. சிரித்துக்கொண்டே அவள் கூறப்போகும் காட்சிகளைக் கண்முன் கொண்டுவரத் தயாரானேன்.

சாந்தினியின் புன்னகைக்கு பதில் புன்னகை செய்து எந்தச் சுவரில் ஓவியம் என்று வீட்டிற்குள் நுழைந்துகொண்டே கேட்டிருக்கிறார். திலோ வீட்டில் வரைந்தது போல ஹாலில்தான் என்றிருக்கிறாள். ஒரு காஃபி அருந்திக் கொண்டே இருவரும் பேசிய நேரத்தில், ஜூண் மழை ரசிப்பது போன்ற உருவமும் இயற்கைச் சூழலும் அதன் வலது ஓரத்தில் கீழ்பக்க மூலையில் வட்டத்தில் அதே உருவத்தின் முகம் மட்டும் முப்பது சென்டிமீட்டர் விட்ட அளவில் கண்ணடிப்பதாக இருக்க வேண்டும் என்று கூற, சிரித்து விட்டு ஆணினத்தின் சார்பாக நன்றி என்று கூறியிருக்கிறார்.

“நீங்க கை வரையும் போது லாஸ்ட் ஃபிங்கர் ஆரம்பிக்கும் விரலின் சின்ன முட்டிக்குக் கீழே இருக்கும் அந்த கொஞ்சூண்டு முடியையும் வரையணும்” என்று கூறியதோடு விடாமல் இன்னும் எதெதுவோ விவரிக்க ஆரம்பித்திருக்கிறாள். சாந்தினியின் நுட்பமான ரசனை உடனிருப்பவர்களைச் சோர்வடையாது வைத்திருக்கும்.

ஓவியர், “பேசின பத்தாவது நிமிஷம் தெரிஞ்சுது நீங்க இன்ட்ரஸ்ட்டிங்கான ஆள்னு ஆனா இப்படித் தொடர்ந்து ஆச்சர்யப்படுத்திக்கிட்டே இருந்தா வாட் டு டூ. ஒருநாள் ஆள் வச்சி கடத்திக்கிட்டு போயிடப் போறேன் பத்திரமா இருங்க” என்று கூறிவிட்டுச் சட்டென சன்னமான குரலில், “ஸாரி நான் இப்படியெல்லாம் பேசற ஆள் இல்லை எக்ஸ்ட்ரீம்லி ஸாரி சும்மாதான் சொன்னேன்” என்றிருக்கிறார்.

வேறு ஏதாவது சொல்வதாக இருந்தாலும் சொல்லுங்கள் குறிப்பெடுத்து வைத்துக் கொள்கிறேன் என்றவரிடம் ‘ஓவியனுக்குத் தெரியாத நுணுக்கமா’ என்றிருக்கிறாள். உங்க அளவிற்கு இல்லை என்று கூறிவிட்டு விறுவிறுப்பாக ஓவியத்தில் ஆழ்ந்திருக்கிறார்.

பதினைந்து நாட்களில் ஃபினிஷிங் முடித்து எழுந்தபோது இரு ஆண்கள் பக்கத்தில் இருப்பது போல இருந்ததாம். ஒன்று ஓவியன், இன்னொன்று ஓவியம். அப்படியே புகைப்படம் எடுத்து அனுப்பக் கேட்டேன். அவளுடைய மனதின் காட்சிக்கு வடிவம் கொடுத்தது போல் இருந்ததாம் அவள் சொன்னது போலவே ஓவியரையும் ஓவியத்தையும் ஒரே ஃபிரேமிற்குள் கொண்டு வந்ததை அனுப்பி வைத்தாள். நேரமெடுத்து நிதானமாக ரசிக்க வேண்டும். ஓவியம் என்பது போகிறபோக்கில் அவசரமாகப் பார்த்துவிடக் கூடியதா என்ன!

ஓவியத்தை அசந்துபோய் பார்த்துக் கொண்டிருந்தவளிடம் உங்களுக்கு எப்படிப்பட்ட ஆண்களைப் பிடிக்கும் என்றிருக்கிறார். இவள் சற்று குரலின் தொனியைக் கடுமையானதாக மாற்றி, எப்படிப்பட்ட ஆணையா, ஆண்களையா இரண்டிற்கும் வித்தியாசம் உண்டு என்றிருக்கிறாள். தடுமாறியவர் யோசித்து ஆணை என்று கூறியுள்ளார்.

அதற்கு சாந்தினி சின்ன பிள்ளையில் ஆணென்றால் இப்படி இருக்க வேண்டுமோ அப்படி இருக்க வேண்டுமோ என்று நினைத்ததுண்டு. ஆனால் இப்போது எப்படிப்பட்ட என்கிற எந்த எல்லைக்கோடோ வடிவமோ கிடையாது. மற்றவர்களுக்கு கெட்டது செய்யாத நல்ல அடிப்படை குணங்களுடன் எனக்குப்

பிடிக்க வேண்டும் அவ்வளவுதான். நீங்கள் அநேகமாக உருவ அமைப்பைக் கேட்கிறீர்கள் என்று நினைக்கிறேன். என் புத்தியில் உருவம், நிறம், உயரம் எதுவும் ஃபிக்ஸ் பண்ணிக் கொள்ளவில்லை. என் மனம் சொல்லும் இவனுடன் கடமைக்குப் பேசலாம், இவனுடன் பயமில்லாமல் பேசலாம், இவன் என் சோல் மேட் என்று அதன்படி நடந்து கொள்கிறேன். அப்புறம் ஒன்று உங்களைப் பற்றிய கமெண்ட் எதிர்பார்த்து கேட்டீர்கள் என்றால், அதாவது உருவம் குறித்து, எனப் பேச்சை நிறுத்தி அமைதியாகப் பார்த்திருக்கிறாள். கவனமாகக் கேட்டுக் கொண்டு வந்தவர்

“ம்ம்ம்” என்று தலையசைக்க,

“நீங்க நல்லா இருக்கிங்க. இது பொதுப்பார்வை. உங்ககிட்டப் பேசப் பிடிச்சிருக்கு, உங்க பாடி லாங்குவேஜ் கோணல்மாணலா இல்லாம கொஞ்சம் கவனம் கவரும்படியாவே இருக்கு. இது என் பார்வை. போதுமா கேள்விக்கு பதில்” என்று அபிப்பிராயக் கருத்துகளை அள்ளித் தெளித்திருக்கிறாள்.

அவர் முகம் பிரகாசமாகி இப்போதைக்கு போதும் அனலைஸரே என்று குனிந்து நட்சத்திர விடுதியின் சேவகன் போல் செய்த பாவனையில் இவள் சிரிக்க அவரும் சிரித்திருக்கிறார்.

“அடியே என்னென்ன பேசியிருக்க நீ! அப்புறம் என்னாச்சு?”

‘அது சஸ்பென்ஸ்’ என அழைப்பைத் துண்டித்தாள். அவள் போனை வைத்தவுடன் மனம் கற்பனைக்குத் தாவுவதை நிறுத்த முடியவில்லை. இன்ட்ரஸ்ட்டிங்கான ஆட்கள் இரண்டு பேருமே, எவ்வளவு அழகான உரையாடல். சிலரோடு பேசுவதற்கு பிடிப்பது போல சிலரோடு பேசியதைக் கேட்கவும் பிடிக்கிறது. பேச்சு, ஆமாம் இந்தப் பேச்சுதான் வாழ்வில் எவ்வளவு பெரிய இடம் பிடிக்கிறது!

நேரில் பேசுகையில் சிலர் எப்படி ரோபோ போல அசையாமல் பேசுகிறார்கள்! நம்மால் போனில் கூட கை, கண் அசைவு இல்லாமல் பேச முடிவதில்லை. அதுவும் சாந்தினி பேசுகையில் அவளது உடல் மொழி ஸ்பெஷலாக இருக்கும். நடிப்பாக இல்லாமல், கொஞ்சம் அப்பாவித்தனமும் அதைவிட மிளிரும் புத்திசாலித்தனமும் கூடவே துருத்திக்கொண்டு தெரியாத குழந்தைத்தனமும் கண், கை அசைவுகளும் கவரும். கி.ரா பெண்ணின் பறவை சிரிப்பு சொன்னாரென்றால், இவளுடையது இறகுச் சிரிப்பு. இதழ்விரித்து சத்தம் வராது ஈஈஈ என ஒரு சிரிப்பு.

அப்படியே அந்த இறகில் நம்மையும் சிறிது தூரம் அழைத்துச் சென்றுவிடும். இப்படி யோசித்துக்கொண்டே போனிற்காகக் காத்து இருப்பதற்கு நாமே நேரில் போகலாமா என்றுகூடத் தோன்றியது ஆனால் அவளே இங்கு வருவதாகக் கூறினாள். காத்திருந்தேன்.

வருவதாகக் கூறியவள் இரண்டு நாட்கள் கழித்து வந்து நின்றது மத்தியான உச்சி வெயில் வேளை. ஆனால் முகத்தில் வெயிலின் வெப்ப அயர்வுக்கு பதில் உற்சாகம்! என்ன விசேஷம் என்றால் வீட்டிற்குள் வராமல் புன்னகையுடன் "எனக்குப் பிடிச்சவங்ககிட்ட இருந்து கிஃப்ட் கிடைச்சிருக்கு" சொல்லிக்கொண்டே புடவையைச் சிறிது உயர்த்தி பாதங்களைக் காட்டுகிறாள்.

வித்தியாசமான அழகான செருப்பு. நல்ல தேர்வு. செருப்பையே பார்த்துக் கொண்டிருந்தேன். ஏக்கமாக இருந்தது. வீட்டிற்குள் வந்து சோபாவில் உட்கார்ந்து கொண்டாள்,

"செருப்பு பத்தி நீ என்ன நினைக்கிறனு தெரியல திலோ. எந்தப் பொருள் பரிசு கொடுத்தாலும் வராத முழுநிறைவு செருப்பில் இருக்கும். செருப்பு முழுசா ஒருத்தரை தாங்கிச் சுமக்கும். எத்தனை யோசனை இருந்தா இதை செலக்ட் செய்துருப்பாங்க. நம்ம மேல அக்கறையும் அன்பும் இருக்கவங்கதான் பரிசு கொடுக்க செருப்பை செலக்ட் பண்ணுவாங்க. அதிலும் இத்தனை அழகு. ஹிப் சைஸ்லாம் ஈசியா சொல்லிடலாம். இது சைஸ் கண்டுபிடிக்கறது கஷ்டம். முன்னாடியும் போக முடியாது. பின்னாடியும் போக முடியாது. சரி அட்ஜஸ்ட் செய்வோம்னு சுருட்டி மடக்கினு எதுவும் செய்ய முடியாது. கரெக்டான சைஸ் மட்டும்தான் ஒரேவழி. அப்படிப்பட்ட சைஸூம் கண்டு பிடிச்சு அழகாவும் தேர்ந்தெடுத்து... செம போ! இந்தப் பரிசைத் தேர்ந்தெடுத்ததுக்காகவே கொண்டாடணும்."

ரசித்துக் கூறுகிறாள். மகிழ்வாய் இருக்கிறது. முகம் சந்தோஷத்தில் கூடுதலாகப் பளிச்சிட்டது. பதிலுக்கு நான் கிண்டல் தொனியில்

"ஹூம் இன்னும் விட்டுட்டியே... நம்மைக் காப்பாத்துது, பாதுகாக்குது..."

சொல்லி முடிக்குமுன்பே,

"அது யூஷூவல். அது மட்டும் இல்ல பல பொருளுக்கும் சொல்வோம். செருப்பு வேற" தீவிரமான முகபாவனையுடன் பதில் கூறினாள். யார் அந்தப் பிடித்தவர் என்று கேட்கலாமா வேண்டாமா, சரி கேட்க வேண்டாம். அவளாகச் சொல்ல

நினைத்தால் சொல்லட்டும் என்று ஓவியர் பற்றியக் கேள்விக்கு வந்தேன்.

“அப்புறம் என்ன ஆச்சு ஓவியர் என்ன சொன்னார்?”

அவர் ஓவியம் முடித்த அன்று நேரமாகிவிட்டது இன்னொரு நாள் வந்து பைசா வாங்கிக் கொள்கிறேன் என்று கூறியுள்ளார். ஏன் இன்னொரு நாள் இப்போழுதே தருகிறேனே என்றதும்,

“அந்தச் சாக்கில் இன்னும் கொஞ்சம் பேசலாமே” என்று கூறிவிட்டுப் போயிருக்கிறார்.

இவளும் சரி வாங்க என்று கூறிவிட்டாள். அந்த இன்னொரு நாள் அன்றிலிருந்து மூன்றாவது நாளே வந்திருக்கிறது. முன்னதாக வருகிறேன் என்ற செய்தியுடன் வர இருக்கும் நேரம் சொல்லிதான் வந்திருக்கிறார்.

வந்த உடனேயே இவள் ஓவியத்திற்கான வெகுமதி என்று ரூபாயைக் கொடுத்துக் கூடவே ஒரு பர்ஸூம் கொடுத்திருக்கிறாள்.

“திலோ மாதிரி ரோஜாப் பூக்கள் இல்லை. இந்த பர்ஸ் வச்சுக்கோங்க. என்னவோ இது கொடுக்கத் தோனுச்சி” என்று கூறியிருக்கிறாள். பர்ஸை வாங்கிப் பணத்தை அதே பர்ஸில் வைக்கப் பிரித்தவர் அதன் ஒரு பகுதியில் உள்பக்கம் ஒரு மலைப்பாங்கான இயற்கை காட்சி கண்டு ஒவ்வொரு பகுதியாகப் பிரிக்க பிரிக்க அருவி, நதி, கூழாங்கற்கள், சிப்பி ஐந்து பிரிவுகளிலும் வண்ணங்களில் அரிதான புகைப்படங்கள் உள்பக்கம் அழகு கூட்டியிருக்கிறது.

அவர் பர்ஸைப் பார்த்துவிட்டு அப்போ, பர்ஸில் பணம் இல்லையென்றாலும் வருத்தப்படக் கூடாது பணம் மட்டும் வாழ்க்கை இல்லை அதுதானே இதற்கு அர்த்தம் என்றிருக்கிறார். அவ்வளவுதான் தோன்றுகிறதாவெனக் கேட்டுவிட்டு இன்னும் என்னவெல்லாம் தோன்றுகிறதோ எல்லாமும் நினைத்துக் கொள்ளுங்கள் என்றவளை ஆழமாகப் பார்த்துக் கொண்டே ‘ம்ம்ம்ம்ம்’ என்று அழுத்தமாகக் கூறி பர்ஸை தான் கொண்டு வந்த செவ்வகப் பையில் கவனமாக வைத்திருக்கிறார். பரிசு வாங்குவதற்கு என்று ஒரு தன்மை இருக்கிறது. அது அதனை உபயோகப்படுத்துவதற்கு முன் உண்டாகும் மலர்ச்சியை உள்ளத்தில் திறந்து பார்த்து பூரித்துப் போவதை பரிசு அளித்தவரிடம் பேசாமல் கடத்துவது. தேர்ந்தெடுத்துக் கொடுத்தவரின் மனதிற்குண்டான சிறப்பு விருந்து! அது காட்சிப் படிவம்.

“அன்னைக்குப் பிடித்த ஆணுக்கு பதில் சொன்னிங்களே அடிப்படை நல்ல குணங்களோட எனக்குப் பிடிக்கணும்ம்னு, உங்களுக்கு பிடிக்கணும்னா எப்படி இருக்கணும்” என்ற அவரின் கேள்விக்கு நீங்கள் திரும்பவும் அதே கேள்வியைத்தான் கேட்கிறீர்கள் என்று நினைக்கிறேன். அனுமானமாய் பேசுபவளைப் பார்த்து அப்பாவியாக அவர் முழித்திருக்கிறார். சிரித்திருக்கிறாள்.

மேலும் அவர் பேசியது போலவும் தான் பேசியதையும் இமிடேட் செய்து பேசி அப்படியே காட்சியைக் கண்முன் கொண்டு வந்தாள் சாந்தினி.

“அதே கேள்வியா?”

“எனக்கு முழுமையான பதில் வரலனு தோனுது அதான் கேட்கிறேன்.”

“சரி என்ன சந்தேகம் கேளுங்க?”

“அடிப்படை நல்ல குணங்களோட எனக்குப் பிடிக்கணும்னிங்க இல்லையா?”

“ஆமா”

“அந்தப் பிடித்தலுக்கு விளக்கம் வேணும்.”

“ரசனை, நுண்ணறிவு, ஸ்பேஸ், கம்ஃபோர்ட்டா ஃபீல் பண்ண வைக்கிறது, நோஞ்சானான மனசு இல்லாம இருக்கறது, எப்பவும் இருக்கும் உறுதி, மென்மை, கடுமை, அநாவசிய கோபம் தவிர்த்தல், தொட்டாலே விழுந்துடக்கூடிய பலவீனமில்லாம கடந்து வரக்கூடிய பலம், மதிக்கறது, சிரிக்கறதுனு நிறைய இருக்கு.”

“இத்தனை நுண்ணறிவும் கவனமும் இருக்கிற பெண் எப்படித்தான் யோசிக்கறாங்கனு தெரிஞ்சுக்கக் கேட்டேன். சரி இது எல்லாம் எப்படித் தெரிஞ்சுப்பிங்க பிடிச்ச ஆள் உங்கக்கிட்டதான் இப்படி இருக்கிறானானு.”

“உங்கக்கூட தொடர்ந்து நான் பேசினா நீங்க பலரையும் இப்படித்தான் அணுகறீங்களா இல்லை என்னை மட்டுமாங்கிறது பெரும்பாலும் தெரிஞ்சிடும். உங்களைக் கேட்காமலேயே... பெரும்பாலும்னா மற்ற சிறுபான்மைலாம் தெரிய லேட்டாகலாம் ஆனா தெரிஞ்சிடும் ஆம்பளை அப்பாவி. பல நேரங்களில்.”

“ஹோ! என்னை என்ன நினைக்கிறீங்க?”

"பேசுறதுக்கு சான்ஸ் தேடிக்கிட்டு வந்ததால நீங்க என்னை லவ் பண்றீங்க, ஏங்கறிங்கனுலாம் அர்த்தம் இல்லை. உங்களுக்கு என்மேல் கவனக்கூட்டல், சிறப்பு தனிப்பார்வை வந்து இருக்கு. பேச ஆர்வம் இருக்கு அவ்ளோதான். இது இதுவரை."

"ஹ...ஹா... ஆமா நான் நினைச்சது வீண் போகல. இன்ட்ரஸ்ட்டிங் பெண்மணிதான் நீங்க. மறக்க மாட்டேன் வாய்ப்பு இருக்கறப்ப பேசுவோம். இது என்னுடைய ஸ்மால் கிஃப்ட் மறுக்காம வாங்கிக்கோங்க."

சிவப்புக்கலர் ரிப்பன் கட்டப்பட்டு ஒரு பார்சல் கை மாறியது.

"அதுதான் இந்த செருப்பாடி வனதேவதெ" என்று நீட்டி முழக்கினேன். 'எக்ஸாக்ட்லி' என்று சிரித்தாள்.

இவ்வளவு வெளிப்படையாகச் சொல்லியிருக்கின்றாயே தயக்கமாக இல்லையா எனக் கேட்டேன்.

"இல்லைடி இவர்கிட்ட வெளிப்படையா பேசலாம். தகுதியுள்ள ஆள்தான். தவிர முகமூடியோடயே சுத்தறது பாரமா இருக்கும். முடிஞ்சவரை ரிமூவ் இட்."

நீ சொல்வதும் சரிதான் சாந்தினி என்று ஒத்து ஊதி விவாதத்திற்குள் நகர்த்தாமல் அந்த உரையாடலை முடித்து வைத்தேன். சிறிது நேர அரட்டைக்குப் பிறகு கேட்டேன்.

"உனக்கு அந்த ஓவியரை பிடிச்சிருக்கா?"

"அவர் என்ன என் எனிமியா? பிடிக்குமே."

"அப்படி இல்லை."

"ஓ லவ்விங்கானு கேட்கிற. கரெக்ட்?"

"ஆமா"

"இல்லை. ஆனா பிடிக்கும்."

"இன் ஃபியூச்சர்?"

"அப்பவும் இதேதான்."

"எப்படி இவ்வளவு தெளிவா இருக்க? உனக்கு எவனையுமே பிடிக்காதா?"

“ச்சீ ஆம்பள இல்லாத லைஃப் என்ன லைஃப்டி? என்னவோ மனசு அவ்வளவு சீக்கிரம் யார்கிட்டயும் ஒட்டல. மனசு ஒரு மாயப்பிசாசுடி திலோ.”

“ம்... இருக்கலாம். உனக்கு யாரையாவது பிடிச்சா என்கிட்ட சொல்லு அவனைப் பாக்கணும். இத்தனை மனுஷங்களைத் தாண்டி வந்து உன்னைத்தான் பிடிச்சிருக்காம்டானு அப்படி உன்கிட்ட என்ன ஸ்பெஷல்னு கேட்கணும்.”

“அப்படி ஒருநாள் வரும்கிறியா நம்மதான் வச்சா குடுமி சிரைச்சா மொட்டைனு இருக்கமே. சரி... பிடிச்சா சொல்றேன்.”

சாந்தினி இன்னும் சிவாவை நினைத்துக் கொண்டு இருக்கின்றாளோ மிஸ் பண்ணிவிட்டோம் என்று வருந்துகிறாளா என்ற எண்ணம் வலுத்தது. அவளிடம் கேட்டேன்

“ஆரம்பத்துல வருத்தப்பட்டேன். அதுல இருந்து வெளியே வர என் நேரத்தை எல்லாம் பிஸியாக்கிக்கிட்டேன். ஒருநாள் இது ஒரு பயந்தாங்கொள்ளித்தனமா தோனுச்சு. உண்மையை ஃபேஸ் பண்ணாம ஒளிஞ்சுக்கறது எப்படிச் சரியாகும். நிறைய நாள், நிறைய நேரம் எடுத்து சமாதானத்துக்கு இடமில்லாம யோசிச்சேன். அவனோட பழக்க வழக்கம், குணம் பத்தி நினச்சி பாத்தேன். ஒரு புத்தகம் கூட வாசிக்கிறது இல்லைங்கிறதும் அதில் ஒன்னு... அப்புறம் அவன் எனக்குப் பொருத்தமே இல்லைங்கிற உண்மை தெரிஞ்சது. தெளிவானேன். ரசனை, வாசிப்பு இல்லாத வாழ்வு ஒரு வாழ்வா?! எதுக்காக வருத்தம். அப்படி ஒன்னும் நாங்க நெருக்கமாவும் பழகல, பேசிக்கவும் இல்லை, இது ச்சீ, ச்சீ அந்தப் பழம் புளிக்கும்னு எடுத்துக்கிட்ட சாக்குப் போக்கு முடிவு இல்ல. அவன்கிட்ட பேசறதுக்கான வாய்ப்பு இருந்தும் நான் பேசல. தெளிவானப்பறம் இதுக்காகவா இவ்வளவு பயந்தோம்னு சிரிப்பு வந்தது. எந்தச் சிக்கலானாலும் கவலையானாலும் நாம ஓடி ஒளியாம தேவையான அளவு கவனத்திருப்பல கொடுத்துட்டு, அதுக்கு உள்ளே போய் அக்குவேறு ஆணிவேறா பிரிச்சுப் பாக்க ஆரம்பிச்சாலே போயிடும், தீர்வும் கிடைக்கும்.”

இவ்வளவு பெரிய பதில் சொல்வாள் என்று நினைக்கவில்லை. ஆனாலும் அந்தப் பதிலில் இருந்த ஆத்மார்த்தம் அவளின் மன அழகைக் கூறியது. என் சிந்தனையை முடுக்கி விட்டது.

சமாதானத்திலும் திசைத்திருப்பலிலும்தானே மறக்க முடியாத இழப்புகள் ஏற்றி வைக்கப்படுகின்றன என்று நினைத்துக்

கொண்டேன். "எல்லாத்துக்கும் நேரம்னு ஒன்னு இருக்கில்ல" என்றேன்.

"ம்ம்ம்... ம்ஹூம் அதெல்லாம் ஒன்னுமே இல்லை. பொருளாதாரம், புகழை தூக்கி எறிஞ்சுட்டுப் பார்த்தினா ஒன்னுமே கிடையாது லைஃப்ல. ஜஸ்ட் லைக் தட் இறகு மாறி பறந்துட்டு, நமக்கான காத்து நின்னதும் விழுந்துடலாம்."

இறகு மாறி பறந்துட்டு... ம் நன்றாகத்தான் இருக்கிறது. நிதானமும் தெளிவுமான அவள் பேச்சு பலவகையான சிந்தனைகளை ஓட்டியது.

"சராசரி மனுஷங்கதானே நாம. எப்பவும் இப்படி இருக்க முடியுமா? நிறைய ஆசைப்பட்டுக்கிட்டே இருக்கிற சராசரி மனுஷங்க" மனதுக்குள் கூறிக்கொள்வது போன்று சத்தமாக வெளியே கூறினேன். இப்படிக் கூறுவதை லா ச ரா உரத்த சிந்தனை என்று சொல்வார். அப்படித்தான் நானும் கூறினேன்.

"எல்லாமும் கஷ்டம்தான். முயற்சி செய்வோம். வீணான டென்ஷன் மன அலைச்சல் போகட்டும். அட்லீஸ்ட் தினம் நல்ல தூக்கமாவது கிடைக்கும். எல்லாத்துக்கும் அலையற மனசு இல்லாம இருந்தாலே போதும். நாம நம்மள நேசிச்சம்னா, நம்ம மனசுக்கு மதிப்பு கொடுத்தோம்னா, எப்படி பாக்கறவங்க பேசறவங்க மேலல்லாம் விருப்பம் வரும். அப்படி மதிக்காதவவங்கதான் பெண் அப்படின்னாலே போதும். ஆண் அப்படின்னாலே போதும்னு ஏதாவது சாக்குபோக்கா காரணம் சொல்லிக்கிட்டு இருக்காங்க."

சற்று நேரம் பேசவே இல்லை நான். அவள் கூறியது பற்றி கண்ணுக்குத் தெரிந்த பலரோடும் பொருத்திப் பார்த்து யோசித்துக் கொண்டிருந்தேன். அவளே முழங்கையால் இடித்து 'என்ன சைலன்டாகிட்ட' என்றவுடன் நினைவு வந்து நீ சொன்னது சரியாவென நினைத்துக் கொண்டு இருந்தேன் என்பதைச் சொன்னேன்.

"சரி நல்லா யோசிச்சிப் பாரு. நான் கிளம்பறேன் நேரமாகுது" என்று அவளது வைன் நிற சிறிய கைப்பையை எடுத்துக் கொண்டு நடந்தாள்.

"தன்னை மதிப்பவர்கள் தேர்ந்தெடுத்த ஆத்மாவிடம்தான் சரணடைதலை நிகழ்த்துகிறார்கள்."

வீட்டுக்கு வந்து விட்டேன் என்ற வாட்ஸப் மெசேஜோடு இதனையும் அனுப்பி இருந்தாள். அவள் பேசிச்சென்ற பிறகு ஏதேதோ நினைவுகள் சுற்றின. வேலைகள் முடிந்து அக்கடாவென படுக்கையில் சாய்கையில் உடலைப் பற்றிய நினைவும் அது குறித்து ராதாக்கா அனுப்பிய செய்தியும் நினைவு வந்தது. போனை எடுத்து திரும்பவும் டெக்ஸ்டை இருபத்தி மூன்றாவது முறையாகப் படித்தேன்.

“உடல் இரகசியங்களை தன்னுள்ளே வைத்துள்ளது. சிலரது உடல்களில் பெருவெடிப்பிற்கு பின் பிறந்த சூரியனும் சந்திரனும் நட்சத்திரங்களும் இருக்கின்றன. நீ திறக்கத் திறக்க, அறிய அறிய புதியவை பிறந்துகொண்டே இருக்கும். ஆனால் இவை அத்தனையும் மனதோடு தொடர்பு கொண்ட உடலில் மட்டுமே சாத்தியம். மனமில்லா உடலங்களைத் தேடியலையும் மாமிசப் பட்சிணிகளுக்கு உடல் என்பது உடல். இவை காதல் என்றெல்லாம் வார்த்தை ஜாலம் கொண்டு பிதற்றிக் கொண்டலைபவை. மனமில்லாமலேயே மனம் என்ற சொல்லைப் பயன்படுத்தி வருபவை, உடலங்களைத் தேடியலைபவை விற்பனைக்கான உடலங்களைக் கொண்டாடி வெளியேறி விடுவது நல்லது.”

இந்தப் பெண்ணிற்குதான் எத்தனையெத்தனை எண்ணங்கள்! இன்னும் நிறையப் பேசவேண்டும் ராதாவிடம். அது என்ன உடல் ரகசியங்களை வைத்துக் கொண்டிருக்கும் மாயப்பெட்டியா அதனுடைய பாஸ்வேர்ட் என்ன எனக் கேட்க வேண்டும். ‘ஆழ்ந்த இரகசியமென ஒன்றுள்ளது. அதனை பிரபஞ்சம் பெண்ணுக்குள் வைத்து விகசிக்கிறது. அறிந்துகொள்ள முற்படுகிறவன் ஆர்வமாகிறான். அடிமைப்படுத்த முனைபவன் அற்பமாகிறான்.’ இதுதான் ராதாக்கா ஒரு வாரமாக வைத்திருக்கும் வாட்ஸப் ஸ்டேட்டஸ்.

ஒவ்வொரு எழுத்திலும் எனக்கு எங்கேயாவது கேள்வியை வைத்து விடுகிறார். இதைப் பார்த்த உடனே, ‘அப்ப விலகிச்செல்பவன் ஞானியா’ என்று குறும்பாக மெசேஜில் கேட்டுவிட்டு என்ன நினைப்பாரோ என்று காத்திருந்தால் ‘ஹ ஹா’ என்று அனுப்பியிருக்கிறார். இப்போதெல்லாம் அக்கா கிடையாது. மெசேஜில் நன்றாக அரட்டையடிக்க ஆரம்பித்து விட்டோம். அவரவர் பெயரைச் சொல்லி உரிமையோடு அழைத்துக் கொள்வது வழக்கமாகி விட்டது. வார்த்தைகளில்லா மரியாதையை வாழ்நாளுக்கும் மதிப்பாக மனதில் கொண்டு ஒருமைக்குத் தாவியிருந்தேன். ‘ங்க’வில் நெருக்கம் குறைவதாக நினைத்தேன்.

ஒருநாள் சாந்தினியிடம் ராதாவின் லவ் பற்றிக் கேட்டதற்கு ஒருமுறை வேண்டுமென்றே இதுபற்றி ஆரம்பித்து பேச்சுக் கொடுத்தாளாம்.

ராதா, "காதல் என்பது ஒருத்தருக்கொருத்தர் கரைஞ்சு போறதுதானே" என்று கேள்வி எழுப்பியிருக்கிறார். இவளா சும்மா இருப்பாள்? சட்டென,

"இல்லை... ஒவ்வொருத்தர்கிட்டயும் கரைஞ்சு போறது."

பலத்த சிரிப்புக்கிடையே கூறி இருக்கிறாள். 'போடி' என்று அன்று அந்த டாபிக்கை அதோடு நிறுத்தி விட்டாராம்.

"திலோ..."

என அழைத்துக்கொண்டே வந்த கணவரைப் பார்க்கிறேன். அந்த பாஸ்வேர்ட் என்னவென்று இவருக்குத் தெரியுமா, என் பிள்ளைகளுக்குத் தெரியுமா, எனக்கே இதுபற்றி இப்பொழுதுதானே தோன்றுகிறது. எப்போது ராதாவிடம் பேசுவது, போன் செய்தால் பிஸி என்று வருகிறது. மெசேஜ்தான் ஒரேவழி. அனுப்பிவிட்டால் நேரம் இருக்கும்போது பார்த்து ரிப்ளை செய்து விடுவார்.

"என்ன இப்படி கூப்பிடக் கூப்பிட கனவுல இருக்க."

சத்தம் கேட்டு விழித்து அசட்டுச் சிரிப்புடன் எழுந்து கடமைகளைச் செய்ய ஆரம்பித்தேன்.

இரவு தூங்கும் முன் முதல் வேலையாக ராதாவிற்கும் சாந்தினிக்கும் ஒரே கேள்வியை அனுப்பினேன். வெளியே வந்து பெருவெடிப்பிற்குப் பின்னான நட்சத்திரங்களைக் காண்கிறேன். முதன்முறை! இன்று புதியதாகத் தெரிகின்றன. மனது எண்ணங்களுக்குள் நீச்சலடிக்கிறது. நட்சத்திரங்கள், சூரியன்,, சந்திரன் கோள்கள், உடல்... நிலைக்குத்திய பார்வையும் எங்கோ இலயித்த எண்ணமும் எதையோ உணர்த்தத் தொடங்கின. தன்னிச்சையாகச் கை, இடை, கன்னம், உதடு என்று தடவிப் பார்த்தது. தீண்டல். ஆஹ்... கலைதல்... மலர்வித்தல்... தீண்டல்... பார்வை, பார்வையுடன் பார்வை. உள்ளே வந்து இரவு தனியே தூங்கினேன் நீண்ட நேர விழிப்பிற்குப் பிறகு ராதாவிடமே கேட்க நிறைய இருப்பதாகத் தோன்றுகிறது.

வாட்ஸப்பில் குரூப் ஆரம்பித்து நான் ராதா, சாந்தினி என இணைத்தேன். சாந்தினிதான் "லேடிஸாவே இருக்கமே நம்ம ஓவியர சேர்ப்பமா" என்றாள். ஆனந்த்? ஏற்கனவே நமக்கு

நண்பர்தான். ராதாக்குதான் புதிய நண்பர் என நினைத்து ‘சரிடி’ என்றேன். குரூப்பிற்கு குறிஞ்சி என்று பெயரிட்டு முதல் செய்தியாக, நாலு பேரும் வாரத்தில் இரண்டு நாட்கள் சொல்லி வைத்து அந்தக் குறிப்பிட்ட நாட்களில் அரட்டையில் ஈடுபடலாம் என்று அனுப்பினேன். மனதின் நாக்கு, பேச்சு சுவையை நினைந்து எண்ண எச்சில் விட ஆரம்பித்தது. பேச வைத்துப் பேசி ஆசுவாசம் கொண்டு பல ஆலோசனைகள் உணர்ந்து... மனித ஆசைகளில் முக்கியமான ஒன்று பேச்சு. அது முடியாத போது எழுத்தில் நடத்திக்கொள்ள நினைக்கிறோம்.

நேரம்-மாலை நான்கிலிருந்து ஐந்து. நாள்-புதன் சனி. குறிப்பிட்ட நாளில், குறிப்பிட்ட நேரத்தில் அரட்டை என்று முடிவாயிற்று. அந்த நேரமும் வந்தது.

முதல் மெசேஜ் நான்தான் அனுப்பினேன். இல்லையெனில் சாந்தினி ஆரம்பித்தால் நமக்கு எல்லாமே மறந்து போகும். அவளது டாபிக்கிற்குள் நாம நுழைந்து விடுவோம் என்று முந்திக்கொண்டு அனுப்பினேன்.

திலோ: பெண்காதல் பற்றி ஏதாவது சொல்லுங்க, விருப்பம் இருந்தால் உங்கள் காதல் பற்றியும் சொல்லவும் @ராதா

ராதா: காதல் பற்றிப் பேசுவது எந்த அளவுக்கு வழமையான, சிலருக்கு போரிங்கான விஷயமோ அந்த அளவுக்கு இன்ட்ரஸ்டிங்கான விஷயமும் கூட.... நான் பெண்ணாகப் பிறந்ததற்கு வருத்தப்பட்டது இல்லை. ஆனால் ஆணாகப் பிறந்து ஒரு பெண்ணை எப்படி காதலிக்க வேண்டுமென்று காதல் செய்து காட்டத் தோன்றியிருக்கிறது.

திலோ: இந்த சச்சிதானந்தன் வரிகள் போலவா? “சூரிய கிரகணம் போல் ஒரு வாளை உருவாக்க அவளுக்கு உதவுவதாகும். பின்னர் இரத்தம் வடிந்து தீரும்வரை அக்காயத்தில் நம் இதயத்தை அழுத்திக் கிடப்பதாகும்”

ராதா: வேண்டாம். என் காயத்தை ஆறவைத்துக் கொள்ள எனக்குத் தெரியும். அந்தக் காயத்தின் மேல் கீறிவிடாமல் இருந்தால் போதும். எனக்கான இடைவெளி விட்டு நான் பேசாதவற்றையும் சரியாகப் புரிந்துகொண்டு... இல்லையா வேண்டாம் இந்த மென்மையான மனசு காயப்படாமல் நடந்து, எல்லாம் பகிர்ந்து, இதுதான் இப்படித்தான் நடக்குமென உடம்பை, மனதைக் கொண்டாடித் திளைத்துச் சாகவேண்டும். என்னால் எல்லாவற்றையும் சொல்லிட முடியவில்லை. ஆனால் அவ்வப்போது ஒரு குளத்துக்கு ஒரு

துளியாகச் சொல்கிறேன். குளங்களின் எண்ணிக்கை அதிகரிக்கும். இங்கே தண்ணீருக்கான இடங்கள் எத்தனையோ இருந்தும் குளமென சொல்லவும் காரணம் இருக்கிறது. பெண்ணை ஆலாபிப்பதாகவும் இரசிப்பதாகவும் காட்டிக்கொண்டு அவர்களை வீழ்த்தும் யுக்தி ஒருபுறம் தனியே நாகரிகத் தொனியில நடந்து கொண்டிருக்கிறது. இது போல் பெண் ஆணிடம் நடப்பதும் நடக்கிறது.

ஆனந்த்: ராதா இப்போ எதுக்கு இந்த மெசேஜ்?

ராதா காதல் பற்றிக் கேட்டாளே சாந்தினி. அதற்குதான் இது. பெண்களுக்கு இருக்க வேண்டியது கவனம். அவர்கள் எப்படித் தேடுகிறார்கள் என்று யோசித்து எதிர்கொண்டால் போதும்.

ஆனந்த்: நான் ஒருத்தன் இங்கே இருக்கும் போதே இப்படிப் பேசுகிறீர்களே மை டியர் லேடிஸ்!

திலோ: ஆனந்த் நீங்கள் இல்லையென்றாலும் இப்படித்தான் பேசுவோம்.

ஆனந்த்: இதற்கு நான் அமைதியாகவே இருந்திருக்கலாம். யூ கன்டினியூ. வொர்க் இருக்கிறது. அப்புறம் வந்து படித்துக் கொள்கிறேன்.

அன்றைய குரூப் சாட்டிற்குப் பின், நான் ஒரு வாரம் அவர்கள் யாரையும் தொடர்பு கொள்ளவில்லை. ஆழ்ந்த சிந்தனை வயப்பட்டு இருந்தேன். நில்லாத மனம் இதயத்திற்குப் போட்டியாக ஓயாது துடித்துக்கொண்டு இருந்தது. அமைதியாகி ஆழமாகிறது மனது. விழிப்பில் தூக்கம். தூங்காதக் கனவு நினைவைப் பதிய வைத்துக்கொள்ள காத்திருப்பது போலிருந்தது. என்னை நானே தள்ளி நின்று பார்த்துக் கொண்டேன். புதிய சுனை ஊற்றின் நீரில் கால் நனைத்து குளிர்மை கலந்த இதமாக மனது மகிழ்ந்தது. கனவு எழுந்து நடந்தது இல்லை உள்ளே ஒரு எழும்பல்! எழுப்பிய ஒலி எங்கிருந்து வருகிறது... மனக்கதவு தட்டியது போலுணர்ந்து வாயிற்கதவு திறக்கிறேன்.

காதல் நேரங்கள் என்ன கழிவு நீக்கமா, தூக்க மருந்தா, ஒருவருக்கு ஒருவரான நிரூபணமா... இல்லை. கலத்தல் என்பது இழத்தல். இழத்தல் என்பது இறந்து பிறத்தல். அசரீரியாக குரல் ஒலிக்கிறது.

துண்டிக்கப்பட்ட, மீட்கப்பட்ட, சலனப்பட்ட மனம் ஒன்றி இருந்து, இதுதான் இதுவேதான் என மனம் நிறைத்து ஜென்மங்களுக்கான காதல் திரண்டு நெகிழ்ந்து ஊற்றெடுத்து உள்ளே வழியவழிய

விரல், முகம், கண் என்று மேலெங்கும் வழியத்தொடங்க மிக மெதுவாய் நகர்ந்து என் கை, என் விரல்களைப் பிடித்து வழிந்ததைக் கடத்தியது. கடத்தியதை உணர்ந்தேன். கடத்தியவை கலந்தது.

இந்தப் பிரபஞ்சக் காற்று இரண்டாகப் பிரிந்தாற் போலிருந்தது. ஒரு பாதி அவனாகவும் ஒரு பாதி அவளாகவும்... காற்று கலந்துவிட்ட தடம் இல்லை. காற்று உண்டு. கலந்து விடவே உற்பத்தி... அவன் அவள் அதுவாகி ஜ்வாலையாகி அடங்கி அமைதியாகி இருண்டு இருண்மையுள் ஒளியாகி, ஒளியின் சக்தியை உள்ளிருத்திக் கண்கள் பொழிய அப்படியே கிடந்தது எத்தனை நாழிகை என்று தெரியவில்லை.

விடிந்தது!

அடுத்த நாள் ஆனந்த் குரூப்பில் இருந்து விலகினார்.

அடுத்து குரூப் நீக்கி விடலாம் என்று கூறிவிட்டு டெலீட் செய்தேன். இது குறித்து ஏனென சாந்தினி கேட்டாள்.

"மந்தகாசமான உள்ளக் குவிப்பு ஃபீல் பண்ணிருக்கியா சாந்தினி, நான் இப்ப அந்த நிலையில் இருக்கேன். அப்படியே இருக்க ஆசைப்படறேன். அதுக்கு எதுவும் தொல்லையா இருக்கக் கூடாது."

"எப்ப அதுல இருந்து இறங்குவ?"

"எப்பவும் உள்ள மணந்து கிடக்கும். போகாது. இப்போதைக்கு ஒரு ஸ்பேஸ் வேணும். இந்த உலகத்துல இருந்து... என் தனிமைக்குள்ள போய் அதை நிறைச்சு வச்சுக்கணும்."

மறுபேச்சின்றி தொடர்பு துண்டிக்கப்பட்டது. அவ்வப்போது அரட்டை, எப்போதாவது சந்திப்பு என்று நான்கு மாதங்கள் கடந்துவிட்டன. பின்மதியப் பொழுதொன்றில் சாந்தினி டிராவலர் பேக், கைப்பை சகிதம் வீட்டிற்குள் நுழைந்தாள். ஏதோ டூர் என்று நினைத்தேன். அவள் கண்கள் சிரிக்க 'இனி பக்கத்து மாநிலத்தில் வாசம்' என்றாள்.

"ராத்திரி 8.50-க்குதான் ஃபிளைட் அதுவரை உன் ஞாபகங்களை இன்னும் கொஞ்சம் தூக்கிட்டுப் போவோமேனு வந்துட்டேன்."

"மற்ற எல்லோரும்?"

"பர்சேஸிங்."

சாந்தினி பிரிந்து போவது சற்று வருத்தம் அளித்தாலும் அவள் மனநிலை, சூழலில் நாம் தலையிடுவது நாகரிகம் இல்லை என்று அமைதி காத்தேன். வழக்கத்தைவிட உற்சாகமாகப் பேசினாள். லேடீஸ் டாக். கல்லூரி, வாழ்க்கை என்று ஏதேதுவோ பேசினோம். ஒரு கப் ஹார்லிக்ஸ் மட்டும் போதுமெனக் குடித்துவிட்டுக் கிளம்பினாள். ஃப்ளைட்டுக்கு இரண்டரை மணிநேரம் இருந்தது. அவள் சென்றவுடன் மனது மயில் நீங்கிய பூவனம் போலிருந்தது. என்னதான் கட்டுப்படுத்தினாலும் அவள் செல்வதினால் சிறு வருத்தம் மேலிட்டதை நிறுத்த முடியவில்லை. ஏற்பட்ட வெற்றிடத்தைச் சமாளிக்க டேபிளில் இருந்தவற்றை ஒழுங்குபடுத்தத் தொடங்கினேன். அவள் ஹேண்ட் பேக் வைத்திருந்த இடத்தில் மொபைல் போன் தென்பட்டது. மறந்துவிட்டுப் போயிருக்கிறாள். கையில் ஒரு போன் இருக்கிறது. இது எப்பொழுதாவது பேசும் போன் என்று சொன்ன ஞாபகம். இரண்டு போன் வைத்து இருப்பதினால் கவனிக்கவில்லை போலிருக்கிறது.

அழைப்பு விடுத்துப் பேசினேன். சில விநாடிகள் அமைதிக்குப் பிறகு,

“ஓஹ்... அதை ஆஃப் செய்து வச்சிரு. போய் அட்ரஸ் அனுப்பறேன். அனுப்பி வை” சரி என பதிலளித்தேன். சில வேலைகளை முடித்துவிட்டு இரவு உணவுக்கான சிந்தனையில் வலுக்கட்டாயமாக நுழைந்தபோது ராதாக்கா நினைவு வந்தது. சாந்தினியின் இடமாற்றம் குறித்து கொஞ்சம் பேசினால் மனம் ஆறும். இதுவரை வாட்ஸப் சாட் மட்டும்தான் செய்திருக்கிறேன். பேசியதில்லை. அலைபேசியை எடுத்து கால் செய்தேன். சரியாக இங்கே ரிங் டோன் கேட்டது.

“அட... இந்த ஃபோனை ஆஃப் செய்ய மறந்துட்டமே” டேபிளில் இருந்த போனை எடுத்து வலது ஓரம் விரலைக்கொண்டு போகையில் திரையில் தெரிந்த பெயர் கண்டு குழம்பிப்போய் தடுமாறினேன்.

ஸோஃபாவிற்கு விரைந்து அங்கிருந்த என் போனை எடுத்து திரும்பவும் செக் செய்கிறேன். திரும்ப அவள் அலைபேசியின் திரையைப் பார்க்கிறேன்.

திலோத்தமா காலிங்...

அவளுக்கு போன் செய்தேன். பரிசோதனைகள் முடித்து விமானத்தில் ஏற காத்திருப்பதாகக் கூறினாள்.

“ராதாக்கா போன் ஏன் உன்கிட்ட...”

“நீ ஆஃப் பண்ணலயா திலோ.”

“மறந்துட்டேன். அவங்க எங்க?”

“ஃப்ளைட்டுக்காகக் காத்துக்கிட்டு இருக்காங்க”

“வாட் டூ யு மீன்??”

“நான்தான் ராதா.”

ஒரு முறை கூட ஃபோனில் பேசாத ராதா வாட்ஸப்பில் மட்டுமே மெசேஜ் செய்து கொண்டிருந்தது நினைவுக்கு வருகிறது. இவளுக்கு ஏன் ஒரு எக்ஸ்ட்ரா முகம். ராதாக்கா எனப் பேசியது, இரசித்தது, பகிர்ந்தது எல்லாம் நினைவடுக்கில் வந்து போகிறது. தலைவலிக்க ஆரம்பித்தது.

“ஹலோ... ஹலோ என்னாச்சு?”

புதிர்கோடுகளுக்குள் சிக்கிய ஆட்டுக்குட்டியின் குரலாக என்னிடமிருந்து ஒரு வார்த்தை வெளிவந்தது.

“ஏன்டி?”

“ஹேய் சீரியஸா எடுத்துக்காத. நான் என்ன சீட்டுக்கம்பெனி நடத்தி பணத்தைச் சுருட்டிக்கிட்டா ஊரவிட்டுப் போறேன். இந்த ராதாக்காங்கிற பிம்பம் எனக்குத் தேவைப்பட்டுச்சி. பிடிச்சும் இருந்தது.”

குரல் தணிகிறது. அழுத்தமான மென்மையுடன் தொடர்கிறாள், “இல்லைனா இந்த அளவுக்கு நீ பேசியிருப்பியா, டிஸ்கஸ் பண்ணிருப்பியா, ரெகுலர் லைஃப் அன்ட் லட்சிய, லட்ச, போலி புகழை விட்டுட்டு யோசிச்சிருப்பியா? எல்லா இடத்திலும் எல்லாருக்கும்தான் கஷ்டம் இருக்கு. இத்தனை நாள் தொலைஞ்சு போன நாம கொஞ்சமா மீண்டு வந்தோம். இனி உன் விருப்பம், உன் வாழ்வு. டேக் கேர். பை.”

பதில் பேசாது சிந்தனையில் ஆழ்ந்தேன்.

மரக்குரல்

1

பல நாட்களாக... இல்லையில்லை, பல மாதங்களாக இங்கேதான் இருக்கிறேன். இப்போது பயனில்லாமல் போய்விட்டேன் என்று நினைக்கையில் வருத்தம் மேலிடுகிறது. ஆனாலும் இத்தனை நாட்களும் கவனித்திராத மனிதர்களின் வண்ணங்களை ஓரமாக இருந்து கவனிப்பது அலாதியான அனுபவமாய் இருக்கிறது. என் ஒருகால் ஆட்டம் கண்டுவிட்டது. மீதி மூன்று கால்களில் ஏதோ சுமாராய் தாங்கி இருந்து கொண்டிருக்கிறேன். நான் குமிழ் தேக்கில் செய்யப்பட்ட நாற்காலி. என் கால் எப்படி உடைந்தது என்று நினைக்கிறீர்கள். அது ஒரு சிறிய, செல்ல அன்புக்கதை.

தெருவில் நடந்து வந்துகொண்டிருக்கிறானே ராகவன் அவனுடைய வாரிசுகள் நோலுவும் அமுதரசியும் இதற்கு காரணகர்த்தாக்கள். இதில் நோலுவின் பெயர் நோலுவே அல்ல. நரேந்திரன் என்பது பெயர். இவன் வயதொத்த பிள்ளைகள் எல்லாம் ஸ்பஷ்டமாகப் பேசத்தொடங்க இவன் மட்டும் நீண்ட நாட்கள் மழலைப் பேச்சிலிருந்து மாறாமல் இருந்தான். வீட்டிற்கு வருபவர்களும் உடன் விளையாடுபவர்களும் பேரைக்கேட்க நரேந்திரன் என்பது வாயில் நுழையாமல் குழந்தை, நரேந்திரன்னு கூப்பிடுங்க என்பதை, ‘நழோலு கூபங்க’ என்க, சிறிதும் பெரிதுமாக உடன் விளையாடிய பிள்ளைகள் “நோலுவா? நோலு... நோலுக்குட்டி.” எனக்

குதூகலமாக அழைத்தனர். அவர்களின் முகம் பார்த்த குழந்தை மழலை மாறா குண்டு கன்னங்கள் மினுங்கச் சிரித்தது. பிள்ளைகள் கன்னம் கிள்ளி கொஞ்சி திருநாமத்தை உச்சரித்தனர். அன்றிலிருந்து குழந்தையும் நோலு என்றாலே பால் பற்கள் தெரியச் சிரித்துப் புன்னகைக்கவும் அதுவே நிலைத்தது. பள்ளியில் மட்டும் நரேன், நரேந்திரன்.

நோலுவும் அமுதரசியும் அன்றும் எனக்காக அடித்துக்கொண்டிருந்தனர். வீட்டில் அமர்வதற்கு என நான் ஒரு நாற்காலி மட்டும் இல்லை. அவர்கள் இருவரும் சிறு குழந்தைகளும் இல்லை. ஆனாலும் இந்தச் சண்டை அடிக்கடி நடக்கும் செல்லச்சண்டை. அவர்களின் அம்மா வந்து, ''போன ஜென்மால உங்க ரெண்டுபேர் கூட அந்த நாற்காலியும் பொறந்திருக்கும் போல, பொழுதுக்கும் அத்தோடதான் சகவாசம்'' என அலுத்துக்கொள்வாள்.

“பாவம்... வாய் இருந்தா கதறி அழுதிருக்கும்” என்பார் பாட்டி.

எந்தப் பேச்சும் எங்கள் மூவரையும் எதுவும் செய்ததில்லை. வழக்கம்போல என்னைச் சாய்ப்பதும் உட்காருவதும் உட்கார்ந்தவரை நிற்பவர் எழுப்புவதும் என்றிருந்தார்கள். இப்படியாக அமுதரசி எழுந்த நொடி, அவளை விடக்கூடாது என்ற முனைப்புடன் நோலு என்மீது வேகமாக ஏறி நின்றான். ஒரு முறிவு. மரமரவெனச் சத்தம். பின்பக்கம் இருந்த காலில் ஒன்று பட்டென்று முறிந்தது. அப்படியே குதித்துக் கீழே குனிந்து பார்த்தனர். இருவரும் திரும்பத்திரும்பப் பார்த்தனர். உடைந்தது அவர்களுக்கு உறுதியாகிறது. ஒருவரையொருவர் பார்த்துக்கொண்டிருந்தனர். ‘அழறது போலவே இருக்குடா’ அமுது சாய்மானப் பகுதியில் தடவினாள். விளையாட்டு மனது ஓடிப்போய் ஒளிந்துகொண்டது. நோலுவும் ஆமா அமுது என்றான். கால் பகுதியை ஒருவரும் சாய்மானப்பகுதியை ஒருவருமாக வருடினார்கள்.

சரி ராகவன் வந்துவிட்டான். பார்ப்போம். வெயிலில் அலைந்து வந்திருக்கிறான். அவனது கருமை நிற உடலில் வியர்வைத்துளிகள். வெய்யிலினால் சுருங்கிய கண்ணின் பாவை விரிவடைவதற்குள் இடதுபுறம் கை வீசி, துண்டு என நினைத்து என்மேலிருந்த அமுதுவின் துப்பட்டாவை எடுத்து தோளில் போடுகிறான். மேல் விழுந்த அதன் மென்மைத் தன்மையினை உணர்ந்தவனாய்க் கைகளில் எடுத்துப் பார்த்து திரும்பவும் என் மேலேயே வைத்துவிட்டு உள்ளே போகிறான்.

கண் தடுமாறும் நேரங்களில் தோல் உணர்த்துகிறது. உணர்வுத் தடுமாறும் நேரங்களில் அறிவு உணர்த்துகிறது. அறிவு சரியாகச் செயல்படாமல் தடுக்கத் தேவையற்ற லௌகீகக் கட்டுமானங்கள் உதவிபுரிகிறது. வெயிலில் சுருங்கியப் பாவை, நிழலில் விரிவடைய எடுத்துக்கொள்ளும் நேரம் போல சிலவற்றிற்கு நேரம் தேவைப்படுகிறது. பாவையைச் சுற்றியுள்ள சுருக்குத்தசைகள் மூலம் பாவையை விரியச்செய்தோ அல்லது சுருங்கச்செய்தோ பாவையின் செயல்பாடுகளை கருவிழி ஒழுங்குபடுத்துவது போல சில செயல்பாடுகளை காலம் மிகச்சரியாக ஒழுங்குப்படுத்துகிறது. ஒழுங்கிற்குள் மனிதர்கள் வந்துபோகிறார்கள்.

ராகவன் மேலே பார்க்கிறான். மின்விசிறியை இயக்க வேண்டும். ஆனால் ஸ்விட்ச் போடவில்லை. என்னை ஒரு பார்வை பார்த்துவிட்டு 'ப்ச்' என்று சுவிட்ச் போடாமல் உள்ளே செல்கிறான். நான் சரியாக இருந்தால் என்மீது அமர்ந்துதான் காற்று வாங்குவான். அது மட்டுமல்ல, சாப்பாடு டிவி, விருந்தினர் வருகையின்போது என்று எப்போதும் என்னை உபயோகப்படுத்துவான். ம்ம்ம்... அங்கலாய்ப்பாக இருக்கிறது, அது ஒரு காலம். உள்ளே செல்லும் அவன் முதுகோடு, வியர்வையில் ஒட்டிய வெள்ளைச் சட்டை அவனது அழகிய கறுப்பு நிறத்தை வெளிப்படுத்துகிறது.

அவன் சென்ற ஐந்து நிமிடங்களில் மூச்சுத் திணறலுடன் விக்கும் சத்தம் பக்கத்து அறையிலிருந்து கேட்கிறது. ராகவனின் தாயார் அந்த அறையில்தான் இருக்கிறார். நடமாட்டம் இல்லை. படுத்த படுக்கையில்தான் எல்லாம். கடவுள் பெயர்களோடு நாளுக்கு இருபது முறையாவது தான் இறக்க வேண்டும் என்பதை மந்திரம் போல் கூறிக்கொண்டிருப்பார். இப்போது இரும்புக் கிராதி கிரீச்சிட்ட ஓசைக்கேட்டு ராகவன்தான் வந்திருப்பான் என உத்தேசித்து அவனை அழைக்க சமிக்ஞையாகச் செருமியிருக்கிறார். அது இப்படி விக்கலாகி நிற்கிறது. நானும் அவரும் ஒன்று எனப் பலநேரங்களில் தோன்றும். என்னவோ இத்தனை நாட்களாகியும் என் மனக்கதவும் அவர் செவிக்கதவும் மூடவேயில்லை. சில உறுப்புகள் செயல் புரிவது கூட சிக்கலான கஷ்டம்தான் பல நேரங்களில்...

2

காய்ந்து போகாமல் பசுமையைப் பிடித்து வைத்துக்கொண்டிருந்த மலையோரங்களில் இதுவும் ஒன்று. அந்த வீட்டின் மகராசி

அகல்விழி. அவருக்குக் கண்கள் சிறியதாய் சீனாக்காரர்கள் போன்றுதான் இருந்தது. ஆனால் அவர் பிறந்தவுடன் அகண்டு விரிந்ததைப்போல இருந்ததாகத் தோன்றியதாம் அவர் அப்பாவுக்கு அதனால் இந்தப் பெயர் வைத்ததாகச் சொல்லிக்கொண்டிருப்பார். எனக்கென்னவோ அகல் விளக்கு போல சின்னதாய்ச் சுடர்விடும் விழி என்பதற்குப் பொருத்தமானதாய் தோன்றும். யாரேனும் ஒருவர் கூடவா அவரிடம் இந்தப் பொருத்தத்தைக் கூறியிருக்கக் கூடாது! ரசனைக் குறைந்த மனிதர்கள்.

ரம்பத்தால் அறுபட்டு கால்பாகம் ஒட்டிக்கொண்டிருந்த என்னை முறித்து கீழே தள்ளிய நொடி முதல் நினைவுகளுக்குள் எழுந்து அசைந்து கொண்டிருந்தேன். சிறிய விழிகளால் விழுந்து கிடந்த என்னையே பார்த்துக்கொண்டிருந்தார்.

அகல்விழி, மரம் என்று எதுவுமே இந்த ஐந்தாயிரம் சதுர அடியில் வைத்துக்கொள்ளவில்லை. எங்கள் இனத்தைத் தவிர இருப்பதெல்லாம் பூஞ்செடிகளும் கொடிகளும்தான். என்னவென்றே தெரியாமல் அவர் அப்பா குமிழ் தேக்கு மரவகைகளின் மேல் பிரியம் கொண்டிருந்தாராம். ஆனால் அவரால் வளர்க்க முடியவில்லை. வளரும் சூழல் இருந்தால் இடம் இல்லை. இடம் இருந்தால் வளராது. வேலையின் நிமித்தம் ஒரே மாவட்டத்திற்குள் நான்கைந்து ஊர்களில் வசிக்கும் வாய்ப்பு கிட்டியப்போதும் குமிழ் தேக்கை வளரத்தெடுக்க இயலவில்லை.

“சேர்ந்தாற்போல நாலஞ்சி நெடுநெடுன்னு வளந்து நின்னு பாக்கணும். சின்னப் புள்ளைல பாத்தேன். வட்ட வட்டமா அந்த இலைகள பாக்க ரொம்பவே பிடிச்சு இருந்தது.”

இப்படி நாலாயிரத்து நானூத்தி நாப்பத்தியோரு தடவை மகள் அகல்விழியிடம் சொல்லியிருப்பாராம். அகல்விழியம்மை என் அருகே அமர்ந்து சொல்லிக்கொண்டிருந்தார். இத்தனை அழகானப் பெயரை அவர் கணவர் ‘அகளு ‘ என்றுதான் அழைப்பார். இதற்காகவே அகல்விழி அவரை நான்கு முறைகள் விவாகரத்து செய்து இருக்கலாம். ஆனால் அப்படி ஒன்றும் நடக்கவில்லை. அம்மை மிகுந்த சகிப்புத் தன்மை கொண்டவர்.

அகல்விழி தோட்டத்தில் இருக்கும்போது மெல்லியக் குரலில் ராகங்களின் ஆலாபனைப் போன்று பேசிக்கொண்டிருப்பார். இலைகளை மெதுவாகத் தொட்டு வருடுகையில் அவர் அப்பாவின் நினைவில் முழுகி இருப்பார் என்பது செடி கொடி மரம் அத்தனைக்கும் தெரியும். அதையும் அவரே

ஆலாபிப்பது போன்றே சொல்வார். அப்போதொரு இதம் உணர்ந்து கொள்வோம். பிள்ளைகளுக்குப் பழக்கப்பட்ட அம்மாவின் புடவைத் தீண்டலாக...

அம்மைக்கு இரண்டு பெண் பிள்ளைகள் திருமணம் ஆகி வெளி மாநிலத்திலும் வெளிநாட்டிலும் வசிக்கிறார்கள். நல்ல வேலையிலும் இருக்கிறார்கள். அளவான உணவும் உடல் பற்றிய அக்கறையும் அவரை எப்போதும் நலமாகச் செயல்பாட்டுடன் வைத்திருந்தது. என் தாய் மரத்தைப் பார்த்து, "உங்க மேல எதுக்கு அப்பாக்கு இவ்வளவு விருப்பம்னு தெரியல... இப்போ எனக்கும் அதே விருப்பமும் சந்தோஷமும் தொத்திக்கிச்சு" என்று நான் கிளைத்து வளரும் புதிதில் சொன்ன அகல்விழியை வீட்டிற்கு வரும் சிலர் வித்தியாசமாகப் பார்த்தார்கள். மாதத்திற்கு இரண்டு முறை தோட்டக்காரர் ஒருவர் வந்து தோட்டத்தை ஒழுங்குப்படுத்திவிட்டுப் போவார்.

எங்களுடன் பேசுவது பாடுவது என்று இருக்கும் அம்மையை அவர் ஒருவர் மட்டுமே வித்தியாசமாகப் பார்க்காமல் இருக்கும் மனிதர். அகல்விழி எங்களுடன் மட்டும் பேசுவாரென்றால் தோட்டக்காரர், வானம், மண், மழை, சூரியன் மற்றும் எல்லாச் செடி கொடிகளிடமும் பேசிக்கொண்டிருப்பார்.

"என்னமோ உசர உசரமானக் கட்டடம் கட்டி கல்லு பதிச்சி உள்ள இருக்காங்க. தெனம் மண்ணோட உறவு வச்சிக்காத வாழ்க்க என்ன வாழ்க்க!" செடிகளைச் செப்பனிட்டுக்கொண்டே அடிக்கடி அவர் கூறும் வார்த்தைகள் இவை...

என்னைப் போன்று வெட்டுண்டு கிடத்தப்பட்டிருந்த சில நீண்ட பருத்த மரத்துண்டுகள அருகில் ஒரு சிமெண்ட் பெஞ்ச் இருக்கிறது. அந்தப் பெஞ்சில் இப்போது புதுப்புது ஆட்கள் அகல்விழி அம்மையுடன் உட்காருகிறார்கள் பேசுகிறார்கள் போகிறார்கள். நாளுக்கு நாள் அம்மையின் முகம் கவலையில் தோய்ந்து களை இழக்கிறது. என்னதான் பேசுகிறார்கள் என்று அவர்கள் பேசும் வேகத்தில் கவனத்தைக் கூட்டி செவியுற்றதில் வந்தவர்கள் அனைவரும் ஜோசியக்காரர்கள் என்று தெரிகிறது. கிளி ஜோசியத்திலிருந்து நாடி ஜோதிடர் வரை விதவிதமான ஆட்கள் வந்த வண்ணம் இருக்கிறார்கள். இதுநாள் வரை இப்படி இருந்ததில்லை. ஏன் ஜாதகமே இப்போதுதான் தேடி எடுத்து இருக்கிறார். கூடுதல் பயம், பெரும் அளவில் பண விவகாரம், யாரையேனும் திருப்திப்படுத்த, பேராசை போன்ற காரணங்கள்தான் பெரும்பாலும் மனிதர்களை ஜோசியம்

நாடிச்செல்ல வைக்கிறது என்று நினைத்துக்கொள்வேன். அப்படிப் பார்த்தால் தொடர்ந்து மண்ணோடு புழக்கம் கொண்ட யாரும் பேராசையில் விழுவது இல்லை. குடும்பத்தினர் அனைவரும் நல்லபடியாகக் குடியேறிவிட்ட நிலையில் யாரையும் திருப்திப்படுத்த வேண்டியத் தேவை இல்லை. பணம் யாரிடமும் கொடுத்து, வாங்கி விழித்துக்கொண்டு இருக்கிறாரா என்றால் அப்படியும் தெரியவில்லை. எஞ்சி இருப்பது கூடுதல் பயம்தான். முகம் வெளுப்பதைப் பார்த்தால் அதுதான் என்பது ஊர்ஜிதமாகிறது. அம்மையின் கூடுதல் பயம் என்னவாயிருக்கும்?

3

ராகவன் குளித்து அவன் அடிக்கடி உடுத்தும் ஊதாக்கலரும் மரக்கலரும் இணைந்த, மூன்று இஞ்ச் அளவில் சதுரங்கள் போட்ட கைலியை இடுப்பில் அணிந்து, மேலே சிவப்புக் கலர் ஈரிழைத் துண்டை மேடைகளில் பொன்னாடைப் போர்த்துவார்களே அதுபோல் போட்டுக்கொண்டு வந்தான். ஹமாம் சோப்பு வாசம் மெலிதாய் வந்து போகிறது. பாட்டியின் அறைக்குள் நுழைகிறான். என்ன பேசினார்களோ அவன் அம்மாவின் குரல் கேவுகிறது விக்கலுடன்... கனத்த மௌனம். சிறிது நேரத்தில் சன்னமான குரலில் ராகவன் ஏதோ பேசுவது கேட்கிறது. பிரயத்தனப்பட்டு அவன் அம்மா சத்தமாகக் கமறும் குரலில் "இன்னிக்கோ நாளைக்கோ ராகவா" என்கிறார். பதிலுக்கு "பெருமாள் கோவிலுக்குப் போலாமா இந்த சனிக்கிழமை?" என்னும் ராகவனின் குரல் நம்பிக்கை இன்றி நம்பிக்கை கொடுக்கும் பொருட்டு ஒலிக்கிறது. பாட்டி எதையும் காதில் வாங்கியதாகத் தெரியவில்லை. தலை குனிந்தபடி அந்தக் கனத்த மௌனத்தைச் சுமந்துகொண்டு வெளியே வருகிறான் ராகவன். அம் மௌனத்தினை அவனாலாயே சுமக்க முடியவில்லை போலிருக்கிறது. சுவாசம் தடுமாற, பெரும் மூச்சாக வெளிவிட்டபடி உள்ளறைச் செல்கிறான். என்னையும் அந்த மூச்சின் எடை தாக்கியது.

அமுதரசி போல நோலு கிடையாது. ஏதாவது ஒரு வார்த்தை சூடாக அவன் அம்மாவோ அப்பாவோ கூறிவிட்டால் போதும் கண்கள் கலங்க என்னிடம் வந்துவிடுவான். பாட்டிக்குத் தெரிந்தால் கூப்பிட்டுப் பேசிக்கொண்டிருப்பார். அவன் அப்பா, அம்மா, தங்கைக்கும் தெரியாத சில விஷயங்கள் பாட்டிக்கும் எனக்கும் மட்டுமே தெரியும்.

இந்தப் பெரிய கூடத்தில் ஒரு ஓரத்தில் இருக்கும் பியானோ பழமையானது. தாத்தா வாசித்தது என ராகவன் தூக்கிப்போடாமல் வைத்திருக்கிறான். ஆயிரத்தெட்டு வசதிகள் கொண்ட கீ போர்ட் காலத்தில் இன்னமும் பராமரிக்கப்பட்டு அவ்வப்போது வாசிக்கவும் படுவது நோலுவினால்தான், வீட்டில் வேறு யாரும் கண்டுகொள்ள மாட்டார்கள். மென்மையும் சில வித்தியாச ஆசைகளும் கொண்ட பையன். அதனாலேயே பியானோவை ரசிக்கும், மாநிறத்தில் தலையில் நழுவும் கருப்புத் துணியை முன் நெற்றியில் இழுத்து விட்டவாறு க்யூட், க்யூட் என்று பேசும் ஜாகீதாவை அவனுக்குப் பிடித்துப் போனது. கல்லூரி சேர்ந்த முதல் ஆண்டிலிருந்தே பழக ஆரம்பித்திருந்தார்கள். இதற்கு முன் பள்ளியில் படிக்கும்போது இதே இடத்தில் என்மீது அமர்ந்துதான் வகுப்புத்தோழி ஒருத்திக்கு முத்தம் கொடுத்திருந்தான். அதற்குப்பின் அந்தப் பெண்ணுடன் எந்தப் பேச்சும் தொடர்பும் இருந்ததாகத் தெரியவில்லை.

ஜாகீதா மீதுதான் பைத்தியமாக இருப்பது போல் தெரிகிறது. கையில் இருக்கும் பேனாவை எடுத்து என்மீது சில இடங்களில் ஜாகீதா ஜாகீதா என எழுதி அது தெரியாவண்ணம் அந்த எழுத்துக்களின் மீது கிறுக்கி உருவ மாற்றம் செய்திருந்தான். இரண்டு முறை சிகரெட்டும் குடித்து இருக்கிறான். பாட்டிக்கும் தெரியும். கூப்பிட்டு, "எப்படி இருக்குனு பாத்தாச்சுல்ல, விட்டொழி! இதனால எந்த சந்தோஷமும் கிடைக்கப் போறதில்ல, கிடைக்கறதா கற்பனை பண்ணிக்கிறாங்க" என்றார். என்மீது அமர்ந்துதான் மணிக்கணக்காக ஃபோனில் பேசிக்கொண்டிருப்பான். பாட்டி மட்டும் எப்படியோ மோப்பம் பிடித்து வைத்திருந்தார். அதுவும்கூட அவன் அம்மா, அப்பா, தங்கை இல்லாத நேரம் வீட்டிற்கு வந்திருந்த ஜாகீதா பயன்படுத்தியிருந்த செண்ட் வைத்துதான் தெரிந்தது.

"நோலு இங்க வா! யாருடா அந்த பர்தாக்காரி?"

பார்க்காமலேயே அவர் அறையிலிருந்து மெலிதானக் குரலில் அழைப்பதைக் கண்டு ஆச்சரியமாகி அருகில் போய் எப்படிக் கண்டு பிடித்தாரெனக் கேட்டான். "கூடப் படிக்கற பொண்ணா, அழச்சிட்டு வா" என்று வரச்சொல்லி வந்தவுடன் தலையில் கை வைத்து ஆசீர்வதித்தார்.

"இவங்க எப்பவும் வாசத்து மேல கூடுதலா பிரியம் கொண்டவங்க. அதான் சந்தன வாசம் மூக்கைத் துளைச்சுதே, கூடவே கொலுசு சத்தம். பையனா இருந்தா கொலுசு சத்தம் கேக்காதே, நடையும் உடையுமா இல்லைனாலும் இந்த உடம்போட உறுப்புகள்லாம் நல்லாதான் வேலை செய்யுது."

அலுத்துக்கொண்டே படுக்கையில் சாய்ந்து கொள்வது கட்டில் சத்தத்தில் தெரிந்தது. வலியின் புலம்பல்களோடு காதில் விழும் பாட்டியின் கட்டில் சத்தம், தாலாட்டு, சீராட்டு, இறப்பு, பிறப்பு, உழைப்பு என எத்தனை, எத்தனையோ கடந்து வந்த காலத்தைப் புரியாத மொழியில் இறந்த காலத்தின்பின் நின்று தீனமாய் மொழிவது போலிருக்கும்.

4

அடுத்து வந்த வாரத்தில் வேலை செய்து கொண்டிருந்த தோட்டக்காரரிடம் அகல்விழி அம்மை அவர் இருக்கும் ஊரின் ஜோசியக்காரரை விசாரிக்க, அவர் சிரித்துக்கொண்டே பெயரும் இருப்பிட வழியும் சொல்கிறார். சிரிப்பில் ஒருவித எள்ளல் தொனி, கேசரியில் தேங்காய் போல துருத்துகிறது. கவனித்த அகல்விழி உங்களுக்கு நம்பிக்கை இல்லையா இல்லை அவரைப் பிடிக்காதா என்று கேட்டார். அவர் நிதானமாக, "அம்மா இந்தக் காலத்துல எல்லாரும் அவசரமும் பேராசையுமா நடக்கறாங்க. சோசியம் நெசம். சோசியக்காரன் பொய்" என்று கூறிவிட்டு நடக்கிறார். அவரை நானும் அகல்விழி அம்மாவும் புரியாமல் பார்த்துக் கொண்டிருந்தோம்.

குழப்பங்கள் கவலைகள் நீங்க பௌர்ணமியன்று அம்மனை வழிபடுமாறு யாரோ சொன்னார்கள் எனப் பக்கத்து ஊரிலிருக்கும் அம்மன் கோவிலில் வழிபாட்டை முடித்து விட்டு வந்தவர் காரிலிருந்து இறங்குகிறார். கூடவே அவரது மூத்தப்பெண்ணும் இறங்கினார். பெண் டிரையினில் வந்ததாகவும் வழிபாட்டை முடித்து அகல்விழி அம்மா ஸ்டேஷன் போய் அழைத்து வந்ததாகவும் அவர்கள் பேச்சிலிருந்து அறிய முடிந்தது. மூன்று நாட்கள் தங்குவார் போலிருக்கிறது. எங்களை நின்று பார்த்துவிட்டு பேசிக்கொண்டே வீட்டினுள் செல்கிறார்கள். எப்படியும் மாலை நேரத்தில் இங்கு வந்துதான் பேசுவார்கள். பார்ப்போம். அப்போதாவது அகல்விழியின் சோர்ந்த முகமும் உள்ளார்ந்த கவலையும் போகிறாதவென, குறைந்தபட்சம் ஏன் எதற்கு என்ற காரணமாவது விளங்கினால் தேவலை என்றிருந்தது.! மரத்துப்போன மனது வேறு, மர மனது வேறு இல்லையா...

அந்தப் பொழுதும் வந்தது. பெண் அம்மாவைப் பார்த்து, "நீங்கதானே கேட்டீங்க இப்போ வேணாங்கிறீங்க... அக்கா

ஆசப்பட்டு அனுப்பினதையும் திருப்பி எனக்குக் கொடுக்கறீங்க?" என்று கூறிக்கொண்டிருக்கிறது.

அம்மாவின் முகம் தொய்ந்து போய் விழுகிறது. இனிமேல் எனக்கென்ன, இப்படி வாங்கி வைத்ததைக் கட்டக்கூட நான் இல்லாமல் போகலாம். வயதாகிக்கொண்டு இருக்கிறது. புதிய துணி எதுவும் வாங்கும், உடுத்தும் எண்ணம் அறவே இல்லை. ஆனால் சிலநேரம் என் வயதொத்தவர்களையும் மூத்தவர்களையும் உற்சாகமாகக் காணும்போது வாங்கிக்கொள்ளலாம். அவர்களைப் போல இருக்க வேண்டும் என்று தோன்றுகிறது. வீட்டிற்குள் வந்த மறுவிநாடியே அது எதற்கு பிள்ளைகளுக்குத் தேவையில்லாத செலவு என்று மனது சொல்கிறது எனப் புலம்பிக் கொண்டிருக்கும் அம்மாவின் உலகிற்குள் நுழைய முடியாமல் திணறிய மகள் விழிக்கிறாள். அம்மாவிற்கு முதுமை குறித்த சுய பச்சாதாபமும் இறப்புக் குறித்த பயமும் பீடித்து வாட்டி எடுக்கிறது.

5

நோலுவிற்கு ஒரு பழக்கம். யாரும் அருகில் இல்லாத நேரத்தில் ஆனந்தமாக என்மீது அமர்ந்து கொண்டுதான் ஜாகிதாவிற்கு செயலிகளில் குறுஞ்செய்திகள் அனுப்புவான். இதில் என்ன புதுமை என்கிறீர்களா? அனுப்பும் மெஸேஜை வாய்விட்டு சொல்லிக்கொண்டே அனுப்புவான். சின்னப் பிள்ளையெழுதும் வீட்டுப்பாடம் போல வந்ததையும் அப்படியே வாய்விட்டு வாசிப்பான். அப்படி ஒரு மெசேஜ் பரிமாற்ற நேரம்.

கால் பண்ணு...

இப்பயேவா?

இப்பயே வா

போடா

போய் நாளாகி விட்டது உனக்குள்.

உன்னிடமெல்லாம் பேசி ஜெயிக்க முடியுமா?

பேசினால் ஜெயிக்க முடியாது.

அல்லாஹ்!

அவர்தான் அனுப்பினார் என்னை.

அனுப்பி என்ன கூறினாராம்?

என்னை.

உன்னை?

அவ்வளவுதான். உன்னை, என்னை, நம்மை.

உளறாதே... கோபமா இருக்கேன்.

கோபம் போகத்தான் நான் இருக்கேன்.

இன்னும் அதிகமாதான் கோபம் வருது.

அதிகமாகத் தாபம் எப்ப வரும்.

...

உன் கோபத்திற்காக இந்த முத்தம்... சரி நீ கொடு என் தாபத்திற்காக.

திரும்பு.

எல்லா இடங்களிலும் நீதான் தெரியற... என் உடம்பில் எல்லா இடங்களிலும் நீதான் இருக்கற. அதனால...

அதனால?

அதனால எல்லா இடத்திலும் கொடு.

போரடிக்காத போ.

நிஜமாவே நல்லால்லியா.

ம்ம்ம்.

ம்ம்ம்? சரி நான் எல்லா இடத்திலும்னு கேட்டப்ப எந்தெந்த இடம் நினச்சன்னு சொல்லு. நான் போயிடறேன்.

நான் எந்த இடமும் நினைக்கல.

நம்பிட்டேன்.

நிஜமாடா

ம்... நிஜமா.

சரி கிட்ட வா... சொல்றேன்.

கிட்ட வா கொடுக்கறேனு சொல்லு வரேன்.

மாட்டேன். எனக்கு இப்ப நின்னையே ரதி பாட்டு வாசி. நீ கேட்டது கிடைக்கும் நேர்ல.

எத்தனை?

பத்து.

நிஜமா!?

நிஜம்மா...

நான் கேட்கிற இடத்தில் கிடைக்குமா?

அதுக்கு பாட்டு வேணும்.

சரிடி கண்ணம்மா இதோ ரெண்டு நிமிஷத்துல, ஹெட் போன் காதில் வச்சிரு.

நின்னையே ரதியென்று என்று சரணம் பிடித்து சில வரிகளைத் தாண்டி, "மாறனம்புகள் என்மீது வாரி வாரி வீச - நீ கண் பாராயோ வந்து சேராயோ கண்ணம்மா" வாசித்தவன் சட்டென சுட்டும் விழிச்சுடரின் வரிகளை இழுத்து இழைய விட்டான் மனதில் இருப்பதை பாரதி வழியாக. அவள் மனம் சேர்த்தான். இசையால் நிறைந்து இருந்தது அறை... கூடவே நானும் ஜாகிதாவும்.

> *"சாத்திரம் பேசுகிறாய் கண்ணம்மா சாத்திரம் ஏதுக்கடீ*
>
> *ஆத்திரம் கொண்டவர்க்கே கண்ணம்மா சாத்திரமுண்டோடீ*
>
> *மூத்தவர் சம்மதியில் வதுவை முறைகள் பின்பு செய்வோம்*
>
> *காத்திருப்பேனோடீ இது பார் கன்னத்து முத்தமொன்று"*

அன்பின் ஆசையைக் கூறியவன் இதற்கு அடுத்து இடையிசையாக சிறு விள்ளலாக ஒற்றை விரலில் ஒரு விசையைத் தட்டி, ஆசுவாசம் அளித்து காற்று வெளியிடை கண்ணம்மாவின், "நீயெனது இன்னுயிர் கண்ணம்மா! எந்த நேரமும் நின்றனைப் போற்றுவேன்" என்று முடித்து அப்படியே கண்மூடி அமர்ந்திருந்தான். இயர் போனிலிருந்து ஜாகீதாவின் மூச்சுக்காற்று வந்து பியானோ விசைகளில் தவழ்ந்தது.

இசையின் ஆளுமையில் அன்பின் ஆழத்தில் வரிகளின் உண்மைத் தன்மையில் லயித்து ஆழ்ந்து கிடந்த நேரம் களிப்பின் பாரத்தில் கனமாக இருந்து அமைதியை அணைத்துக்கொண்டது. இந்த நேரத்தின் கனதியினை, நிறைந்து கிடக்கும் அன்பை, வழிந்தோடும் நெகிழ்வை, இலயிப்பில் பூரித்த கனிவை உடைத்து விடுமோ

என்று பயந்து கவனமாக எந்த வார்த்தையும் எவருக்கும் இதழ் தாண்டவில்லை. கனதியின் மௌன அலங்காரம்!!.

6

முதுமை எப்படிப்பட்ட மனிதரையும் நிலைகுலையச் செய்துவிடுகிறது. என்ன செய்வது இதுதான் வாழ்வென்றானப் பின் ஏற்றுக்கொள்ளத்தானே வேண்டும். நமக்கு முன்சென்ற மனிதர்களை நினைத்து ஆறுதல்படுத்திக் கொள்ளலாம். சமீப நாட்களில் அம்மை எங்கள் அருகில் வருகையில் எல்லாம் உங்களைப் போன்று மரமாகப் பிறந்து இருக்கலாம் எனக் கூறியதன் அர்த்தம் இப்போது விளங்கியது. எங்களுக்கு மட்டும் இறுதி இல்லையா என்ன? ஏதோ இந்த மட்டும் எல்லாவற்றிலும் இருந்தும் விடுதலை என நினைத்துக்கொள்வதுதான் சரியாக இருக்கும் அதுதான் சரியும் கூட... தனது வாழ்நாள் எவ்வளவு, இன்னும் எவ்வளவு நாட்கள் இருப்போம் போன்ற கேள்விகள் குடைந்ததில் அம்மை ஜோதிடத்தைத் தேடிப்போயிருக்கிறார். எல்லாவற்றையும் கணித்துச் சொல்லிவிட ஏதேனும் ஒன்றினாலோ ஒருவராலோ முடியுமெனில் மானிட உலகமே வேறு மாதிரி அல்லவா இயங்கிக் கொண்டிருக்கும்! அம்மாவுக்கு இது எல்லாம் தெரியாமலா இருக்கும்! ஆனாலும் மனதின் தடுமாற்றம் எங்கெங்கோ நடத்திச் செல்லத்தான் செய்கிறது.

மூத்தப்பெண் ஆன மட்டும் தேற்றினாள். வீடியோ காலில் இளையப் பெண்ணை அழைத்து மூவருமாய் சிறிது நேரம் பேசிக்கொண்டிருந்தார்கள். அம்மையின் அண்மை மாற்றங்களை ஊகித்தவளாய் தான் தங்கியிருக்கும் தேசத்தின் வயது கூடியவர்களின் உற்சாகம்; தங்கள் தனிப்பட்ட ஆசைகளை நிறைவேற்றிக்கொள்ளும் காலமாகப் பார்க்கும் போக்கு; என நேர்மறைச் சிந்தனைகளை இயல்பாகப் பேச்சோடு பேச்சாக விதைத்தாள். மொத்தத்தில் கடமைகள், விதிமுறைகள் என எதுவுமில்லாமல் இதுவே வாழ்வதற்கான காலம் என்ற வகையில் இருந்தது அவள் பேச்சு. அம்மையின் முகம் சற்று தெளிந்தாற் போலிருந்தது.

இந்த முறை வந்த தோட்டக்காரர் கூட அதே சிரிப்பு மாறாமல் ஜோசியக்காரரர் குறித்துக் கேட்டார். அகல்விழி அம்மா பட்டும் படாமல் கூறிய பதிலிலிருந்து விஷயத்தை யூகித்தவர், "உசுருகளோட இயல்பு நவுந்துட்டே இருக்கறதுதான். எப்ப மனுஷங்க ஒரு இடத்துல என் வூடு என் காடுனு நின்னமோ அப்பயே எல்லா

கேடும் விசனமும் வந்துருச்சு. வயசானா என்னா? ந்தா... இந்த மரத்த வுடவா நாம பயன்பட்டுட்டோம் இந்தப் பூமிக்கு! வெட்டிப்போட்டுக் கிடக்கும் இதுகளை எடுத்துட்டுப்போயி பயம்படுத்தப் போறாங்க ஹூம்... போவணும்னு நேரம் வந்தா போய்ச்சேர வேண்டிதான். அது விடுதலதானே? அதுவரக்கிம் எதாச்சும் செய்வோம். இயங்கறதுதானே வாழ்க்க. எல்லாத்துக்கும் நேரங்காலம் வரணுமில்ல. படிச்சவங்க உங்களுக்கு தெரியாததா?" எனக் கேள்வியும் பதிலுமாக மனித வாழ்வின் நிதர்சனத்தை சாராம்சமாகப் பிழிந்து தந்துவிட்டு வேலையைத் தொடர்கிறார். தோட்டக்காரர் வேலை முடித்துப் போயும் நீண்ட நேரமாக அகல்விழி எங்கள் அருகில் குறுக்கும் நெடுக்குமாக நடந்துகொண்டே இருந்தார். சிந்தனை அப்படி அவரை ஒரு இடத்தில் நிற்க விடாமல் நடத்தியது என நினைக்கிறேன்.

இரண்டு நாட்கள் கழித்து இருக்கும் நகைகள் எல்லாவற்றையும் மகள்கள் இருவருக்கும் சமமாகப் பிரித்து அவரவர் பாங்க் லாக்கரில் வைத்து விவரத்தை அவர்களிடம் சாவகாசமாகத் தோட்டத்து பெஞ்சில் அமர்ந்து பேசுகையில் தெரிவித்தார். அவர் கழுத்தில் ஒரு மாங்கல்யமும் காதுகளில் ஐந்து கல் தோடும் தவிர எல்லாவற்றையும் கொடுத்து இருந்தார். இந்தச் செயல் மகள்கள் இருவரையும் மட்டுமின்றி அவரின் கணவரையும் வருத்தமுறச் செய்தது. எப்படிச் சொல்லி சகஜ நிலைக்கு அவரை இழுத்து வருவது என்றே அவர்களுக்குத் தெரியவில்லை. இரு மகள்களும் முடிவுசெய்து பேரக்குழந்தைகளைப் பேசச்செய்தனர். பலனாக வளையல்கள் இரண்டிரண்டாக நான்கு இரு கைகளுக்கும் ஏறின. குடும்பம் குதூகலித்தது. அவர் பள்ளிப்பருவத் தோழிகள் இருவரை வரவழைத்தனர். அவர்கள் இன்னும் சிலரை இணைத்து வாட்ஸப் குழு ஒன்றை ஆரம்பித்தனர். பழைய நினைவுகளும் புதியத் திட்டமிடல்களும் என அடுத்த நாளுக்கான ஆர்வம் பிறக்கத் தொடங்கியது. இத்தனைக்கும் நடுவே அந்த நாளும் வந்தது. ஆம்... இவர் குழப்ப நினைவுகளில் ஆழ்ந்திருந்த பொழுது அப்பா இவரை அழைப்பதைப் போன்றே அடிக்கடி கனவுகள் வரவும் அவரது கணவர் சட்டென சம்பந்தமில்லாது எங்களை அப்புறப்படுத்த முடிவுசெய்து விட்டார். அவர் கூற்றுப்படி சம்பந்தம் இருக்கிறது. இப்போது நிலைமை அப்படி ஒன்றும் மோசமில்லை என்றாலும் கொடுத்த வாக்கு கொடுத்ததுதானே! இடையில் அம்மையும் பேசிப்பார்த்தார். கைமாறிப் போய்விட்டது என்றனர். வெட்டி எடுத்துப்போவதைக் காண இயலாது என

அம்மை வெளியில் வரவே இல்லை. வேலை துரித கதியில் நடந்துகொண்டு இருக்கிறது.

7

ஜாகீதாவுடன் பழக்கம் நெருக்கமானப் பிறகு ஒருநாள் அவளை அழைத்துக்கொண்டு பாட்டியிடம் சென்ற நோலு, அம்மா அப்பாவிற்குத் தெரிந்தால் பிரச்சினையாகுமா என்ன செய்வது என்று கவலையுடன் பகிர்ந்தான். நீங்கள் இருவரும் முதலில் உறுதிப்படுத்திக் கொள்ளுங்கள். மற்றவர்களிடம் அப்புறம் பேசிக்கொள்ளலாம் என்று பாட்டி சொன்னாள்.

“போ பாட்டி உனக்கு என் நிலமப் புரியல” அறையிலிருந்து வெளியே வந்து நின்றுகொண்டிருந்தப் பெண்ணை கைப்பிடித்து என்மீது அமர வைத்தான். பிறகு, போய் பியானோவில் நின்னையே ரதி என்று நினைக்கிறேனடி வாசித்தான்.

நடந்துகொண்டிருப்பதைப் பார்த்தால் நோலுவுக்கும் ஜாகீதாவுக்கும் இடையே பெரிய கலந்துரையாடல் ஓடியிருக்கிறது என்பதை அறிந்துகொள்ள பல்கலைக்கழகப் பட்டம் எல்லாம் தேவைப்படவில்லை, நித்ய கன்னியே வாசிக்கும்போதே என்னை அவளின் மெலிந்த விரல்கள் இறுகப் பற்றின. கண் பாராயோ வந்து சேராயோ வரி வருகையில் இறுகப் பற்றியிருந்த விரல்களை நீக்கி கண்கலங்கியவாறு எழுந்துபோய் பியானோ முன் உட்காரந்திருக்கும் நோலுவை நின்றவாறு மாரோடு கட்டிக்கொண்டாள்.

இருவரும் நீண்ட நேரம் பேசாமல் பிரமைப் பிடித்தது போல அப்படியே இருந்தனர். எனக்குதான் எங்கே ராகவன் வந்து விடுவானோ என்று பதட்டமாய் இருந்தது. ஆனால் பையன் விவரமாய் வீட்டில் பாட்டியும் என்னையும் தவிர யாரும் இல்லாத நேரமாகத்தான் அழைத்து வந்திருந்தான். அல்லது ஜாகீதா வரும் நேரம் அவர்கள் இல்லாத நேரமாகவே அமைந்தது. எப்போதும் அவர்களுக்குப் பேசுவதற்கு ஏற்ற இடம் பியானோ இருக்கும் இந்த இருபதடி நீள தாழ்வாரம் போன்ற இந்த அறைதான்...

நோலு அதற்குப் பிறகு ஒரு வாரம் கல்லூரியிலிருந்து தாமதமாக வந்தான். ஜாகிதாவும் வரவில்லை. சரியாக எட்டு நாட்களுக்குப்பின் மதியப் பொழுதொன்றில் என் மீதமர்ந்து இரண்டரை மணி நேரம் போனில் பேசிக்கொண்டிருந்தான். உரிமை மிகு கோபம்,

சாந்தம், சிரிப்பு என்று ஆரம்பித்த பேச்சு சலிக்காத முத்தத்தில் நகர்ந்து கொண்டிருந்தது. பாட்டியம்மா காதிலேயே விழுந்துவிட கங்கணம் கட்டிக்கொண்டாற் போல போனை சத்தத்துடன் ஈரமாக்கிக்கொண்டிருந்தான். பின்னர் வீடியோ காலில் அழைத்து பார்த்துக் கொண்டனர். பேசிக்கொண்டனர். மிஸ் யு, லவ் யு சொல்லிக்கொண்டனர். "நரேந்திரா... நேரமாச்சு பார்" பாட்டியின் தீனமானச் சத்தம் திடுக்கிடச்செய்தது. அவசரமாக ஸீ யு சொல்லி இணைப்பைத் துண்டித்து ஓடிப்போய் பாட்டியிடம் நின்றான். அவரோ மாத்திரை கொடுக்க நினைவுப்படுத்தியதாகக் கூறினார். எனக்கு அப்படித் தோன்றவில்லை. ஏனெனில் மாத்திரை மருந்தில் ஈடுபாடு இல்லாதவர். கட்டாயப்படுத்திதான் கொடுப்பார்கள். வீடியோ கால் அவர் காதுக்குப் போய்தான் அழைத்திருக்க வேண்டும். அத்தனைக் கூர்மை அவர் செவி.

அன்பு வயப்பட்டவர்களிடையே பேச்சுதான் எத்தனை இனிப்பானது. நினைத்துக்கொண்டாற் போல் போனில் அவள் போட்டோவை எடுத்து வைத்துக் கொண்டெல்லாம் அவள் நேரே நிற்பது போல் பேசிக்கொண்டிருப்பான்.

ஒரு வேலைநாளின் பின்மதியப் பொழுதொன்றில் அவளை நேரில் முகத்திற்கு எதிராக நிறுத்தி, "கிஸ், ஹக்ஸ், செக்ஸ் எல்லாம் வேணும்தான். ஆனா, இது எல்லாத்தையும்விட நாம ஒருத்தருக்கொருத்தர் உடம்பு, டிரஸ் எல்லாம் உரச பேசிக்கிட்டு இருக்கறது பெரிய மயக்கமா இருக்கு ஜாகீ. லவ் யூ. எப்பவும் கூட இரு" என்றபோது அவள் முகம் கனிந்து கண்கள் பளபளத்தது. "புணர்ந்து கூட உணர முடியாத தித்திப்பை இந்த நெருக்கமான, உண்மையானப் பேச்சு கொடுத்துடுது. உன்கிட்ட பேசறதா நினச்சு நீ பக்கத்துல இல்லாதப்ப வாய்விட்டுப் பேசவும் செய்யறேன். லவ் யூ வை விட எதாவது பெஸ்ட் வார்த்தை இருக்கா? உருவம் இல்லாத, ஒலியும் இல்லாத அந்த வார்த்தைய மனசுல வச்சிக்க ஜாகீ... இதுவர முகர்ந்து பாக்காத ஒரு நறுமணமா." அமைதியாகி விட்டான்.

ஆச்சரியமாக இருந்தது. நோலுவா இது! குழந்தை முகம் மாறாத நோலுவா இது! இன்னும் கூட சிறுவனாகவே காணும் பாட்டியும் நானும்தான் இன்னும் வளரவில்லை போலிருந்தது. இத்தனைப் பேசுகிறானே! இந்த அன்புதான் அவ்வளவும் சிந்திக்க வைத்ததோ! சில நொடிகள் கடந்தன. பிறகு, "இப்ப ஒலியும் வரிவடிவமும் இருக்க எல் ஓ வி ஈ ஒய் ஓ யு... லவ் யூ டி கண்ணம்மா" என்று அவள் கைகளைப் பிடித்துக்கொண்டு பேசி

அணைத்துக்கொண்டான். அன்பின் மழையில் கண்ணீர்த் துளிகள் பூத்தது இருவர் கண்களிலும்.

நகவெட்டியால் சிறு துணுக்கு சதை கிள்ளுப்பட்டால் கூட அவனுக்கு ஜாகீதா நினைவு வரும். அவளை நினைத்துக்கொண்டே கவனக்குறைவாக ஏற்படுத்திக்கொண்ட காயமென்றாலும் சிறப்பு நினைவு, குழந்தையாக அவள் மடி சேரத் துடிக்கும். எல்லோரும் இருப்பினும் இருதயம் நிறைத்த காதல், வலியிலும் மகிழ்விலும் அருகிருத்திக் காணத் துடிக்கும். அதுதானே மாசற்ற அன்பின் குணம். எதிர்பாராமல் ஏற்பட்டுவிட்ட மகிழ்ச்சி, துன்பம் எல்லாவற்றையும் அருகிருக்கும் உறவுகளையும் தாண்டி மனம் நெருங்கிய ஆன்மாவிடம் பங்கிட்டுக்கொள்ள ஆவலாதி கொள்ளும் குழந்தை அல்லவா இந்த அன்பு!

இதனை அவளிடம் அவன் பகிர்ந்துகொண்ட போது, 'அப்போ மற்ற நேரம் நினைக்கவில்லையா' என விளையாட்டாகக் கேட்டு முத்தமிட்டாள். தொடர்ந்து யாருமில்லாத நேரம் பேசுவதும் அவ்வப்போது அவள் வருவதும் போவதும் நடந்தது. சரி பிரச்சினை எல்லாம் சரியாக்கி விட்டார்கள் போல என்று நினைத்தேன். ஆனால் நடந்தது வேறாக இருந்தது. ஒருநாள் முகம் இருண்டு வந்த ஜாகீதாவைக் கண்டு துணுக்குற்றுப் போனேன்.

மாநிறத்திற்கே உண்டான கவர்ச்சியும் தலைத்துணியை இழுத்து விடுகையில் அசையும் புறங்கையின் நளினமும் கலையான முகமும் கண்டு விட்டு, இப்படி இருண்ட முகம் காண முடியவில்லை. என்னச் சிக்கலோ... நீண்ட நேரம் நின்றுகொண்டே மெதுவானக் குரலில் பேசிக்கொண்டர்கள். பாட்டிக்கு கேட்டுவிடக் கூடாதென்ற எண்ணமோ, அவர்களுக்கு இப்போது குரலே அவ்வளவுதான் எழும்பியதோ என்னவோ யார் கண்டார்கள். எந்த உணர்வுமின்றி என மீது ஜாகீதா அமர்ந்து கொண்டாள். சுவரில் சாய்ந்து நின்றுகொண்டிருந்த நோலு, ஏதாவது வாசியென ஜாகீதா கேட்டும் காதில் விழாதது போல தனி உலகிற்குள் இருந்தான். "நோலூ..." கொஞ்சம் சத்தமாக அழைக்கவும் அவள் பக்கம் திரும்பியவன் போய் பியானோவிற்கு முன் அமர்ந்தான். அப்படியே அமர்ந்து இருக்கிறான். பார்த்துக் கொண்டே இருந்தாள். பின்னர் அந்த அமைதியின் பாரத்தைத் தாங்க இயலாதவளாக ஜாகீதா முகம் முழுவதையும் துணியால் இழுத்து விட்டுக்கொண்டு கதவைத் திறந்து வேகமாக வெளியேறினாள். கண்கள் சிவந்து கலங்கியிருந்தன.

அவள் சென்றும் அசையாதிருந்த நோலுவிற்கு இசையின் அரவணைப்பு தேவை என்று தோன்றுகிறது. விரல்கள் விசைப்பலகை நோக்கிக் குனிவதும் எழுவதும் என நத்தையாக அசைகின்றன. விசைகள் அருகில் விரல்களின் முனை முகங்கள் காட்டியபடி அப்படியே நிற்கின்றன. சிறிதாய் நடுக்கம் தெரிகிறது. எந்த விசையையும் தொடவில்லை. ஒற்றை முடியை மட்டுமே இடைவெளியில் இட்டு எடுக்கலாம். இவ்வளவு சிறிய இடைவெளியைக் கடக்க இயலாமல் விரல்கள் அந்தரத்தில் யாரோ பின்னோக்கி இழுத்துவிடுவது போல் நெருங்கியும் தீண்டாமல் இருந்தன. எச்சில் விழுங்கத் தயாரானது தொண்டைக்குழி. கடின வேலைகள் புரிந்ததை விடவும் அதிகம் களைத்தது உடல். தயாரான தொண்டைக்குழி எச்சிலை உள் வாங்கியச் சத்தம் அவன் செவி சேர்வதற்குள் வெள்ளை, கறுப்பு விசைகளில் சுட்டுவிரலும் நடுவிரலும் சேர்ந்து ஒரு இசைத்துணுக்கை எழுப்புகிறது.

8

“இந்த மரத்தை வெட்டி எடுத்துப் போகலாம் ராசு. பதினஞ்சு வருஷம் மேல ஆகியிருக்கும் வேலைய முடி.”

யோசித்தபடி பார்வையைப் படர விட்டிருந்த ராசு, “இதுவரைக்கும் இத வேலைக்கு எடுத்துக்கிட்டது இல்ல. இருவது வருஷமாகணும்னு சொல்வாங்க, நிலைப்படி ஜன்னலுக்குல்ல போடுவாங்க. இப்ப வந்துருக்க... ஆர்டர் எல்லாம் நாற்காலி, மேசைனு இருக்கும்.”

“பாரு இது ‘குமிழ் தேக்கு’ நாலுல இது நல்ல பீசா இருக்கு. பத்து வருஷத்துலயே இருவது வருஷத்துக்கான தேக்கோட உறுதி இருக்கும் மேசை, கதவுதான் செய்ய முடியாது. நாற்காலிக்கு ஆவும்... யோசிக்காத. பேப்பர் மில்காரன் பார்த்தா கண்டேன் கண்டேனு தூக்கிட்டுப் போயிடுவான் சட்டுன்னு வேலைய முடி.”

அந்த மனிதன் கை வைத்து சாய்ந்து நின்றுகொண்டு பேசப்பேச அப்படியே பூமிக்குள் புதைந்து விடமாட்டோமா என்றிருந்தது... அம்மையே வெட்டிச்சாய்த்து பயன்படுத்தினாலாவது பரவாயில்லை. வேறு எங்கோ அல்லவா போகவேண்டும்.

கட்டாயத்தின் பேரில், சூழ்நிலைக்குட்படுத்தியதால் மண்ணை விட்டுப் பிரிவதென்பது தற்காலிக இறப்பு, மனதின் பிளவு... சிவந்த வண்ணமும் கருமையும் கலந்த மண் இது. மழை பெய்யும் போது கிளர்ந்தெழும் மணமும் ஓரளவு வட்டமான என் இலையில்

நீர் பட்ட சுகமும் கிறங்கடிக்கும். ப்ச்... கூறுகளாக வெட்டப்பட்டும் உபயோகமாகப் போகிறேன். ஆனால் இந்த இடத்தில் இல்லை. சரி... போகத்தானே வேண்டும். எதுதான் நம் கையில் இருக்கிறது. உலகமே சூழலியலில் உழல்கையில்...

9

இசை மகிழ்விக்கும், ஆறுதல் கொடுக்கும். உள்ளே அடைத்துக்கொண்டு வெளியேறத் தெரியாமல் திக்கு முக்காடும் சோகத்தை, தன் நரம்புகளால் நீர்மை கொண்டு வெளியெடுக்கும். அகங்காரம், கௌரவம் என எந்த முகமூடியுமின்றி உடைந்து சத்தமிட்டு அழ வைக்கும்.

தேம்பிய இருதயம் வேகமாய்த் துடித்தது, தாய்மடித் தேடும் நாய்க்குட்டியாக மூச்சு வாங்கியது. சட்டென எழுந்து முகம் மூடி முதுகை வளைத்து நிமிர்கிறான். உயிரைச் சுண்டியது போல் முதுகுத்தண்டு விறைத்து நெஞ்சுக்குழி துடித்தது. வெடித்து அழ வேண்டும் என்று தோன்றுகிறது போலும். நாகரிகக் கட்டுப்பாடு கட்டுடைத்துக்கொண்டது. தோன்றியது நடக்கிறது. சத்தத்தை நான்கு சுவர்களும் அரவணைத்துக்கொண்டன. அப்படியே கீழே உட்கார்ந்து மடங்கித் தலையை இரு கைகளால் பிடித்து, தாளாமல் குப்புறப்படுத்துக்கொண்டான். தரை தாங்கியது. மூக்கில் வழிந்த நீரையும் வாங்கியது. சத்தம் குறைந்தது. உப்பு நீர் நனைத்த கன்னம் பிசுபிசுக்க தரையோடு ஒட்டிய கன்னம் ஈரத்தைப் பிடித்து வைத்திருந்தது. சோகத்தில் ஆழ்நிலைத் தொட்டான். எதையோ பார்த்தான் எதுவும் பார்க்காமலே...

மனதில் அசைவில்லை. அமைதி ஆழமான அமைதி. எவ்வளவு நேரம் என்று தெரியவில்லை. ஏதோ ஒரு நேரத்தில் தூக்கம் ஆக்ரமித்தது. நாற்பத்து ஐந்து நிமிடம் கனவற்ற தூக்கம். அப்புறம் அவனிடத்தில். தியானத்தில் இருந்து எழுவது போல் புத்துணர்ச்சி காணப்பட்டது. முகமூடியற்ற முகம். வெளிச்சமாய்த் தெரிந்தது. கழிவறை சென்று வந்தான். கழிவுகள் அனைத்தும் விட்டு நீங்கியது போன்ற உணர்வு எழுந்தது. கொஞ்சமாகச் சாப்பிட்டு வெளியே சென்று வந்தான்.

அது ஒரு ஏமாற்றத்திற்கான காலமாக இருந்தது. ஒவ்வொரு வீட்டு வாயிற்படியாக ஏறியேறி எதுவுமின்றி இறங்கும் திருவோட்டுக்காரனைப் போல தரவிறக்கப்பட்ட செயலிகளில் எல்லாம் கடவுச்சொற்களை விசைகளில் மென்மையாக அழுத்தி,

அழுத்தித் திறந்து, திறந்துப் பார்த்து ஏமாந்துகொண்டே அடுத்து, இன்னும் சிறிது நேரம் கழித்து என்று தொடர்ந்து ஏமாந்துகொண்டிருந்தான். எப்போதோ இவனிடமிருந்து செய்திகள் காணாத சிறிது நேரத்தில் அவள் இவனிடம் இருந்த எல்லா செயலிகளிலும் வந்து நின்றது நினைவிற்கு வந்தது. நினைவின் சுமையிலும் ஏமாற்றத்திலும் கண்ணீர் உற்பத்தியிலும் தலை வலித்தது. மனிதர்களின் விருப்பங்கள் ஒன்றின் மேலேயோ ஒன்று போலவோ இருப்பதில்லை போலும். வருத்தமோ மகிழ்வோ நெகிழ்வோ உடனடியாகப் பகிர, நினைவை ஆக்ரமிக்க ஒரு உயிரி அவனுக்கு அவள்தான். ஆனால் அவளுக்கு அவன் இல்லை. காலண்டரில் இருந்த முருகன் படத்தைப் பார்த்துக் கொண்டேயிருந்தான். ஏன் என்று கேளாது விதி என்று வருந்தி கண்ணீர் வழியவிடும் இயல்பினனுக்கு கடவுள் அழகிய சிரிப்பொன்றையே அளித்துக் கொண்டிருந்தான்.

அவமானம் என்பது நிகழ்த்தப்படுவது மட்டுமில்லை நிகழ்த்தப்படாமல் இருப்பதுவும். ஆம் அவள் நிச்சயமாகத் தொடர்புகொள்வாள் என்ற எதிர்பார்ப்பு அப்படி ஏதும் நிகழாததைக்கண்டு அவமானத்தைக் கொடுத்தது. வலிமையான அவமானம் எப்போதும் அநாதைத் தன்மையைத் தூக்கிவரும். வந்தது. மூளையும் இருதயமும் ஒன்றாகி எதிர்பார்ப்பதை இடித்துத் தூளாக்கி ஜீரணிக்கும் நேரங்களுக்காகக் காத்துக்கொண்டிருந்தான்.

யாரிடமும் சரியாகப் பேசாத, நண்பர்கள் வீட்டிற்கு வராத நாட்களுக்குப் பின் பாட்டி அழைத்து ஏன்டா என் அறைக்கு வரவே இல்லையெனக் கேட்கிறாள். ஜாகீதாவை இப்போது சந்திப்பதில்லை. எல்லாம் நிறுத்தி விட்டாள். எல்லாம் நிறுத்தி விடு என்று சொல்லிச் சென்றுவிட்டாள். ஆனாலும் அவளால் அப்படி இருக்க முடியாது. ஒரு மெசேஜாவது செய்வாள் என்று எதிர்பார்த்தேன். அப்படி எதுவும் நடக்கவில்லை எனச் சொல்லிக் கலங்கினான்.

அதற்காக இப்படி இருப்பதா என்று திட்டிவிட்டு ஏன் எதனால் எனக்கேட்ட பாட்டியிடம் அம்மா நேரடியாக அவளிடம் இனி நோலுவைப் பார்க்க வரவேண்டாம். மறந்துவிட வேண்டும் என்று கூறி விட்டதாகவும் இதுவும் கூட அவளின் தோழி சொல்லித்தான் தெரியும் என்றும் கூறினான். தான் திரும்பப் பேச முயற்சி செய்ததாகவும் அவள் முடியவே முடியாது என உறுதியாகக் கூறிவிட்ட நிலையில் போன் நம்பரையும் மாற்றிவிட்டாள் என்பதையும் மறக்காது கூறினான்.

"*அப்படி என்னதான் சொல்லியிருப்பாங்களோ*" என்றான்.

"*பிள்ளை சந்தோஷத்தை விட வேற எது பெருசாப்போச்சு உன் அப்பாம்மாவுக்கு? உன்னைப் போல ஜாகீதாவும் உறுதியா இருந்திருக்கணும்.*"

பாட்டி சொன்னது தப்பு அம்மா மட்டும்தான் எப்படியோ தெரிந்துகொண்டு பேசியிருக்கிறாள். அதேபோல ஜாகீதாவும் உறுதியாகத்தான் இருந்தாள் என்று அவரிடம் விவாதம் செய்து கொண்டிருந்தான்.

ஆமாம்... அவன் அம்மாவிற்கு எப்படித் தெரியும்!?

அம்மாக்களுக்கென்று சில பிரத்யேக சக்தி இருக்கும் போலிருக்கிறது. முக்கிய நிகழ்வுகளையெல்லாம் எப்படியோ படம் பிடித்து விடுகிறார்கள். ஆனாலும் மகன்களுக்கென்று ஒரு ராஜபாட்டை வைத்துக்கொள்கிறார்கள் அவர்கள் உலகில்! மகன்களைப் போல யாரும் அறிவு இல்லை, அழகு இல்லை, நல்லப் பிள்ளை இல்லை. இந்த இல்லைகளுக்கு நடுவில் சொல் பேச்சு கேட்காமல், எதிர்த்து பேசிக்கொண்டு மிக எளிதாகப் புருஷர்களை விடவும்தான் மகன்கள் இடம்பிடித்து விடுகிறார்கள். மகனுக்கு நல்லதென்றோ, ஏதேனும் பயத்திலோ அந்தப் பெண்ணை விலகச் சொல்லியிருக்கிறாள். எனில் ராகவனுக்கும் செய்தி போயிருக்கும். அவன் மனைவி அவனுக்குத் தெரியாமல் எதுவும் நிகழ்த்துவதில்லை.

அம்மாக்களின் பிரத்யேகக் குணங்களை அசை போடுகையில் என் தாய் மரத்தின் நினைவு வருகிறது. போகட்டும் இந்த நரேந்திரன் இதன் காரணமாக சோர்வாகவே இருந்தான். அமுதுதான் அவனைப் பழைய நிலைக்குக் கொண்டுவந்தாள். இந்த வீடு, இதன் பொருட்டு அவனிடம் எந்தச் சீற்றத்தையும் சலிப்பையும் அலட்சியத்தையும் கேள்விகளையும் முன்வைக்கவே இல்லை. வருத்தம் நிரந்தரமாக ஒருபக்கம் தங்கி விட்டாலும் அமுதின், அம்மாவின், அப்பாவின், பாட்டியின் அன்பு, நெருக்கம், மரியாதை, அக்கறை எல்லாம் அவனை இயல்பாக்கியது. வாழ்வின் முக்கியத்துவம், காதலின் இடம் புரிந்தது. இப்படி எல்லாம் சுமூகமாகி விளையாடுகையில்தான் என் கால் முறிந்தது.

10

கோவிலுக்குச் செல்வதற்காக உள்ளிருந்து வந்த அவன் மனைவி என்னை இழுத்து தெரு பார்த்து போட்டுவிட்டுச் சென்றாள். இது அவளின் யுக்தி. பிள்ளை பின்மாலைப் பொழுதில்தான் வருவான். உள்ளே இருக்கும். ராகவன் மின்விசிறியை ஓடவிட்டு காலையில் படிக்காமல் விட்ட செய்திகளைத் தேடி நாளிதழில் ஆழ்ந்திருப்பான். வாசலில் யார் வந்தாலும் உடனடியாகக் கவனம் செலுத்த மாட்டான். வருபவர்கள் என்னை நகர்த்திதான் உள்ளே நுழைய வேண்டும். சத்தம் கேட்டு அவன் வருவான். அதற்குதான் இந்த ஏற்பாடு. பாட்டி அறைக்குச் சென்று பார்த்துவிட்டு அடுத்த அமாவாசை வரைக்கும் தாங்குமோ தாங்காதோ என்று கூறிக்கொண்டே சென்றாள்.

எல்லாமும்தான் பழக்கமாகி விடுகிறது!

பழைய நினைவுகளில் இருந்து மீண்டு, வந்திருக்கும் பச்சை சட்டை மனிதனை கவனிக்கத் தொடங்குகிறேன். ச்சரட்டென என்னை இழுத்துவிட்டு உள் நுழைந்து நிற்கிறான். சிறிது நேரத்தில் ராசு வந்து அந்த மனிதனிடம் ஏதோ பேசிக்கொண்டே, அருகே நின்று என்னை வருடுகிறான் ப்பா... என்னை வெட்டிப்போட்டக் *கையின் ஆதுர வருடுகை!*

"இது எந்த மரம் தெரியுதா? அநத வீட்டுக்காரம்மாவயும் அய்யாவையும் சின்ன மவ அசல் தேசத்துக்கு வரவச்சி தன்னோடயே தங்க வச்சிக்கிச்சி. இப்ப அந்த இடம் வாங்குனவங்க இதுமாதிரி பல மரம் வளத்துட்டு இருக்காங்க. இது சரி பண்ணிடலாம்யா... என்னமோ என் பொண்ணுக்கு ரொம்பப் பிடிச்சுப் போயிருச்சி இந்த நாற்காலிய, அதான், சார் பேச்சுவாக்குல சொன்ன உடனே பாக்கணும்னு தோனுச்சு. ஒரு பெஞ்சு வேற கேட்ருந்தார் வேலை முடிஞ்சிச்சி. ஆளுங்ககிட்ட எடுத்துட்டு வரச் சொல்லிருக்கேன்."

போன் செய்தாலே வேலை முடிந்துவிடும். என்னவோ இங்கே வரவேண்டும் என்று தோன்றியதாக அந்த மனிதனிடம் தொடர்ந்து பேசிக்கொண்டிருந்தான் ராசு. எனக்கு அகல்விழியம்மாவின் முகம் நினைவில் வந்தது. மரவியாபாரியோ இந்த வீட்டின் பின்புறம் இருந்த மரம் விழ இருப்பதாகக் கேள்விப்பட்டு வந்ததாகக் கூறிக்கொண்டிருந்தார். *மரமும் மனிதரும் ஒன்றுதானா!*

இருவரும் வெளியே சென்று காத்திருப்போம் என வெளியேறவும் கோவிலுக்குச் சென்று இருந்த ராகவன் மனைவி உள்ளே வரவும்

சரியாக இருந்தது. வந்தவள் விவரங்கள் தெரிந்துகொண்டு 'இப்போ பெஞ்ச் ஒன்னுதான் குறைச்சல்' என முனகியபடியே உள்ளே நுழைந்தாள்.

11

சற்று நேரத்தில் ஏதேதோ சத்தம்... சிலர் வந்தனர். சிலர் பலரானது. ஒரு கை என்னை வெளியே வாசலில் இழுத்து விட்டது. மற்றுமொரு கை வாசலில் இருந்து இன்னும் தூரமாக தரதரவென்று இழுத்து விட்டது. குழப்பம் சத்தம் கூச்சல் பார்க்கும் தூரத்தில் இருந்த வீட்டைப் பார்த்துக் கொண்டிருக்கிறேன் மனிதர்களின் வண்ணங்களை... வந்திறக்கப்பட்ட புதிய பெஞ்ச் வாசலில் இருக்கிறது. சிறு கூட்டம் வீட்டின் உள்ளிருந்து வெளியே வருகிறது. பெஞ்சில் கிடத்தப்படுவது யார்...ராகவனா...!!! பகீரென்றது.

யாரது தூரத்தில் கருப்பு உடையில்? ஜாகீதா போல தெரிகிறது. தலையில் துணியை இழுத்துவிடும் பாவனையிலிருந்தே தெரிகிறது ஜாகீதாதான். கலங்கிய கண்களுடன்... அழுதுகொண்டு வெளியே வந்த ராகவனின் மனைவியைக் கண்டவுடன் நின்றுவிட்ட ஜாகீதா தயக்கத்துடன் மெதுவாக அவள் கைகளைப் பற்றுகிறாள். பட்டென்று தயக்கம் முறிபடுமாறு சட்டென அவள் தோள் அணைத்து ஓவென்று அழுகிறாள் நோலுவின் அம்மா. ராகவன் உயரமாக நின்று ஒரு விநாடி ஆசீர்வதிப்பது போலிருக்கிறதே!

எந்தத் துக்கத்திலும் ஒரு நல்லது நடத்திவிட நினைக்கும் காலத்தின் முனைப்பு துல்லியமாய்த் தெரிகிறது.

பாட்டியின் தீனமான குரல் சற்று சத்தமாகக் கையறு நிலையில், 'தான் இறக்க வேண்டும்' என்கிறது. எங்களின் செவிக்கதவு சாத்தப்பட்டு இருந்திருக்கலாம்... மனக்கதவும்.

தாழ்ப்பாள்

ஏழுமலை அவசரப்படுத்திக்கொண்டிருந்தார். கடைக்காரப் பெண் அவரின் அவசரத்தை ஓரக் கண்ணால் கவனித்துக்கொண்டே பில் அடித்தது. சரக்கென்று கிழித்த துண்டுச்சீட்டைக் கையில் தந்து "அஞ்சு நிமிஷம்கூட பாட்டிய விட்டுட்டு இருக்க மாட்டிங்களாக்கும்" என்றது. ஏழுமலை நாணத்துடன் சிரித்துக்கொண்டார். அவருக்குத் தெரியும் இதற்கு பதில் சொன்னாலும் வேறு ஏதாவது அந்தப்பெண் சொல்லும். உரிமைக் கிண்டல்! வீட்டிலிருந்து இரண்டு கிலோ மீட்டர் தொலைவில் இருக்கிறது இந்தக்கடை. வெளியிடங்களுக்குச் சென்றுவிட்டு வரும் வழியில் உள்ள இந்தக் கடையில்தான் வழக்கமாக மளிகைப் பொருட்கள் வாங்குவது வழக்கம். அதனால் கடையில் உள்ளவர்களுக்கு ஏழுமலையை நன்றாகத் தெரியும். புன்னைமர நிழலில் நிறுத்தியிருந்த காரை எடுத்துக்கொண்டு கிளம்பினார். காரை நிதானமாகச் செலுத்தினார். இந்த நிழலில் நிறுத்திவிட்டு கடைக்குப் போய்வர வேண்டும் என்று சொல்லியனுப்பியதுகூட பார்வதிதான்.

பார்வதிக்கு வாகனங்களை வேகமாக ஓட்டினால் பிடிக்காது. ஒவ்வொரு முறையும் அலுக்காமல் சொல்லி விடுவது பழக்கமாயிற்று. இப்போதுதான் இரண்டு நிமிடங்கள் முன்பு ஃபோன் வந்திருந்தது. சேகர் வந்திருக்கின்றானாம். சேகர் பார்வதிக்கும் ராஜாங்கத்திற்கும் பிறந்த மூன்று பிள்ளைகளில் ஒருவன். மணி மூன்று முப்பது. அவர் வரும்போது

பார்வதி கேழ்வரகு இடியாப்பம் செய்துகொண்டிருந்ததைப் பார்த்தார். முன்புபோல் ஓடியாட முடிகிறதா இதுவெல்லாம் செய்து சிரமப்படுவானேன் என்றால், "முடிஞ்சத செய்யறேன். இப்ப என்ன பத்து, பன்னெண்டு பேருக்கா மெனக்கடறேன்? நம்ம ரெண்டு பேருக்குத்தானே."

வாய் மொழியும். கை செவ்வனேயென்று வேலையைத் தொடரும்.

ஏழுமலைக்கு பார்வதியின் கைமணம் நினைவில் வந்து உமிழ்நீரை சுரக்கச் செய்தது. பார்வதி இதுவரை வாழ்நாளில் சமைக்கவே சமைக்காததை பரீட்சித்துப் பார்த்தால்கூட சுவையாக வரும். ருசி எங்கிருந்து எதனால் பிறக்கிறது! அக்கறையும் அன்பினாலுமா! சமையலில் ஈடுபடுபவரின் எண்ண வெளிப்பாடா, நல்ல மனநிலையா அப்படிப் பார்த்தால் தீவிர கவலையுடன் இருக்கையில்கூட பார்வதியின் சமையலில் ருசி இருக்கும். தடாலடி கிடையாது. பாத்திரங்களை உருட்டுவது, இரைந்து பேசுவது, யாரையேனும் திட்டிக்கொண்டிருப்பது, உடன் இருப்பவர்களை ஓங்காரமாகச் சத்தமிட்டு வேலை வாங்குவது போன்று எதுவும் இருக்காது. எப்போதாவது வருகின்ற கோபத்தையெல்லாம் மௌனத்தில் கரைத்துவிடுவது வழக்கம். அந்த நேரத்தில் சுற்றியுள்ளவர்கள் அமைதியாக இருந்தால் போதும். தெரியாமல் பேசினார்கள் எனில் ம்ம்ம் என்பதே கனத்து ஒலிக்கும். சாதாரண வார்த்தைகள் எல்லாம் திட்டு வார்த்தைகளாகி அழுத்தம்பெற்று வரும். பின்பு நிதானமாக ஏன் எதனால் அப்படி இருந்தாரென்று விளக்கம் கிடைக்கும். உதவிக்கு வந்துகொண்டிருக்கும் சுதாவிடம்கூட மெதுவாக இந்திந்த வேலைகள் இத்தனை நேரத்திற்குள் செய்து தரவேண்டும் என்று கூறிவிட்டுத் தனது வேலையைக் கவனிக்கும் இயல்பு.

உணவின் சுவையுடன் ஆரோக்கியமும் கவனத்தில் இருக்கும். ஆனால் ஒருபோதும் நான் அப்படிச் சமைப்பேன் இப்படிச் செய்வேன் என்று சொல்லிக்கொண்டது கிடையாது. சுதா அலுக்காமல் பாராட்டுவாள். இதோ இன்னும் ஒரு கிலோமீட்டர் கடந்தால் வீடு வந்துவிடும்.

ஏழுமலை காருடன் எண்ணங்களையும் ஓட்டிக்கொண்டிருந்தார்.

★

ஏழுமலை சற்று மந்தகுணம்தான். புதிதாக நடக்கும் எதையும் உடனடியாகப் புரிந்து செயலாற்றத் தெரியாது. உதாரணமாக மறதியாய் சாத்தாமல் விட்டுவிட்ட வெளிக்கதவைத் தாண்டி

உள்ளே வந்த நாயை சூ... என்று விரட்டுவதற்கு நேரம் பிடிக்கும். அதற்குள் நாய் முகர்ந்து கொண்டே குப்பை வைத்திருக்கும் வாளியைக் கவிழ்க்க முயற்சித்திருக்கும். சுதா ஒருமுறை தோட்டத்து முதல் மாங்காய் பறித்த ஆவலில் நறுக்கித் துண்டு போட்டுக்கொண்டிருந்தாள். அவசரத்தில் கவனக்குறைவாக விரலில் கத்தியால் வெட்டிக்கொண்டாள். ஏழுமலை அப்படியே பார்த்துக்கொண்டு நின்றார். பார்வதி வந்து பார்த்துவிட்டு துணிவைத்துக் கட்டிவிட்டார். பிறகுதான் ஏழுமலை பதட்டமானார். பக்கத்து தெருவில் இருக்கும் பெரியாஸ்பத்திரி நர்ஸிடம் அழைத்துப் போனார். அந்தச் சூழல், மனதில் ஆகி செயலுக்குக் கொண்டுவர உடனடியாகத் தெரியாது. ஆனால் மனராசியோ கைராசியோ வியாபாரம் மட்டும் ஏறுமுகத்தில் பிரவாகமெடுத்தது. மந்தகுணம் உபத்திரமாகவில்லை. பார்வதி சொல்லிச்சொல்லி அலுத்து சரி இவர் இப்படித்தான் என்று புரிந்து அவருக்கும் சேர்த்து சமயோசிதமாகச் செயல்பட தன்னைத் தயார்படுத்திக் கொண்டார்.

ஏழுமலை வீட்டிற்கு வந்து கண்களைச் சுற்றவிட்டார். கூடத்து ஊஞ்சலில் சேகர் அமர்ந்திருந்தான். அரைகணம் அவன்மேல் பார்வையை நிறுத்தினார். ஏழுமலையைப் பார்த்ததும் வாங்க என்பதுபோல் தலையை அசைத்தான். பதிலுக்கு மெலிதாகத் தலையை அசைத்துவிட்டு நேராகச் சமையலறைக்குச் சென்றார். எப்போதுமே சுதா செய்தது போக மீதி இருக்கும் வேலைகளை பார்வதியும் ஏழுமலையும் பகிர்ந்து செய்வதுதான் வழக்கம். யாராவது வந்துவிட்டால் டீ காஃபியோ பழச்சாறோ பெரும்பாலும் ஏழுமலைதான் தயார்செய்து கொடுப்பார். இப்போது கடையிலிருந்து பொருட்கள் வாங்கிவந்தப் பையை பார்வதியருகே வைத்துவிட்டு பின்வாசல் வழியாக தோட்டத்திற்குச் சென்று அமர்ந்துகொண்டார்.

தோட்டத்தில் ஓய்வு நேரங்களில் அமர்வதற்கென்று இரண்டு சிமெண்ட் பெஞ்சுகள் உண்டு. எல்லாம் பார்வதியின் ஆலோசனைதான். வெயில் சாய்ந்திருந்தது. மதியத்திற்கு மேல் பக்கத்துவீட்டு மாமரத்தின் நிழல் பெஞ்சில் விழும். குளிர்ச்சியாக இருந்தது. மனதில் எந்தச் சலனமும் இல்லை. நீலமும் வெண்மையுமாக ஹாவென்று விரிந்திருந்த வானத்தை அண்ணாந்து பார்த்தார். வானம் முகம் நிறைய புன்னகைப்பது போலிருக்க, பதிலுக்குப் புன்னகைத்தார். பார்வதி எல்லாவற்றையும் எதிர்கொண்டு விடுவாள் என்ற உறுதித்தன்மை சௌகரியம் கொடுத்தது.

★

பார்வதிக்கும் ராஜாங்கத்திற்கும் பிறந்த மூன்று பிள்ளைகளில் ஒருவன் சேகர். பெண்டாட்டி பிள்ளைகளோடு பெங்களூரில் வசிக்கிறான். அடுத்தது பெண்பிள்ளை ஜோதிமலர். கல்யாணம் ஆகி ஒரு பெண் குழந்தை இருக்கிறது. கணவன் ஈரோடு பக்கத்தில் நண்பன் ஒருவனுடன் சேர்ந்து டெக்ஸ்டைல் கம்பெனி வைத்திருக்கிறான். கடைக்குட்டி ஜீவா சென்னையில் பெரிய ஐடி கம்பெனியில் வேலையில் இருக்கிறான். காதல் திருமணம் அவனே செய்துகொண்டான். எப்போதும் தொடர்பில் இருப்பவன். ஏழுமலைக்கு ஏதாவது குளிர்ச்சியாய் குடித்தால் பரவாயில்லை என்றிருந்தது. சரியாகப் பார்வதி சாத்துக்குடி சாறு பிழிந்து கொண்டு வந்தார். முகம் மலர்ந்து 'கொடு பாப்பு' என்று டம்பளரை வாங்கிக்கொண்டு மிடறு மிடறாக ரசித்துக் குடித்தார். எப்பொழுதாவது மனம் சிருங்காரம் கொண்ட நேரங்களில் பார்வதி பாப்புவாக மாறும்.

சுதா வந்துவிட்டாள். காலையில் ஒரு நடை வந்து உதவி செய்துவிட்டுப் போனாள். மனந்தோனுகிற போதெல்லாம் வந்துவிடுவாள். அவளை யாரும் தடுப்பதில்லை உரிமையுடன் வளைய வருவாள். திருமணம் மீது பிடிப்பில்லாமல் தனித்து இருக்கும் பெண். முப்பதை நெருங்கிக்கொண்டிருக்கிறாள். அவள் வீட்டில் வலியுறுத்திப் பேசினால், "எனக்குன்னு விருப்பம் இருக்கக் கூடாதா, உங்களுக்கு இடஞ்சலா இருந்தா ஏதாவது ஹாஸ்டலில் சேந்துக்கறேன். தோனறப்ப கல்யாணம் செஞ்சிக்கறேன்" என்று வேகமாகப் பதில் கூறுவாள்.

பார்வதி கேட்ட போது, "இது என் சுதந்திரம் பார்வதிம்மா. கல்யாணத்து மேல் ஆசை இல்ல. அதே சமயம் வெறுப்பும் இல்ல. வீட்டுக்காக டக்குனு புது உறவுக்குள்ள கலந்துக்க இஷ்டம் வரமாட்டேங்குது. வயசாகுதுங்கிறாங்க. ஆகட்டும் பாக்கலாம்" என்றாள். அவளின் அம்மா ஒப்பாரி வைக்காதக் குறையாக வலியுறுத்தி காலாகாலத்தில் பிள்ளைப்பேறு பார்த்துவிட்டு கண்மூட வேண்டும் என்று அவ்வப்போது புலம்பினாள். சமயத்தில் புலம்பல் அர்ச்சனையாகவும் மாறும். அந்த மாதிரி நேரங்களில், "இருக்கற மக்கள் தொகைல நான் ரெண்டு பெத்து போடலங்கிறதுதான் குறையாக்கும்" என்று நொடிப்பாள்.

சுதாவின் அம்மா பார்வதியிடம் குறைகூறி கவலையுடன் புகார் கொடுக்கவும், சுதாவிடம் கேட்டுப்பார்த்தார். சுதாவின் முடிவில் தான் தலையிடுவது சங்கடம் தருவதாக இருந்தாலும் அவள் அம்மாவின் கெஞ்சியக் குரலுக்காகப் பேசினார். சுதா அதிகம்

படித்திராதப் பெண். பள்ளி இறுதி வகுப்போடு நின்றுகொண்டாள். நல்ல புத்திசாலித்தனமும் நாகரிகமுமான பெண். படித்தவர்கள் என்ற காரணத்தினால் மட்டுமே நாகரிகமோ பண்போ ஒருவருக்கு முளைத்து விடுவதில்லை. நாகரிக மனமும் நல்ல குணமும் பிறருக்கு கெடுதல் அளித்திடாதப் பண்பும் மனதிலிருந்து உருவெடுப்பவை. வளர்த்துக்கொள்பவை. அந்த வகையில் சுதா பல டிகிரிகளுக்குச் சொந்தக்காரிதான் என்பார் ஏழுமலை.

ஒருமாதம் இருக்கும். சுதா தோட்டத்து பெஞ்சில் அமர்ந்திருந்தாள். நீளமான முகம் இடதுபக்கம் சாய்ந்திருந்தது. சிறிய கண்கள் எங்கேயோ பார்த்துக்கொண்டிருந்தன ஆனால் பார்க்கவில்லை. அங்குவந்த பார்வதியைக் கவனிக்கவில்லை. பார்வதி இல்லை ஒரு காலாட்படையே வந்திருந்தாலும் கவனித்திருக்க மாட்டாள். அந்த அளவிற்கு ஆழ்ந்த யோசனையில் இலயித்திருந்தாள். சுதாவின் தோரணையைப் பார்த்துவிட்டு பார்வதி அவள் தோளைத்தொட்டு நனவுலகுக்குக் கொண்டுவந்து விட்டுக் கேட்டார்.

“என்னடி ஒரே யோசனையா இருக்க?”

“நான் என்னையே பார்த்துட்டு இருந்தேன்.”

“ஓ நல்ல விஷயந்தான்.”

“வேறொருத்தரா இருந்தா லூசு மாதிரி பேசாதனு சொல்லியிருப்பாங்க.”

“சரி… சுதாவைப் பாத்த சுதா என்ன சொல்றா?”

“ரெண்டடி ஓட்டைதான் பார்வதிம்மா.”

“என்ன?”

“ரெண்டு அடி ஓட்டை ஒன்னு கிடைச்சா போதும் எல்லாத்துல இருந்தும் எஸ்கேப்பாகி நுழைஞ்சி ஓடிடலாம். அந்த ஓட்டைங்கிறது எது? என்ன? எங்க? எப்படிங்கிறதுதான் கண்டுபிடிக்கணும்.”

“அடிவிழும்… உன் வயசுக்கு இது அதிகம். ரொம்ப யோசிக்கிற. போய் ஃபிரண்ட்ஸோட சந்தோஷமா பேசு சிரி.”

சிரித்தாள் சுதா. இதுபோன்ற பார்வதியின் செல்ல அதட்டலில் எல்லாம் அவளுக்கு மனம் குழைந்துவிடும். குளிரச் சிரிப்பாள். குழந்தையாக மடியில் அமர்ந்துகொண்டு அண்ணாந்து அவர் முகம் பார்த்துச் சிரிக்கும் காட்சி மனதில் தோன்றும். அந்த நிமிடத்தை அனுபவிப்பாள். தொடர்ந்து சுதா மெதுவாகக் கரகரத்தக் குரலில்

கூறிக்கொண்டிருந்தாள். "நான் எதாவது ஒன்ன தேடிக்கிட்டு இருக்கேனா. என்னையே தேடிக்கிட்டு இருக்கேனானு தெரியல. மனசுல அலை ஓயாம இரையுது, அடையத் துடிக்கிது. எதை யாரைனு தெரியல. எது? யார்? எப்படி? சாத்தியமா தெரியல... என்னனே தெரியாம ச்சடார்னு அழுகை முட்டிட்டு வந்துருது. அப்ப ஏக்கமா தேம்புறது நிக்க ரொம்ப நேரமெடுக்குது."

குரல் மேலெழுந்தவாரியாக எழுந்து ஒலிக்காமல் இதயத்தின் அருகிலிருந்து ஒலித்தது. பார்வதி சுதாவை உன்னிப்பாகப் பார்த்தார். அவள் குரலின் வடிவம், அதன் தொனி மூளைக்கும் மேல் ஒளியாக எழுந்து அசைந்து மறைந்தது போலிருந்தது. அவள் இன்னும் எதுவோ சொல்லிக்கொண்டிருந்தாள் தொலைந்த தூரத்தில் நின்றுகொண்டு...

சுடர்விட ஆரம்பித்திருந்த விண்மீன்கள் பார்வதியின் கண்களுக்குத் தட்டுப்பட்டன.

"சரி சொல்லுங்க பார்வதிம்மா நான் புத்திசாலியா இல்லையா?"

"உன் முன்னாடி நான் புத்திசாலி இல்ல."

"பெரிய பொய்."

பார்வதி சிரித்துக்கொண்டே உள்ளே சென்றுவிட்டார்.

★

உள்ளே பார்வதி போன்கூட செய்யலியே என்ன விசேஷம் என்று சேகரிடம் விசாரித்துக்கொண்டிருந்தார். "நான் வரதுக்கு போன் செய்யணுமா" ஒரு மாதிரியாய் முகத்தை வைத்துக்கொண்டான் சேகர். எங்களையெல்லாம் நினைவிலேயே இல்லையா என்பதாக ஒரு பாட்டம் சொல்லி முடித்தான். இது வழக்கம்தான். பார்வதி எதுவும் பேசாமல் அமைதியாக இருந்தார். ஏழுமலையிடம் முகம் கொடுத்துப் பேசமாட்டான். இந்த முறை "அவர் ஏன் பேசாம போறார்" என்று வருத்தமாகக் கேட்டான். பார்வதியை அருகில் வந்து அமர்ந்துகொள்ள வேண்டினான்.

சேகருக்கு சிறிய வயதிலிருந்தே யாரிடமும் வாயார பேசும் பழக்கம் இருந்ததில்லை. நான்கு கேள்விகளுக்கு ஒரு பதிலாக இருக்கும் அவன் பேச்சு. அதுவும் வாக்கியமாக இராது. பலநேரங்களில் எதுவோ கேட்க வருபவன் போலவே இருக்கும் முகபாவனை. ஆனால் ஒன்றும் கேட்காமல் இருந்து விடுவான். உண்மையில் உள்ளே முளைத்தக் கேள்விகளை அவனே

கிள்ளி அப்புறப்படுத்திவிடுவதாக நினைப்பார் பார்வதி. பேச யோசிக்கும் அவன் சுபாவத்திற்காய் வலியக் கேட்டுக்கேட்டு அவன் தேவைகளைச் செய்வார். அவன் பார்வைக்கே என்ன வேண்டும், ஏது வேண்டும் என்று அவருக்குப் புரிந்துவிடும். மற்ற இரண்டும் அப்படியல்ல. அவனுக்கும் சேர்த்துவைத்து பேசிவிடும்கள் என்று உறவினர்கள் நண்பர்களிடம் பேசுகையில் சொல்வார். இப்போது அப்படியில்லை பேசப்பழகியிருக்கிறான். ஏழுமலையுடன் இந்த ஊருக்கு வர முடிவெடுக்கையில் எதுவுமே பேசாமல் முகத்தைத் திருப்பிக்கொண்டான். அப்புறமும் கூட பேச ஆர்வப்பட்டதில்லை. ஏழுமலையாகப் பேச்சுக் கொடுத்து சரி விருப்பமில்லை போலிருக்கிறது என்று விட்டுவிட்டார். இப்போது அவனாகக் கேட்கிறான். பச்சாதாபமா உண்மையுணர்வா என்று பார்வதிக்குப் புரியவில்லை. கவனித்துப் பார்த்தால் உண்மையான உணர்வாகத்தான் தெரிகிறது. எப்போதும் அவன்மீது வருத்தம் இருந்ததில்லை. முகத்தை தூக்கி வைத்துக்கொண்டு இருந்தாலும் எதுவும் நினைக்க மாட்டார். சொல்லவும் மாட்டார்.

ஏழு வருடங்களுக்கு முன்பு சேகர் தனது அப்பா இறந்தவுடன் தனியாக இருக்கும் தம்பியுடன் போய் அம்மா இருந்துகொள்வாள் என்று நினைத்தான். ஸ்திரமாக நம்பினான். தன்னுடன் இருக்குமாறு அழைக்கும் எண்ணமுமிருந்தது. பார்வதிக்கு மருமகள் மருமகன் என்று யாரிடமும் சண்டையிருந்ததில்லை. தங்களுடன் தங்க வைத்துக்கொள்ள மூவருமே தயாராய் இருந்தனர். பார்வதி எதுவும் கூறவில்லை. அழைத்தவர்களிடம் மறுதலித்துப் போய்வருமாறு அனுப்பிவிட்டார். இரண்டு வருடங்கள் கடந்தப்பிறகு ஏழுமலையுடன் இங்கு வந்துவிட்டார். ஏழுமலை திருமணம் செய்துகொள்ளாமல் இருப்பதென்று முடிவுசெய்து ஊர் ஊராகச் சுற்றிக்கொண்டிருந்தவர். உடனுக்குடன் புரியாத நிகழ்கால நிகழ்வுகளெல்லாம் வியாபாரம் தவிர்த்த மற்ற விஷயங்களில்தான்! வியாபாரத்திற்கு கற்பூர புத்தி தேவையென்றாலும் நிறுத்தி நிதானிக்கும் புத்தியும் தேவையாயிருந்தது. கூடவே அவர் மனதுக்கேற்ற நல்ல நேரம் பயணித்தது. சந்தையின் போக்கை மிகச்சரியாகத் தீர்மானம் செய்துவிடுவார். அல்லது இவர் தீர்மானம் செய்யும் திசையில் சந்தை சென்றது. ஆனாலும் ஆளாய்ப் பறந்து பேயாய் சம்பாதிப்பதில் ஆர்வம் இருந்ததில்லை. அதனால் பெரிய அளவில் வியாபாரத்தை விருத்தி செய்யவில்லை. கைப்பிடித் தளராமல் நிதானமான வருவாயைப் பார்த்து வந்தார். ஊர் ஊராக ஜவுளித்துறைகளுக்குத் தேவையான மூலப்பொருட்களை

வாங்கி விற்றுவந்தார். நல்ல லாபமும் பெற்றார். பதட்டமில்லாத நாட்களாக அமைத்துக்கொண்டு தொடர்ந்தார்.

பார்வதி, ராஜாங்கம் திருமணத்திற்கு முன்பே பார்வதியை விசேஷ வீடொன்றில் ஏழுமலை பார்த்திருக்கிறார். ராஜாங்கத்தை திருமணம் செய்தபிறகு சொந்தக்காரரர் ஆகிவிட்டார். ராஜாங்கம் அண்ணன் முறையாகிறது. அவர்களின் வீட்டிற்குச் செல்லும்போது பார்வதியை வாங்க போங்க என்றுதான் அழைப்பார்.

திருமணத்திற்கு முன் துள்ளுகிற வயதில் பார்த்தபோது மனதில் பதிந்துவிட்ட அணுக்கமான முகம் பார்வதியுடையது. அடிக்கடி நினைவில் வந்துபோயிருக்கிறது. அப்புறம் மறந்து போய்விட்டார். பார்வதியைச் சந்தித்து இந்த ஊருக்கு வந்தப்பிறகு மறந்து போகவில்லை, உள்ளே பதிந்து போயிருக்கிறது என்று உணர்ந்துகொண்டார். இருவரும் தனித்திருக்கையில், "எப்பவோ மனசுல தங்கிட்ட நீ இறங்கவே இல்ல" என்பார்.

எல்லாம் விட்டு தேசாந்திரியாகத் திரிந்து அறுபதுகளில் சந்தித்தப்போது பேசிப்பிடித்து இருவரும் தனியே வசிப்பதென வந்துவிட்டனர். இருந்துடலாம்தான். ஆனாலும் அச்சாரம் போட்டுட்டா ஒரு சந்தோஷம்ல" என்று ஏழுமலை ரிஜிஸ்டர் செய்ய ஏற்பாடுசெய்து, ஒருநாள் இருவரும் சம்பிரதாயமாகக் கையெழுத்திட்டு வந்தனர்.

ஒருமுறை சுதா கேட்டாள், "ஊரு உலகம் என்ன சொல்லும்னு நினைச்சீங்களா பார்வதிம்மா?"

"ஊர் ஒன்னும் சொல்லாத மனுஷங்களோ விஷயமோ ஒன்னுண்டா."

சுதா கண்கள் விரித்து வலதுகை கட்டைவிரலை நெஞ்சுக்கு நேராக உயர்த்திக் காட்டினாள்.

இப்போது சேகர் ஏழுமலையுடன் பேச ஆசைப்படுகிறான். ஜோதிமலரும் பேரப்பிள்ளைகளும் சிறிது நாட்களிலேயே சகஜமாகி விட்டனர். சேகர் மட்டும் கல்லை மென்றவன் போல வந்துபோய்க் கொண்டிருந்தான். தற்போது முகம் மலர்கிறது. பேச ஆவல்படுகிறான் என்பதை பார்வதியால் புரிந்துகொள்ள முடிந்தது. பின்பக்கம் வந்து சேகரின் விருப்பத்தை ஏழுமலையிடம் கூறினார். ஏழுமலை எழுந்து உள்ளே வந்து சேகர் அருகில் அமர்ந்துகொண்டார். பேசத்தொடங்கினார்கள்.

★

வெளிகேட்டைத் தாண்டி உள்ளே வந்தால் போர்டிகோ. அதையொட்டி உடனே கூடத்திற்குள் வந்துவிட இயலாது.

போர்டிகோ அடுத்து திண்ணைப் போன்ற ரெண்டடி உயரம் மூன்றடி அகலத்தில் நாற்பதடிக்கு ஒரு காரிடர் நீண்டிருந்தது. வீடு கட்டியவர்கள் ரசித்துக்கட்டி நன்றாக வாழ்ந்துகொண்டிருந்தவர்கள். பிள்ளைகள் வெளிநாட்டில் செட்டிலாகி உடன் தங்கிக்கொள்ள அழைக்கவும் விற்றுவிட்டுப் போய்விட்டார்கள். விற்பனைக்கு வந்த சேதி தெரிந்து ஏழுமலை வாங்கிவிட்டார். வாங்குவதற்கு முன் பார்வதியை அழைத்துவந்து காட்டினார். பார்வதிக்கு மிகவும் பிடித்துப்போனது. நல்ல நேரம் என்பார்களே அதுதான் போலிருக்கிறது என்று ஏழுமலை நினைத்து நினைத்து மாய்ந்தார். பார்வதியுடன் இந்த ஊருக்கு வரலாம் என்று முடிவெடுத்த இரு தினங்களில் வீடு விற்பனைக்கு வந்து சட்டுபுட்டென்று தகைந்தது. இரண்டு கூடங்களை ஒட்டிவைத்துத் தைத்தது போல் இருக்கும். நடுவில் இரண்டு தூண்கள். ஊஞ்சல் வலதுபுற கூடத்தில் இருந்தது. வலதுபுறம்தான் காற்றும் வெளிச்சமும் வரும் இடம். டிவி இடதுபக்க மூலையில் இருந்தாலும் தொடர்ந்து ஓடாது. அது கொஞ்சம் வெளிச்சம் குறைவாக இருக்கும் இடம். வலதும் இடதுமாக இரண்டு அறைகள், ஒரு சாமி மாடம், முன் கூடம் ஒட்டி ஒரு அறை. வலதுபுற கூடத்தைத் தாண்டி வந்தால் சமையலறை பிறகு தோட்டம். இங்கு வந்தப்பிறகு பார்வதியின் ஆலோசனையின் பேரில் சில மாற்றங்கள் நடந்தது.

சேகரும் ஏழுமலையும் பேசிக்கொண்டிருந்ததைப் பார்த்து இருவருக்கும் பொதுவாக ரெண்டு வார்த்தை பேசிவிட்டு வலதுபுற கூடத்திற்கு வந்து சுவரோரம் போட்டிருந்த ரெண்டடி அகல மரக்கட்டிலில் மெத்தையைத் தட்டி மேலே மெல்லிய விரிப்பைப் போட்டு இடது கையை தலைக்குக் கொடுத்து ஒருக்களித்து படுத்துக்கொண்டார். வெயிலின் தாக்கம் அதிகமாயிருப்பதாகத் தனக்குத்தானே சொல்லிக்கொண்டார். எதிரில் சிறிய ஸ்டூலில் ஒருகால் மடக்கி அமர்ந்திருந்த சுதாவைப் பார்த்து மெலிதாகச் சிரித்தார். சுதா சிரித்துவிட்டு உங்களைப் பார்த்தால் பொறாமையாக இருக்கிறது என்று கூறினாள்.

“இந்தப் பொறாம, பரிதாபமா ஈவிரக்கமா மாறுறதுக்குள்ள போய் சேந்துடணும் சுதா. அவ்ளதான். போதும்” என்று கண்களை மூடிக்கொண்டார்.

சுதாவிற்கு அவரது கருவிழிகளின் அசைவு தெரிந்தது. மூடிய விழிகளுக்குள் இறந்த காலம் உருண்டு கொண்டிருக்கிறது என்று நினைத்துக்கொண்டாள். பருமனில்லாத, ஒல்லியுமில்லாத சிவந்த உடல் மேல் பச்சையும் சிவப்புமான கைத்தறிப் புடவைத்

தழுவியிருந்தது. தோட்டத்துக் காற்றின் பயனாக நரைமுடிகள் சில வலப்புற நெற்றியிலும் கன்னப்பரப்பிலும் மெலிதாக ஆடிக்கொண்டிருந்ததன. அதனைக் காண்பதற்கு அவ்வளவு அழகாக இருந்தது. தனது மனதிற்குள் மஞ்சள்வண்ணக் கம்பளத்தின் மீதமர்ந்து சர்வ அலங்காரத்துடன் மடியேந்திய வீணையை மீட்டினாள்.

மொட்டு மலரக் காத்துக்கொண்டிருக்கும் சிறுமியைப் போன்று பார்வதியின் மூடிய விழிகளையே பார்த்துக்கொண்டிருந்தாள். எப்படிக் கவரும் வகையில் இருக்க முடிகிறது! பிறகு தன்னுணர்வில் விழித்து விடுவாரென பார்வையைத் திருப்பிக்கொண்டாள்.

விளையாட்டிற்குக் கூறவில்லை நிஜமாகவே பொறாமையாக இருந்தது சுதாவிற்கு. எல்லா வயதிலும் ஆண் விரும்பும், எப்பொழுதும் உடன் இருக்க ஆண் விருப்பப்படும் பெண்ணாக இருத்தல் மதிப்பான சுகம்தானே என நினைத்தாள். ஈர்ப்பு விசை இவர்! பார்வதிம்மா பள்ளிப் பருவத்தில் அடுத்த வகுப்பில் படித்துக்கொண்டிருந்தப் பையனொருவன் சொல்லியனுப்பிய காதலுக்கு பச்சைக்கொடி காட்டியதும் தொடர்ந்த நிகழ்வுகளும் சுதாவிற்குத் தெரியும். அவரே சொல்லியிருக்கிறார். பகலானாலும் இரவானாலும் தூங்கினால் எழுந்தவுடன் தண்ணீர் குடிக்கும் பழக்கம் உடையவர் பார்வதி. அடுப்படிக்குச் சென்று ஒரு செம்பு தண்ணீர் கொண்டுவந்து அவர் கைக்கெட்டும் தொலைவில் மூடி வைத்துவிட்டு அப்படியே அவரது அருகிலேயே ஒரு பெட்ஷீட் எடுத்துப்போட்டு படுத்துக்கொண்டாள். கண்கள் மூட காட்சிகள் விரிந்தன.

பார்வதிக்கு அந்தப் பையனைப் பிடித்திருந்தது. தினம் தூங்கி எழுகையில் அவனது பெயர் சொல்லிக்கொண்டு எழுந்துகொள்வார். தூங்கப் போகும்போதும் அப்படியே நடக்கும். அவனைப் பார்க்கப் போகிறோம் என்றுதான் பள்ளிக்கூடத்திற்கே உற்சாகமாகக் கிளம்புவது வழக்கம். பதினேழு வயதில் என்ன திட்டம் போட முடியும். ஆனால் திட்டம் போட்டார்கள். யாருக்கும் தெரியாமல் திருமணம். தூரமான ஊரில் வசிக்க வேண்டும். அடுத்து இரண்டு பெண் குழந்தைகள். பெரிய அளவில் பணம் சம்பாதித்துவிட்டு வந்து சொந்தக்காரர்களைப் பார்க்கவேண்டும் அதுவரை அவர்கள் யாரையும் சந்திக்கக்கூடாது என்று திட்டம் வகுத்தார்கள். பன்னிரண்டாம் வகுப்பு முழுத்தேர்வு முடிந்த அன்று வீட்டிற்குச் செல்லாமல் அந்தப் பையன் நண்பர்களின் உதவியுடன் எடுத்துவந்த வாடகைக் காரில் ஏறி சென்னைக்குப் போய்விட்டார்...

அவரது வீட்டில் அனைவரும் எப்படியும் இழுத்துக்கொண்டு வந்துவிடும் மூர்க்கத்துடன் தேடிக்கொண்டிருந்தனர். துப்புக் கிடைக்காமல் அலைமோதிக் கொண்டிருக்கையில் அவரது அம்மா "தலையை முழுகு சனியன் ஒழிஞ்சதுனு" என்று கூறிவிட்டார்.

பார்வதியின் அம்மா அப்படிக் கூறியபோது அவர்கள் காரில் போய் இரண்டாவது நாள். கண்டிப்பாகக் கண்டுபிடித்துவிடும் சாத்தியக்கூறுகள் இருந்தது. எல்லோருக்கும் இருந்த மிகுதிக்கோபத்தில் அப்போது அவரின் அம்மா சொன்னது சரியென கிடப்பில் போடப்பட்ட மானம், சிறிது நாட்களில் வேகத்துடன் வீறுகொண்டது. பலனாக இரண்டரை மாதங்களில் வசமாகக் கண்களில் சிக்கினார்கள். முதலில் பார்த்த அண்ணன் தகவல் கூற, இழுத்துவந்து வீட்டில் அடைத்தார்கள்.

"இந்த வயசிலேயே தேவடியாத்தனம் பண்ணுது" வார்த்தைகளில் சூடிழுத்தாள் அம்மா. கிட்டத்தட்ட ஒரு வருடம் அடைப்பட்டு அழுதுகொண்டிருந்தார். பிறகு ஒருவழியாக டிகிரி முடித்து ராஜாங்கத்திற்கு கட்டிவைத்தார்கள்.

தற்போது உள்ளடுக்குகளில் வைத்திருப்பதை எடுத்துச் செயலாற்றுவது போல ஏழுமலையுடன் ஆறு மாதங்களுக்கு ஒருமுறை நான்கைந்து நாட்கள் புதிய புதிய இடங்களுக்குப் பயணம் சென்று வருகின்றார். சுதாவிற்கு பார்வதியைச் சுற்றியே நினைவுகள் வந்தன. ஏதேதோ நினைத்தவாறு தூங்கிப்போனாள்.

★

ஏழுமலையுடன் இந்த ஊருக்கு வருவதாக முடிவெடுத்தவுடன் பார்வதி பிள்ளைகள் மூவரையும் அழைத்துக் கூறினார். சேகருக்கு இந்தச் சூழலை எப்படிக் கையாள்வது என்று தெரியவில்லையா அல்லது பிடிக்கவில்லையாவெனத் தெரியவில்லை. முகம் ஒரே தொனியில் இருந்தது. பிடிக்கவில்லை என்று புரிந்துகொண்டார். ஜோதிமலர் சில கேள்விகளைக் கேட்டாள். அவளது கணவர் சரியென்பதாகத் தலையாட்டினார். பார்வதியின் பெயரில் சொத்து, நகை, நட்டு என்று எதுவும் இல்லை. எல்லாமும் பிள்ளைகளுக்குப் பிரித்துக் கொடுத்துவிட்டார். வங்கி இருப்பாக நாலு லட்சத்து அறுபத்தி ரெண்டாயிரம் இருந்தது. அதனை யாரும் எதுவும் கூறவில்லை அது அவர் பெயரிலேயே இருக்கட்டும் என்று நினைத்தனர். ஜீவா மட்டும் செய்தியைக் கூறியவுடன் 'வாவ்' என்று துள்ளினான். அடுத்த நொடியே "பத்திரமா இருப்பேல்ல" என்று கரங்களைப் பிடித்தான்.

பார்வதி அவனது தலையைக் கோதி நீங்கள் எல்லாம் வந்து பார்த்துப்போகும் தூரத்தில்தான் இருக்கிறேன். மூன்று பேரையும் பார்க்காமல் இருக்க முடியாது என்று கூறினார்.

"அஃப்கோர்ஸ் நாங்களும் அப்படித்தான்மா" என்று தோளோடு அணைத்துக் கொண்டான். கண்கள் கலங்கியிருந்தன. அப்போது பார்வதிக்குச் சொல்லவொண்ணா நறுமணம் கமழ்ந்து மனதில் ஏறியது. ஜீவாவும் இதே உணர்ந்திருப்பானா... உரிமையும் அன்பும் சௌகரியத்தன்மையும் இணைந்து தோன்றுகையில் எல்லாம் பார்வதி வெளிச்சொல்லத் தெரியாத ஒரு நறுமணத்தை உணர்வார்.

★

முக்கால் மணி நேரத்தில் பார்வதி உறக்கத்திலிருந்து எழுந்துகொண்டார். தனக்கு அருகில் உறங்கிக்கொண்டிருந்த சுதாவைப் பார்த்துப் புன்னகைத்தார். ஏழுமலை ஊஞ்சலிலும் சேகர் முன்கூடத்திலும் படுத்திருந்தனர். சமையலறைக்குச் சென்று காஃபி வைத்து விட்டு சுதாவை எழுப்பி இருவருக்கும் கொடுத்துவரச் செய்தார். சுதா படுக்கைகளை ஒழுங்குப்படுத்திவிட்டு பார்வதியுடன் பின்புறம் சென்று அமர்ந்துகொண்டு காஃபி குடித்தவாறு கதை பேசினாள். சென்ற வாரத்திலிருந்து ஏழுமலை தன்னுடைய வியாபாரக் கணக்கு வழக்குகளை சுதாவிடம் ஒப்படைக்குமாறு கேட்டுக்கொண்டார் பார்வதி. கூடவே அவரது நண்பர் ஒருவரின் பெரிய அளவிலான வியாபாரத்தின் கணக்கு வழக்குகளைக் கவனித்துக் கொள்பவர்களில் ஒருத்தியாகவும் சுதாவை நியமிக்கச் செய்தார். மாதம் பிறந்தால் இரண்டுக்கும் தனித்தனியே வவுச்சரில் கையெழுத்து வாங்கி சம்பளம் கொடுக்கவேண்டும் என்று ஏற்பாடு.

பார்வதி சொன்ன உடனேயே ஏழுமலை நண்பரை அழைத்துச்சென்று ஒரு லேப்டாப் வாங்கிவந்து சுதாவிடம் கொடுத்துவிட்டார். கணக்கு வழக்குகளைக் கொஞ்சம் கொஞ்சமாகச் சொல்லிக்கொடுத்தார். கெட்டிக்காரி! விவரங்களைப் பிடித்துக்கொண்டாள். வேலையெல்லாம் வீட்டில் இருந்துதான். ஏழுமலையின் நண்பருக்கும் பிடித்திருந்தது. சுதா அந்தக் கணக்குகள் பற்றி அது தொடர்பாக செல்ஃபோனில் பேசிய நபர்களைக் குறித்து சொல்லிக்கொண்டே வந்தாள்.

பிறகு தயங்கித் தயங்கி ஒரு விஷயம் பார்வதிம்மா இந்தத் தெருவில் இருக்கும் சிலபேர் உங்கக்கிட்ட பேசணும் என்று பேசிக் கொண்டார்கள் எனக் கூறினாள். அவள் காதுபடவே ஏதாவது கிண்டல் செய்து பேசுகின்றனர் என்றாள். பார்வதியைப் பற்றியப்

பேச்சு புகை மூட்டமாகக் கிளம்பிக்கொண்டிருப்பதாக சுதா மட்டுமல்ல, சில நாட்களாக ஏழுமலையே "நம்மளப் பத்தி ஏதோ சுவாரசியமா பேசிக்கிறாங்கப் போல" என்று சிரித்துக்கொண்டே சொல்லியிருக்கிறார்.

சுதா இதுநாள்வரை தெரியாதது தெரிந்திருக்க வேண்டும். எப்படி இப்போது... அம்மாவுக்கே சமீபமாகத்தான் தெரியும். அம்மாதான் சொல்லியிருக்க வேண்டும் என்று நினைத்தாள். பார்வதியும் கவனிக்காமல் இல்லை. போகட்டும் என்று கண்டுகொள்ளாமல் இருந்தார். ஆனால் நேரில் பேச வேண்டும் என்கிறார்களாம் என்றதும் ஒருவித அசூயையைக் கொடுத்தது.

★

சுதா மூவரிடமும் விடைபெற்று அவள் வீட்டுக்குச் சென்றாள். காலையில் வந்தாள். காலை வேளையில் எழுந்ததும் வந்து பார்வதியைப் பார்க்கும்போது அன்றைய நாளை நீட்டி, நீவி இதப்படுத்தி எடுத்துவைத்துப் பயன்படுத்துவது போலிருக்கும் அவரது செய்கைகள். ஒவ்வொரு நாளும் அப்படித்தான் ஆரம்பிக்கும். ஒவ்வொரு மணித்துளியாக செலவழித்துக்கொண்டு, இல்லையில்லை... அனுபவித்துக்கொண்டு இருப்பார். அவர் பல்துலக்க பற்பொடியை எடுத்து உள்ளங்கையில் கொட்டும்போதே மனதிற்குள் அன்றைக்குப் பேசவேண்டியச் சொற்களையெல்லாம் சின்ன பெரிய வாக்கியங்களாகக் கோர்த்தெடுத்து வைத்துக்கொள்வாரோ என்று தோன்றும். சுதாவிற்கு ஆசையாக இருந்தது திடுமென நாமும் அந்த வயதிற்கு போய்விட்டாலென்ன என்று... அதற்குள் அவள் அம்மாவின் சலிப்பும் கோபமுமேறிய குரலும் அவளை நாளின் பாதிக்குத் தரதரவென இழுத்துக்கொண்டு வந்துவிட்டது. அழைக்கப்பட்டதினால் வந்த அசௌகரியத்தை அம்மாவிடம் பேசி சரிசெய்ய வேண்டும் என நினைப்பாள். அவள் அம்மாவிற்கு புரியாமலில்லை. ஆனால் தன்னை மீறி இப்படிப் பேசிவிடுவதாகக் கூறினாள். சுதா இதனை பார்வதியிடம் பகிர்ந்தபோது ஒரு உபாயம் கூறினார். அம்மா அழைக்கும்போதெல்லாம் அதனை ரசிக்கப் பழகு அல்லது அதனை நகைச்சுவையாக எடுத்துப்பேசு என்றார். சுதா புரிந்துகொண்டாள். அன்றிலிருந்து அவள் அம்மாவினுடைய அழைப்பின் நிறத்தை மாற்ற முயற்சித்தாள். கைகூடவும் செய்தது.

இரவு உணவை முடித்து வாசல் கதவைப் பூட்டிவிட்டு வந்து ஊஞ்சலில் படுத்துக்கொண்டார் ஏழுமலை. அம்மாவும் மகனும் அருகருகே கட்டிலை இழுத்துப் போட்டுக்கொண்டு கதை

பேசிக்கொண்டிருந்தனர். சிறிது நேரத்தில் பார்வதிக்கு கண்கள் அசத்தினாலும் சேகர் விடுவதாயில்லை. பேச ஆசைப்பட்டான். அவன், ஜோதிமலர், ஜீவா பால்யகால குறும்புகளை பள்ளிப் பிராயங்களை நினைத்து நினைத்து பேசிக்கொண்டிருந்தான். பத்து மணியிருக்குமா? முன்னறையில் இருந்த அலைபேசியை எடுத்துவந்து பக்கத்தில் வைத்துக்கொண்டு மணி இன்னும் பத்தே ஆகல என்று கூறினான். பார்வதியோ ஏழுமலையோ அருகில் ஃபோனை வைத்துக்கொள்ள மாட்டார்கள். ஒன்பது மணிக்கு நன்றாகத் தூங்கிவிடுவார்கள். அடுத்தமுறை குடும்பத்துடன் வருவதாகச் சொன்னான். பார்வதிக்கு அவனைக் குழந்தையில் பார்த்தது போலவே இருந்தது. சிறுவயதில் எதுவோ நினைத்து வருத்திக்கொண்டு பிறகு அவனே சரியாகி வந்து மடியில் படுத்துக்கொண்டு ம்மா சினிமாக்குப் போகலாமா கடைக்குப் போகலாமா என்பான். விடியற்காலையில் சேகர் கிளம்பி ஊருக்குச் சென்றுவிட்டான்.

ஜோதிமலர் போன வருடம் பிள்ளைகளுடன் வந்து பத்து நாட்கள் தங்கிவிட்டுப் போனாள். கணவன் கம்பெனியில் பார்ட்னரான நண்பன் எடுத்த தப்பான ஆர்டரினால் பலவருட முன்னேற்றம் பின்னுக்குத் தள்ளப்பட இருந்தது. உடனே சரிசெய்து விட்டால் தப்பித்துவிடலாம். பணம் தேவை. நண்பனை விட்டுக்கொடுக்க மனம் வரவில்லை. அவனே போகிறேன் என்றாலும் நீ தெரியாமல் செய்ததுதானே என்று ஜோதிமலரின் கணவன் நண்பனுக்கு உறுதுணையாயிருந்தான். வந்து நான்கு நாட்கள்வரை இச்செய்தி எதுவும் பார்வதிக்குத் தெரியாது. ஜோதிமலர் கணவனுடன் போனில் பேசுவதை வைத்து ஒருவாறாய் யூகித்துவிட்டார். ஏழுமலைக்கு எதுவும் விளங்கவில்லை. சுதாவுடன் பேசிக்கொண்டு இருக்கையில் ஜோதி கண்கலங்கினாள். பார்வதி வலியுறுத்தி விவரங்களை வாங்கிவிட்டார். ஆனாலும் கணவன் மனைவி இருவருக்கும் எதுவும் சமாளித்துவிடும் மன உறுதியிருந்தது. சுதா போய் ஏழுமலையிடம் விளக்கமாக எல்லாமும் கூறினாள். ஏழுமலைக்கு இந்த விஷயத்தில் மட்டும் சிலநேரங்களில் கொடுப்பதற்கு என அவரது மூளை கட்டளையிடுமுன் கைகள் முந்திவிடும். உடனடியாக வெளியே செல்வதற்கு கிளம்பி பார்வதியிடம் வந்து நின்றார்.

“பேங்க்ல ஜாயின்ட் அக்கவுண்ட்ல இருக்கறதுல இருந்து அஞ்சு ரூபாய் எடுத்துக் கொடுப்போம். ஜோதிக்கு உதவியா இருக்கும்.”

"அவங்களே சமாளிக்கிறேங்கிறாங்க... கொஞ்சம் பொறுத்துப் பாப்போமே."

"ம்ஹூம்... இது வியாபாரம் ஒவ்வொரு நாளும் முக்கியம்."

"சரி... கைல பணத்த எடுத்துட்டு வரவேணாம். அப்படியே அவங்க அக்கவுண்ட்க்கு மாத்தி விட்டுடறது நல்லது."

தலையை ஆட்டி 'எஸ் எஸ்' என்றார்.

ஜோதிமலரின் கணவன் பிரச்சினையை நிவர்த்தி செய்துவிட்டு நேரில்வந்து ஏழுமலையின் கைகளைப் பற்றிக்கொண்டு நன்றி கூறினான். ஜோதிமலர் ஏழுமலையுடன் இணைந்து நின்றுகொண்டு நன்றியைத் தானும் பெறும்விதமாகச் சிரித்தாள்.

ஏழுமலை பார்வதியிடம் "பொண்ணு மனசுல உரிமையுள்ள அப்பாவா இடம்பிடிச்சிட்டேனானு சந்தேகமா இருந்தது. இனிமே இருக்காது" என்றார்.

அதற்குப் பிறகு மாப்பிள்ளை இந்தப் பக்கம் வருகின்ற வேலை இல்லாத போதும் புதிய வேலைகளை உருவாக்கிக்கொண்டு வந்துசென்றார்.

★

சேகர் வந்துபோய் இரண்டு வாரங்கள் சென்றிருக்கும். அன்று தூங்கி எழுந்ததில் இருந்து பார்வதிக்கு ஜீவாவின் ஞாபகம் அதிகமாக இருந்தது. டெலிபதியா என்ன! ஜீவாவிடமிருந்து போன்.

"என்னம்மா வாங்கி வரட்டும்?"

"ஒன்னும் வேணான்டா. எத்தனை மணிக்கு வர?"

"எப்படி நான் வரப்போறேன்னு கண்டு புடிச்ச?"

"இது பெரிய கஷ்டமாடா என்ன அனுப்பட்டும்னு கேப்ப, இப்போ என்ன வாங்கி வரட்டும்னு கேக்கற போதாதா?"

"ஓ... சந்தோஷத்துல நானே சொல்லிட்டேனா?"

ஜீவா மனைவியுடன் வந்தான். மூன்று நாட்கள் தங்கவிருப்பதாகக் கூறினான். போக மனமில்லாமல் கூடுதலாக இரண்டு நாட்கள் தங்கினான். அவனும் அவன் மனைவியும் சுதாவை பக்கத்து டவுனுக்கு அழைத்துச்சென்று அவளுக்குப் பிடித்த ஆடைகள் ரெண்டு செட்டும் வெள்ளிக்கொலுசும் வாங்கித் தந்தார்கள். சுதா

மனதிற்குள் அவர்கள் மடியில் அமர்ந்திருக்கும் குழந்தையானாள். ஊர் சுற்றினார்கள். பார்வதி ஏழுமலையுடன் கேரம் போர்டு விளையாடினார்கள். ஏழுமலையைப் பாடவைத்தார்கள்.

பார்வதி ஜீவாவை தனியே அழைத்து சுதாவிற்கு செய்தது குறித்துப் பேசி அகமகிழ்ந்தார். உங்க ரெண்டு பேருக்கும் அந்தப் பெண்ணிற்குச் செய்யத் தோன்றியதை நினைத்தாலே சந்தோஷமாக இருக்கிறது என்றார்.

"அவ அன்புக்கு முன்னாடி இது கம்மிதான். எனக்குத் தெரியும்மா உன் பார்வைல நாங்க மூனு பேரும் அவளுக்குள்ளே இருக்கோம்னு."

பார்வதி மகனைக் கட்டிக்கொண்டார். அவன் மனைவியை அழைத்து ஏழுமலைக்கும் பார்வதிக்கும் வாங்கி வந்திருந்த உடைகளை அளித்தான். ஏழுமலை அன்று இரவு தூங்கும்போது பார்வதியிடம் ஆத்ம திருப்தி என்பது இதுதானா என்று கேட்டார்.

★

விடிந்தும் விடியாததுமாக சுதாவின் அம்மா வந்து பார்வதியிடம் பக்கத்தில் வசிப்பவர்கள் மனச்சங்கடம் தரும்படியாகப் பேசிக்கொண்டார்கள் என்பதைச் சுற்றிவளைத்துச் சொல்லிவிட்டுச் சென்றாள். காலையில் சுதா யோகாசனமெல்லாம் முடித்து நேராக, 'பார்வதிம்மா...' என்று அழைத்துக்கொண்டு வந்துவிட்டாள். இன்று சாயங்காலம் இந்தத் தெருவில் இருக்கும் சிலர் வந்து பார்வதி ஏழுமலையிடம் பேசவிருப்பதாகக் கூறினாள். அவள் அம்மா சொல்லிவிட்டுப் போனது தெரிந்திருக்கவில்லை. ஆனால் அவள் சொன்னது போல் கூட்டம் வரவில்லை. இங்குப் படித்தவர்கள் எண்ணிக்கை அதிகம். அது ஒரு காரணமாக இருக்கலாம் என்று நினைத்துக்கொண்டார். ஆனால் நடந்தது வேறு, ஏரியா சங்கத்தில் இருந்து இரண்டு பேர் வந்து சுற்றிச்சுற்றிப் பேசினார்கள். அவர்களுக்கு ரிஜிஸ்டர் ஆஃபிஸில் பதிவு செய்தது தெரிந்திருக்கவில்லை அவரும் கூறவிரும்பவில்லை. பார்வதியும் ஏழுமலையும் இளம்பருவப் பிள்ளைகளுக்குத் தவறான முன்னுதாரணமாக அமைந்துவிடும் என்று சிலர் எண்ணுகிறார்களாம். அதற்குத் தக்கபடி பதில் கூறினால் பேச்சுகள் சம்மந்தமில்லாது வந்தன. அவரவர் உரிமையில் தலையிடக் கூடாதென்றாலும் இது வில்லேஜ் என்பதால் எல்லோருக்கும் வாய்த்தீனியாக இருக்கிறது என்று நினைப்பதாகக் கூறினார்கள்.

நினைக்கிறார்கள் நினைக்கிறார்கள் என்று கூறினார்களே தவிர நேரடியாகத் தங்களை உட்படுத்திக்கொண்டு பேசவில்லை. பேச்சு

வார்த்தையில் இது ஒருவகையாகயிருக்கும். இல்லை அவர்களுக்கே இப்படிப் பேசுவது பிழை என்று உள்ளிருக்கும் உணர்வு சொல்கிறதோ என்னவோ... அழுத்தமில்லாத உச்சரிப்புகளுடன் அசூயையான உடல்மொழி கொண்டு உளறினார்கள்.

அடுத்த நாள் இரண்டு பெண்கள் வந்தார்கள். சிறிது நேரத்தில் இன்னும் இரண்டு பேர்... எப்படியும் ஈரத்தைப் பார்த்துவிடத் துடித்துக்கொண்டிருந்தார்கள். தூண்டில்கள் விதவிதமானவை. ஆதரிப்பது போலும் தைரியம் கொடுப்பது போலவும் பேச்சுகள் புழுக்களாக நெளிந்து கொண்டிருந்தன. அற்பங்கள் என்றார் ஏழுமலை.

கிசுகிசுவென்று உள்ளேயும் வெளியேயும் நகரும் பேச்சுகளில் பச்சை நிறம் அசைந்து கொண்டிருந்தது. அருவருப்பு உணர்வு தழைத்திருந்தது. காமம் நேரடியாக காதுகளுக்கு வரும்வேளை பார்த்திருந்தது. அவ்வேளையும் வந்தது. பார்வதி அமைதியாக. "சேர்ந்து வாழத்தானே இயற்கைப் படைச்சது. கட்டாயப்படுத்தி யாரும் யார் கூடவும் இருக்க வைக்கிறது தப்பு. ஒருத்தருக்கொருத்தர் சம்மதப்பட்டு இருக்கறதுல யாருக்கு என்ன சிரமம்? இப்பவோ எப்பவோனு இருக்கற வாழ்க்கைல இதை ஒரு பொருட்டா பாக்க என்ன இருக்கு?" என்றார்.

"ஓ இந்த வயசுலயும் சுகம் தேடுது உடம்பு..." ஒரு குரல், ஒலியின் டெசிபல்லைக் குறைத்துப் பேசிக்கொண்டிருந்தது பார்வதியின் காதில் விழுந்தாற்போன்று, முதல் நாள் வந்தவர்களைப் பார்த்துக் கூறினார்.

"உடம்புக்காகவானு ஒரு பேச்சு ஓடுது. கேக்கறாங்க, சரி அது அவங்கவங்க தனிப்பட்ட சேதி இல்லையா, அப்படியெல்லாம் ஒன்னும் இல்ல தனித்தனியாதான் இருக்கோம்னு நாங்க சொல்ல நிரம்பவும் விருப்பப்படறாங்க, படறீங்க. அதுக்கான முன்தயாரிப்போட பேச்சு கொடுக்கறாங்க கேள்வி கேக்கறாங்க. ஆனா நான் அவங்க எதிர்பார்ப்புக்கு மாறா ஆமா அதுக்காகவும்தான்னு சொல்லறேன். *Yes... we also live together for lust.* படுத்துக்கவும்தான்."

சுதா குனிந்தவாறு முகம் கனிந்து சிரித்துக்கொண்டாள்.

கடுத்து கறுத்துப்போன முகங்கள் வெளியேறின. இரண்டு முகங்கள் அவர்களுக்குள் எப்படியேனும் குற்ற உணர்வைத் தூண்டிவிடத் தீர்மானித்து புழுக்களை நெளியவிட்டன. பார்வதியோ ஏழுமலையோ எப்போதிருக்கும் முகபாவனையிலிருந்து சிறிதும்

மாறாது பேசிக்கொண்டிருந்தார்கள். சுதா மனதிற்குள் கைகளில் நீண்ட மூங்கிலோடு எண்திசைகளிலும் விசிறியபடி நடனமாடத் தொடங்கினாள். பூமி சுழன்று கொண்டிருந்தது.

ஹெலன்

1

அலைபேசி அழைக்கிறது. கண்விழித்துக் கவிழ்ந்திருந்த பேசியைத் திருப்பி யாரெனப் பார்க்காமலேயே வலது ஓர பட்டனை அழுத்தி அமைதியாக்கி புரண்டு படுத்தாள். திரும்பவும் ஒலிக்கிறது. அசுவாரஸியமாய் கலைந்த தூக்கத்தோடு பேசியை காதோரம் கொண்டு போக, "எந்திரிச்சிட்டியா கீழே வா" அண்ணன் பிரணவின் குரல் வேகமாய்... போர்த்தியிருந்த போர்வையை உருவிப் போட்டுவிட்டு பால்கனியில் இருந்து எட்டிப் பார்த்தாள். பிரணவ் தனது மரூன் கலர் ஜாவா பைக்கை ஸ்டார்ட் செய்துகொண்டு இருந்தான். வண்டி உயிர் பெற்று விரைகிறது. அப்பாவிடம் சண்டைப் போட்டு பிடிவாதமாக வாங்கிய வண்டி. வண்டியோட்டும் போது ஸ்டைலாக அழகாக இருக்கிறான். சில ஆண்களுக்கு மட்டும் டூவீலர் ஒரு கிரீடம் போல ஆகி விடுகிறது என்று நினைத்துக் கொள்கிறாள். ஆற்றில் நிறையத் தண்ணீர் வந்துள்ளது கவனமாகப் போய்வா என பிரணவிற்கு அறிவுறுத்தி விட்டு உள்ளே வரும் அப்பாவைப் பார்க்கிறாள். புன்னகைக்கிறார்.

பால்கனியில் இருந்து திரும்பி வந்து ஸோஃபாவில் கால் மடக்கி உட்கார்ந்து கொண்டு இரவு பெய்த மழையை நினைக்க, கூடவே சில நினைவுகளும் நிகழ்வுகளும் அவளது மனக்கண்களில்...

ஊரிலிருந்து வந்தக் களைப்பில் நன்றாகத் தூங்கி எழுந்து கலைந்த தலைமுடியுடன் காலை வேளைக்குரிய புத்துணர்வு முகத்தில் பளிச்சிட ஸோஃபாவில் அமர்ந்திருக்கும் மோனா, டெல்லியில் உள்ள பிரபலக் கல்லூரியின் மருத்துவ மாணவி. படிப்பின் மீது உள்ள ஆர்வத்தினால் மதிப்பெண்ணும், ஆசைப்பட்ட கல்லூரியில் இடமும் எளிதாகக் கிடைத்தது. அண்ணன் பிரணவ் இன்ஜினியரிங் முடித்து விட்டு டெக்ஸ்டைல் பிஸினஸ் செய்து வருகிறான். அப்பா மஹிந்திரா ஷோ-ரூமும் அதைத் தொட்டுத்தொடரும் சில வியாபாரங்களும் செய்கிறார். அம்மா ஜூவல்லரி டிஸைனர். டிஸைனர் வொர்க் பார்ப்பதும் வீட்டைக் கவனிப்பதுமென இருக்கிறார்.

அம்மாவிற்கு மோனலிஸா ஓவியத்தின் மேலுள்ள காதலால் மோனலிஸாவை சுருக்கி இவளுக்கு மோனா எனப் பெயர் வைத்தார். மோனா இப்போது மருத்துவப் பயிற்சி முடித்து ஊருக்குத் திரும்பிவிட்டாள். மேற்படிப்பு படிக்க வேண்டும். கார்டியாலஜிஸ்ட் ஆக விருப்பம். இவளுக்குப் பிடித்த ஹெலன் மேல் கொண்ட ப்ரியமும் மரியாதையும் அதே துறையை விரும்ப வைத்தது. ஹெலனை நினைத்தாலே மோனா முகம், ஆறுமாதக் குழந்தையிடம் முத்தம் வாங்குவது போல ஒரு சுகந்தத்தைத் தேக்கிக்கொள்கிறது. இங்குத் திரும்பவும் மழை.

பால்கனி சென்றாள். மேற்கூரையில்லாத வலதுபுற பரந்தப் பகுதிக்குச் சென்று நின்றாள்.

மழைக் குளுமை நாசிநுனித் தீண்டியது. கொஞ்சம் கொஞ்சமாக அதிகரித்த மழை பரந்து விரிந்து ஆழ்ந்து அமிழ்ந்து திகட்டா அமுதமாகத் தொடர, கண்களில் முழுவதுமாக வாங்கி இதயம் நிரப்ப தின்று கொண்டிருந்தாள். வானம் பார்த்து, முகம் காட்டி, நாக்கை நீட்டினாள். முகம் முழுதும் விழுந்து வழிந்தோடிய மழை நாக்கிலும் பட்டது. சுவை! இப்படி மழைத்தண்ணீர் குடிக்கும் போதெல்லாம் அவளுக்குள் ஒரு கர்வம் வந்து அமர்ந்து விடுகிறது.

வானையே குடித்துவிட்டு நடப்பது போல மமதையாய் உள்ளே வந்து, மனமின்றித் திரும்பவும் தனது ஈரக்காலடி மேலேயே காலை வைத்துச்சென்று சொல்லத் தெரியாத ஏக்கத்தினைத் தீர்க்கும் அமிர்தமாகப் பொழியும் மழையை, நெஞ்சம் விம்ம, இடம் விடாது இறுகத்தழுவி 'நீராட்டு நீ' என இரு கைகள் விரித்து கண்கள் மூடி நின்றாள். முகம் கைகள் எல்லாம் தழுவுவதைத் தொட்டுச் சிரித்து திருப்தி கமழ, தரையில் வழுக்கி விடாமல் கவனமாகக் காலடிகளை எடுத்து வைத்து, உள்ளே வந்து அப்படியே ஆளுயரக்

கண்ணாடியின் முன் நிற்கிறாள். சிறுவயதில் மழையை சுகிக்க கற்றுக்கொடுத்து கூடவே நனைந்த அம்மா உள்ளே சங்கமிக்க, மழை நீராட்டிய உடல் பளபளப்புடன் மின்னுகிறது.

ஹெலன் நினைவில் வருகிறார்.

மண் மழையின் வசமா? மழை மண்ணின் வசமா?

2

பெரிய வளாகமும், பராமரிப்பில் பசுங்கம்பளமுமாக விரிந்திருக்கும் புல்வெளியும் வளர்ந்திருந்த கட்டடங்களும் மரங்களும் விதவிதமான மனிதர்களுமென படிக்க வந்த இடம் உற்சாகம் கொடுக்கிறது. அவளுக்குக் கொடுத்த விடுதி அறையில் இணைந்த மூன்று பெண்களும் அலட்டல் இல்லாத கலகலப்பானவர்கள்.

வகுப்பில் நான்கு பேரும் ஒன்றாக இணைந்து அமராமல், திசைக்கொருவராக அமர்ந்து அந்தந்த இடத்தின் செய்திகளைப் பகிர்ந்து மற்றவர்களை விளையாட்டுக் கலாட்டா செய்வார்கள். இருவர் ஹைதராபாத். ஒரே ஊர்க்காரரர்கள். நண்பர்கள். மோனா தமிழ்நாடு. இன்னொருத்தி புனே.

புனேக்காரி அஷ்மிதாவின் சுறுசுறுப்பு மட்டும் தனியானது. அது சுறுசுறுப்பா, பரபரப்பா எந்த வகையில் சேர்ப்பது! நாலரை அடி உயரம்தான். சீனியர் ஜூனியர் எவரையும் விட்டு வைக்க மாட்டாள். எல்லோரும் நண்பர்கள். ஒருசில எதிரிகள் கூட உண்டு. அவர்களைப் பார்த்தாலே குஷியாகி விடுவாள். அப்படி ஒன்றும் பெரிதாக அவர்கள் மேல் கோபமும் இருக்காது. கேட்டால், அப்படி நான்கு பேர் இருக்கவும்தான் போனப் பரீட்சைக்கு இந்தப் பரீட்சையில் மதிப்பெண் அதிகம் வாங்கினேன் என்பாள்.

மோனா புனேக்காரி என அழைத்து அஷ்மிதாவை வம்பிழுப்பதால் எப்போதாவது தஞ்சாவூரைக் குறுக்கி தஞ்சக்காரி என்பாள். பூசினாற்போன்ற உடல்வாகில் வெள்ளை நிறத்தில் தோள்வரை நறுக்கி விடப்பட்ட பிரவுன் நிற முடியை அப்படியும் இப்படியும் திருப்பி குதித்து, குதித்து நடக்கையில், அவளது வேகத்திற்கு ஈடு கொடுக்க முடியாமல் தான்தோன்றித்தனமாக அந்த முடி பறப்பது போலிருக்கும். படிக்கும் இடத்திலிருந்து அவளது ஊர், அறைவாசிகள் எல்லோரது ஊரையும் விடப் பக்கம். ஊர் சுற்றிப் பார்க்க அவர்களுக்கு அஷ்மிதாதான் வழிகாட்டி கண்களை

அகட்டி அகட்டிப் பேசுகையில் அஞ்சாம் வகுப்பு சிறுமியாகத் தோன்றுவாள்.

திடீர் திடீரென்று ஹிந்தியும் ஆங்கிலமும் கலந்து ஏதாவது சொல்லி வைப்பாள். நண்பர்கள் முதலில் திகைத்துப் பின்னர் நினைத்து சிரித்துக் கொண்டிருப்பார்கள். 'அருணுக்கு மீசையே முளைக்காதாடி' என்பதாக இருக்கும் அவள் திடீர் ரகப் பேச்சுக்கள்... இவள் பேசிக்கூட இராத அவன் மேல் அதுவும் அறிவியல் காரணங்களோடு உடற்கூறுகளைப் படிப்பவளுக்கு எதற்கு இப்படி ஒரு கேள்வி என்பது யாருக்கும் தெரியாது.

வகுப்பில் யாரேனும் சிரித்தால் அஷ்மிதாவிடம்தான் வகுப்பு எடுப்பவர்கள் பார்வை போகும். ஒருநாள் Reproduction பற்றி சின்ஸியராக நடந்து கொண்டு இருந்த வகுப்பில் யாரோ ரெண்டு பேர் கமுக்கமாகப் பேசிச் சிரித்தனர். இருந்தாலும் வகுப்பு எடுத்துக் கொண்டிருந்த மிஸ்டர் பூஷனுக்கு கேட்டுவிட்டது. 'அஷ்மிதா ப்ளீஸ் அவுட்' என்றாரே பார்க்கலாம்.

வகுப்பே அமைதியாக இருந்தது.

ஒருவரையொருவர் அமைதியாகப் பார்த்துக் கொண்டனர். அவர் மூக்குக்கண்ணாடியை ஒற்றை விரலால் உயர்த்தியவாறு "வாட் ஹேப்பண்ட்?" என்று முறைக்க, முதலில் அமர்ந்து இருந்த ஃபகத், "அவள் இன்று விடுமுறை எடுத்திருக்கிறாள்" என்றான். எதுவும் சொல்லாமல் எந்த முகபாவமும் காட்டாமல் வகுப்பை முடித்துப் போய் விட்டார். அத்தனைப் பெருமைக்குரிய மனுஷி.

நான்காவது வருடத்தின் பிற்பகுதியில் ஒருநாள் வகுப்பு நேரத்தில் யாரும் கிளாஸ் எடுக்க வராமல் இருந்த சிறிய இடைவேளையில், மோனா மற்றும் அஷ்மிதா உள்ளிட்ட மாணவிகளிடையே கவர்ச்சிகரமானப் பாடல்கள் பற்றியப் பேச்சு ஆரம்பமானது. ஒவ்வொருவரும் அவரவர் மொழி திரைப்படப் பாடல் ஒன்று கூற வேண்டும். ஹிந்தி, பெங்காலி, கன்னட, தெலுங்குப் பாடல் என அவரவர் மொழியில் உள்ள பாடலைச் சொல்லி யூ-டியூபில் எடுத்து அந்தப் பாடலின் வீடியோவைக் காண்பித்துக் கொண்டு வந்தார்கள். மோனா வரிசை வந்தது. சட்டென எந்தப் பாடலும் நினைவு வரவில்லை. ஆன்லைனில் பார்க்கலாம் என்றால் பாடலைச் சொல்லிவிட்டு யூடியூபில் ப்ளே செய்து காட்ட வேண்டும் சொல்லும் முன் மொபைல் தொடக்கூடாது என்று தடா அமுல்படுத்தி இருந்தார்கள். பழைய தமிழ்த் திரைப்படப் பாடல் ஒன்றைக் கூறினாள். புதிய பாடல் எதுவும் உடனடியாக

அவளது நினைவுக்கு வரவில்லை. இந்தப் பாடலைப் பக்கத்து வீட்டு அத்தை அவர் வீட்டில் பாடிக் கொண்டிருந்ததை எதற்கோ அவர் வீட்டுக்குப் போகையில் கேட்டு, முதல் இரண்டு வரிகளை அவளும் வீட்டில் கத்திக்கத்திப் பாடும்போது அம்மா வந்து பட்டென்று முதுகில் ஒரு அடி வைத்தாள். ஏனென்று தெரியாமலேயே அன்று திட்டு வாங்கி அழுது தூங்கிப் போனாள். கட்டுப்பெட்டி அம்மா! அதிலிருந்து மறக்க முடியாத பாடலாகிப் போன அதையே தனது சாய்ஸாகக் கூறி, மொபைல் வாங்கி யூ-டியூபில் எடுத்துக் காண்பித்தாள். என்ன வேரியேஷன்! குரல் நல்லாருக்கு என்று சிலாகித்தார்கள். அந்தப் பாடலில் வரும் பெண் குரலின் முனகல் சத்தம் அவர்களைக் கவர்ந்து விட்டது. இரண்டு மூன்று பேர் அதனை மெதுவாகச் செய்துக் காண்பிக்க ஆரம்பித்தனர். அஷ்மிதா சத்தமாக அப்படியில்லை இப்படி என முனகலை அதுபோலவே ராகமாய் இழுத்துக் கண்கள் சொக்கிச் சொருகுவது போல மூடி, முகத்தைக் கோணிக்கோணிப் பாட, அவர்களால் சிரிப்பை அடக்க முடியவில்லை.

உடன் படிக்கும் பெண்கள் கண்களில் நீர்வர சிரித்துக் கொண்டிருந்தனர். அப்படியே என்ன, என்ன எனக்கேட்டு மற்ற மாணவர்களுக்கும் செய்திப் பரவிவிட்டது. எல்லோரும் ஒருவரை ஒருவர் பார்த்துச் சிரித்துக் கொண்டிருந்தார்கள்.

சிரிக்கத் தூண்டும் ஒரு பேச்சை நினைத்துக் கொள்கையில், ஒரு தன்மை. ஒருவருடன் பகிர்ந்து கொள்கையில், ஒரு தன்மை. அதுவே இப்படி நிறையப் பேர் பகிர்ந்து ஒருவரை ஒருவர் பார்த்து அர்த்தபுஷ்டியுடன் சிரித்துக்கொள்கையில், ஒரு தன்மை. ஒரே நேரத்தில் ஒரே இடத்தில் பலரிடமும் பரவி ஆயுளை நீட்டித்துக் கொண்டது சிரிப்பு. அப்படித்தான் அன்று நினைத்து நினைத்து யாராவது அஷ்மிதாவை திரும்பிப் பார்த்துப் புன்னகைத்துக் கொண்டிருந்தனர்.

அப்படி ஒன்றும் இது பெரிய நகைச்சுவையில்லை. ஆனாலும் இளமையும், துடிப்பும், கூட்டமும், ஸ்நேகமும் அப்படிச் சிரிப்பை வரவழைத்து இருந்தது. அன்றிலிருந்து அஷ்மிதாவைப் பார்க்கும்போதெல்லாம் யாரேனும் வார்த்தைகள் இல்லாத அந்த முனகலை ராகமாகச் சொல்லி விடுவர். அவளது குட்டி மூக்கும் காது மடல்களும் சிவந்துபோகும். தலையை ஆட்டி "போங்கடீ" என்பது போல் ஒரு பாவனையைக் காட்டுவாள். பிரவுன் நிற முடி குட்டியாய்க் குதித்து அலைந்து அவள் தோளில் விழும். அப்படி ஒரு ஜாலி கலாட்டாவின் போதுதான் DM-ல் சேர்ந்திருக்கும்

ஹெலனுடன் அவரது பெர்ஃபியூம் பற்றியும் பேச்சு வந்தது. ஹெலன்? அப்படி ஒரு அதிசய மணமா என்ன?! மோனா முதல் முறை ஹெலன் குறித்து நினைத்தாள்.

தங்கள் எல்லைக்குள் புதிதாய் வந்தவர்களை விளையாட்டாய் நோட்டம் விட்டு வருவது மோனா குழுவின் வழக்கம். பார்த்து, நோட்டம் விட்டு வந்ததை எல்லோரும் இருக்கையில் பேசிப் பகிர்ந்து கொள்வார்கள். ஹாஸ்டலிலும் காலேஜிலும் இதுபோன்ற தகவல்கள் தெரிந்தவர்களாக அவர்களே அறியப்பட்டார்கள். அப்படித்தான் ஒரு முன்மதியத்தில் அவரைப் பார்த்துவிடும் எண்ணத்தோடு கேஷுவலாக அவர் இருக்கும் இடத்திற்கு மோனாவும் அஷ்மிதாவும் சென்றார்கள்.

அவர் வேறொருவரிடம் பேசிக்கொண்டிருந்தார். மோனா கவனித்தாள். நேவி புளூவும் ஜூனிபர் க்ரீனும் இணைந்த குர்தா அணிந்திருந்தார். அந்த வண்ணங்கள் அலையில்லாதக் கடற்கரையைப் போல் இருந்தது. முதுகின் அமைப்பு சரியான உடல் வடிவைக் கொண்டவராக இருப்பார் என்றது. எந்த உடைக்கும் பொருத்தமான உடல். மஞ்சள் கலந்த வெண்மை. சரியாக அவர்களுக்கு முகம் தெரியவில்லை. அலையில்லாக் கடற்கரையில் ஒரு பறவை! வாசனையைப் பற்றிப் பேசியது நினைவிற்கு வர, வேண்டுமென்றே நெருங்கி அவர் முதுகையொட்டி நடந்து கடந்தாள். நறுமணம்!

திரட்டியத் தகவல்படி அவர் தமிழ்நாட்டைச் சேர்ந்தவர். செங்கல்பட்டில் பிறந்து சில வருடங்கள் தங்கியிருந்தாலும் அவரது அப்பாவின் வேலைக்காரணமாக பெங்களூருக்கு குடிபெயர்ந்து விட்டார்கள். பெங்களூர்வாசி. MD முடித்து DM படிக்கிறார். cardiology டிபார்ட்மெண்ட். படிப்பு முடித்து துறை ரீதியான ஆராய்ச்சி, சிகிச்சைப்பணி என்று லட்சியங்கள் உண்டு. நான்கைந்து லாங்வேஜ் தெரியும். சொல்லித் தருவதில் திறமை மிக்கவர் அன்றையப் பார்வையிடலுக்குப் பின் அவரைச் சந்திக்கவில்லையே தவிர அவ்வப்போது அவரைப் பற்றிப் பேசிக்கொண்டார்கள்.

என்னவோ சில நாட்களாக முகம்கூடத் தெரியாத ஒருவரைப் பற்றி யாரேனும் பாராட்டிப் பேசுவதைக் கேட்டு வந்திருக்கிறதை நினைத்து மோனா தனக்குள் சிரித்துக் கொண்டாள். தேடிப்போயும் பார்க்கவில்லை. அஷ்மிதாவும் மோனாவும் போய்ப்பார்த்து வந்த நாளிலிருந்து சரியாக நான்காவது மாதம் அவர்களின் வகுப்பிற்கு வந்தார். மோனா முதன்முறையாக முகம் பார்க்கிறாள். அரை மணிநேரம் டீனின் விருப்பத்தின்படி கார்டியோ பற்றிப்

பேசிவிட்டுச் சென்றார். தட் வாஸ் த கோல்டன் டே. டிஸ்கஷன். பிறகும் சிலமுறை வந்தார். அத்தனை முறைகளும்

கவனிப்பு

கவனிப்பு

கவனிப்பு.

பல் தெரியச் சிரிக்கும் சிரிப்பு. தூரமாய்ப் பார்த்த ஒருவரை நெருங்கிப் பார்க்கையில் அவ்வளவுதானா எனத் தோன்றச் செய்துவிடும் சிரிப்பு சிலருக்கு. சட்டென அங்கு ஒரு பெயர் தெரியாத வெற்றிடம் உருவாகும். சுவாரஸ்யம் கொடுக்கக்கூடியதாக, மதிக்கக் கூடியதாக இருக்க வேண்டாமா ஒரு விரிந்த சிரிப்பு! ஏதோ... ஏதோ உள்ளே இருக்கு, இன்னும் கொஞ்சம் சிரி, பேசு என்பதாக இருக்க வேண்டும் ஒரு விரிந்த சிரிப்பு. அப்படி இல்லையா அப்பாவித்தனம் சொட்ட வேண்டும் என்று நினைப்பாள் மோனா. ஹெலன் சிரிப்பு முதல் வகை. அவ்வப்போது இரண்டாவது வகையிலும் மலர்ந்து விடும். முதல் வகையிலும் ஸ்பெஷல். சுவாரசியம் கொடுக்கக் கூடியதிலும் ஒரு தனி உலகை மறைத்து வைத்திருக்கிறாரோ என்ற எண்ணத்தை அவளுக்கு தோற்றுவித்தது. வகுப்பிற்கு வந்தவுடன் நேரடியாகப் பார்த்த நிமிடம் அவள் மனதில் தோன்றியது அம்மா இவரைப் பார்த்திருந்தால் தயங்காமல் ‘மோனலிஸா ஹெலன்’ என்று பெயர் வைத்து இருப்பாள். ஆனால் லிஸாவை விட இவர் அட்ராக்டிவ். ‘மன்னியுங்கள் டாவின்சி.’ மனதுள் உரக்கக் கூறினாள்.

டீனே பாராட்டியப் பெண் என்பதால் சந்தேகம் கேட்பதற்கு என்று சிலர் பேசுவர். சிலர் அவரிடம் பேசுவதற்காகவென்றே போய் சந்தேகம் கேட்டனர். யார் சும்மா வந்தனர்? யார் நிஜமான சந்தேகத்துடன் வந்தனர் என்பது அவருக்குத் தெரிந்திருந்தது. பார்த்துப் பார்த்துக் காத்திருந்து ஒருநாள் அவரிடம் சென்றாள். உண்மையிலியே சந்தேகம் இருந்தது. விளக்கினார். இத்தனை மேன்மையா! அடுத்தமுறை அவரது சப்ஜெக்ட் இல்லாது அடுத்த சப்ஜெக்ட் கேட்டுப் போனாள். எதுவும் சொல்லவில்லை. பதில் மட்டும் வந்தது. இரண்டு வாரத்திற்கு ஒருமுறை என்று இருந்தது வாரத்திற்கு ஒருமுறை என்றானது. வகுப்பில் யாரேனும் “உங்க ஏஞ்சல பார்க்கப் போகலியா?” என்று கேட்கும் அளவிற்குச் சந்திப்புகள் தொடர்ந்தது. ரகசியமாகக் கிசுகிசுக்கத் தெரியாத குரல் கொண்ட அஷ்மிதா கூட அவளது தொண்டைக் கம்மியக் கரகர குரலில்,

“ஆப் கே ப்யார் மெய்ன் ஹூம் சவர்னா லாகெ

தேக் கே ஆப் கோ ஹூம் நிக்ஹார் நே லாகெ...” காதருகே பாடினாள். கம்மியக் குரலுக்குள்ளும் இனிமை இருக்கிறது என்றாள் மோனா.

வளாகத்திற்குள் ஆங்காங்கே அவர்கள் குரூப்பைப் பார்த்தால் எப்பொழுதேனும் அறிந்தவருக்கான குறும் புன்னகை ஒன்று ஹெலனிடமிருந்து பறந்து வர ஆரம்பித்திருந்தது. anotomy வகுப்பில் லயிக்க வைத்த நேரம் அவர்கள் எல்லோருக்குள்ளும் இருந்தது. அன்று அவர் தங்கியிருக்கும் இடத்திற்கு ஒன்றரை கிலோமீட்டர் தூரத்தில் இருந்த ரெஸ்டாரெண்டிற்கு ஜூனியர் ஒருவரின் பர்த்டே பார்ட்டிக்காகச் சென்றிருந்தார்கள்.

அந்த ஏரியாவில் அவர் வீடு இருப்பது திரும்பி வருகையில்தான் தெரியும். சரியாக எந்த இடம் என்றுதான் தெரியாதே தவிர இந்தச் சுற்றுப்புறத்திற்குள் என்பது தெரிந்தே இருந்தது. போகும்போது வேறு பாதை. வரும்போது அவர் வீட்டின் வழியே வந்தார்கள். இதுதான் அவர் எடுத்துத் தங்கியிருக்கும் வீடு என்று சொல்லிக் கொண்டார்கள். அஷ்மிதாதான் போய் பார்த்து ஒரு ஹாய் சொல்லிவிட்டு வருவோமா என்றாள். குறுகுறுப்பை மறைத்துக் கொண்டு சம்மந்தமில்லாதவள் போல மோனா திரும்பி வேடிக்கைப் பார்த்துக் கொண்டிருந்தாள். ஒட்டு மொத்தமாய் போவது என முடிவெடுத்தனர்.

அஷ்மிதா மட்டும் மோனாவைப் பார்த்துச் சிறிதாகச் சிரித்தாள் she smirked. ஊரையே விலைக்கு வாங்கும் வாய். நல்லப் பெண்தான். எப்போதாவது இப்படி கோணங்கித்தனம் செய்து விடும். மோனாவிற்கு எட்டிப் பார்த்த எரிச்சலை விழுங்க வைத்தது ஹெலனின் இருப்பிடம். வாசலுக்கு அடுத்து இடதுபுறம் உயரமான பதினைந்தடி நீளமும் ஐந்தடி அகலமும் கொண்ட காரிடர். வீட்டிலிருந்து வரும் பாதைத் தவிர்த்து இரண்டு பக்கமும் ஸ்டீல் உருளைகளால் அடைக்கப்பட்டிருந்தது. சதுரமாக முன்னறை. டிவி, புக்ஸ், மயிலிறகு என்று முதல் பார்வையில் படும்வகையில் சில, சதுரத்தின் முடிவுப் பக்கத்தில் வலதுபுறம் ஒரு பெரிய அறை இங்கிருந்தே பார்க்க முடிந்தது. இடதுபக்கம் ஒரு சிறிய அறை சாத்தியிருந்தது. நேராக உள்ளே சென்றால் சமையலறை. பின்பக்கம் கதவு இருக்கும் என்று நினைத்துக் கொண்டாள். தோட்டம் பசுமையாகக் கண்களுக்கு குளிர்ச்சி அளித்தது. முன்னறை நல்ல விசாலமாக இருந்தது. ஊஞ்சல் கட்டி ஆடலாம்.

ஒவ்வொரு இடத்திற்கும் ஒரு வாசம். மோனா வீட்டிற்கு வந்தவுடன் அவள் அப்பாவின் வாசம் காத்துக் கொண்டிருந்தது போல ஓடி வரும். அதுவும் இப்போதெல்லாம் ஊருக்குள் கால் வைத்தவுடனேயே வந்து விடுகிறது. இங்கு உள்ளே வந்தவுடனேயே இவரது நறுமணம். ஹெலன் தமிழ்நாட்டைச் சேர்ந்த உதவியாளரைத் தேடிப்பிடித்து வைத்திருந்தார். எப்போதோ அந்தப் பெண்ணின் பெற்றோர் தமிழ்நாட்டிலிருந்து வந்துவிட்டார்களாம். உதவியாளரிடம் சொல்லி அவர்கள் அனைவருக்கும் க்ரீன் டீ கொடுக்கச் செய்தார்.

புதிய இடத்தைப் பார்க்கும் பார்வையில், இல்லையில்லை, அந்தச் சாக்கில் அஷ்மிதா கண்களை உலவ விட்டாள். அந்தப் பெர்ஃப்யூம் என்ன பிராண்ட், என்ன பேர் என்பதைக் கண்டுபிடிக்க அவள் கண்கள் உலவியது. ஆனால் அவள் கண்களுக்கு அது தட்டுப்படவே இல்லை. அதைக் கவனித்துவிட்ட மோனா நமுட்டுச் சிரிப்புடன் பார்க்க, வெடுக்கென்று பிரவுன் முடி குதிக்க தலையைத் திருப்பிக் கொண்டாள். சிரித்துக்கொண்டே ஃபார்மலானப் பேச்சுக்கள் ஓடிக்கொண்டிருக்கையிலும் ஹெலன், மோனாவின் உன்னிப்பானப் பார்வையை உணர்ந்து திரும்பிப் பார்த்து அந்த இடத்திலிருந்து விலகி அமர்ந்தார். சிறு அரட்டை முடித்துக் கிளம்பினார்கள். அவர் டீ கொடுத்தக் கோப்பையும் அவரை முதன்முதலில் பார்த்த உடையும் க்ரீன் கலரில் இருந்தது. இரண்டும் வேறுவேறு க்ரீன். அவருக்குப் பிடித்த கலர் பச்சையாய் இருக்குமோ?... பச்சை நிறம் குறித்து மோனா யோசிக்க ஆரம்பித்திருந்தாள்.

ஒரே சுற்றுச்சுவருக்குள் அவர்களின் வகுப்பிலிருந்து அரை கிலோமீட்டர் தள்ளியிருந்த அசோக மரவரிசைகளின் கீழ் இருந்த சிமெண்ட் பெஞ்சில் நண்பர்களோடு அரட்டையில் இருந்தபோது ஹெலன் அவரது துறையிலிருந்து நடந்து போவதை மோனா பார்த்தாள். துள்ளலான நடை. கூட்டத்திலிருந்து எக்ஸ்க்யூஸ் சொல்லிக்கொண்டு ஓடிப்போய் உடன் நடந்தாள்.

எங்கிருந்து வருகிறார் எங்குப் போகிறார் எதுவும் கேட்கவில்லை. அவரும் எதுவும் கேட்கவில்லை. நாகரீகம்! பேச வேண்டும். என்ன பேசுவது? அவளுக்கு ஏற்கனவே தெரிந்திருந்த தகவல்களையே தெரியாதது போலக் கேட்டாள். எந்த ஊர் நீங்க, பேச்சிலர் டிகிரி எங்க முடிச்சிங்க? சுருக்கமாகப் பேசினார். அளந்து அளந்து பேசும் பழக்கம் போல, இதே இந்த இடத்தில் அஷ்மிதா இருந்திருக்க வேண்டும். இந்நேரத்திற்கு இழுத்துப் போய் கேன்டீனில்

சாப்பிட்டு செல்ஃபி எடுத்து ரெண்டு வரி ரைமிங்காக எழுதி பாதிக் கிளாஸிற்கு அனுப்பி இருப்பாள். ஹெலன் பேசாவிட்டால் என்ன, கூடவே நடந்து கொண்டிருப்பது சந்தோஷமாய் இருந்தது.

தங்கியிருப்பது பற்றி விசாரித்தாள். இடம், வசதி, சூழல் என்று சிலகேள்விகள் அதே சுருக்க பதில்கள். திரும்ப அதே வாரத்தின் இறுதி நாளில் பார்ட்டிக்கு வருகிறீர்களா என்று கேட்டாள். ஆர்டிகிள் ஒன்று எழுதியாக வேண்டும் ஸாரி என்றார். எப்போதும் படிப்பு, லெபராட்டரி என்றிருப்பார் போல. பார்ட்டிக்கு வர யோசனை, சிரிக்க யோசனை, பேச யோசனை, மெடிசினில் மட்டும் திறமையை வளர்த்துக்கொள்ள வேண்டியது. பேசக்கூலி கேட்கும் பெங்களூர்வாசி!

அப்புறம் ரெண்டு மூன்று தடவை கிரவுண்ட், பார்க், காண்டீன் என்று போய் பேசினாள். யதார்த்தமாய் ஒருநாள் அருகே சந்திக்கும் வாய்ப்பு வந்தது. அஷ்மிதாவுடன் வெளியில் சென்று சுற்றிவிட்டு ஒரு ஷாப்பிங் மாலின் வாசலில் நின்றபடி விடுதிக்கு கால் டாக்ஸி புக் செய்து கொண்டிருந்தாள். மாலில் இருந்து வெளியில் வந்த ஹெலன் அவர்கள் இருவரையும் பார்த்து மெலிதாய்ச் சிரித்து வைக்க, அஷமிதா இந்தியும் ஆங்கிலமும் கலந்து பேசத்தொடங்கி விட்டாள்.

“எக்ஸ்க்யூஸ் மீ, ஷாப்பிங் வந்தீங்களா? இப்ப எங்க போகப் போறீங்க?”

“ஹாஸ்டல். ஏன்?”

“நாங்களும். சேர்ந்து போலாம் வாங்க... டாக்ஸி புக் பண்ணிட்டோம்.”

“சரி.”

ஒற்றை வார்த்தையில் ஒப்புக்கொண்டு விட்டார். பக்கத்தில் அஷ்மிதா உட்கார்ந்து கொண்டாள். மோனா முன்பக்கத்தில் உட்கார்ந்து கொண்டாள். மெடிசின் பத்தி சில செய்திகளும் டெல்லியைப் பற்றி சில அபிப்ராயங்களும் சொன்னாள்.

அஷ்மிதா அன்று குழுவாக வந்ததும் கொடுத்த க்ரீன் டீ, உதவியாளர் உபசரிப்பு எல்லாம் பிடித்திருந்தது என்றும் பெங்களூர் சீதோஷ்ணம், டெல்லி சீதோஷ்ணம் என ஒப்பீடு செய்தும் ஏதோ ரெண்டு உளறிக் கொட்டியது. ‘ம்ம் ம்ம்’ என்று கேட்டுக்கொண்டு வந்தார். மனுஷி வாய் திறந்து பேச வேண்டுமே... அத்தனைக்கும் ‘ம்ம் ம்ம்’ தானா? மோனா தனக்குள் கேட்டுக் கொண்டாள்.

ஒரு வழியாக இறங்குகையில் ஒற்றை வார்த்தையிலிருந்து வாக்கியத்திற்கு வந்திருந்தார் இத்தனைப் பேச்சிற்கு பலனாய். ஓய்வு நேரத்தில் வீட்டுக்கு வாங்க என்றார். கைகுலுக்கி விடைபெற்றார்கள். பிறகு அஷ்மிதா அணைத்து விடைகொடுத்தாள்.

இத்தனைக் காலத்திற்கு அஷ்மிதா மோனாவிடமிருந்து சில தமிழ் வார்த்தைகளைக் கற்றிருந்தாள். அழகு, அழகுதான் போ என்று அடிக்கடி சொல்வது மோனாவின் பழக்கம். அது போன்றே அவருக்கு விடைகொடுத்து விட்டு வரும்போது பின்னால் இடுப்பிற்கு மேல் பாதியை மட்டும் 110 டிகிரிக்குச் சாய்த்து அவர் நடந்து போவதைப் பார்த்து 'அழகு' என்று மெதுவாகச் சொன்னாள். முன்பொருமுறை இந்த ழ வை மோனா இவளுக்குச் சாப்பிடும்போது, தூங்கும்போது, நடக்கும்போது என்று ஒரு மூன்று நாட்கள் சொல்லிக் கொடுத்திருந்தாள். அவளே சரியா? சரியா? என்று சொல்லிக் காட்டுவாள். நாக்கை மேலண்ணத்தில் வைத்துச் சொல்ல வேண்டும் என்பதை நாக்கை மடக்கிச் சொல்லிக் காட்டியபோது, காத்திரு மோனா நான் போய் என் நாக்கிற்கு இன்சூரன்ஸ் செய்துவிட்டு வருகிறேன் என்றவள், இப்போதெல்லாம் மோனாவை விட நன்றாக உச்சரிக்கிறாள். அது மட்டுமல்ல அவ்வப்போது மோனா அதிகமாக உச்சரிக்கும் பக்கி, அறிவு, எருமை, அன்பே போன்ற வாரத்தைகளையும் க்யூட்டாகச் சொல்வாள். இப்போது சொன்ன அழகு சிறந்த அழகு அவளைப் போலவே என்று சொல்லி திரும்பவும் தலையைத் திருப்பி அவளைப் பார்த்து 'அழகு' என தோளோடு அணைத்துக் கொண்டாள் மோனா.

என்னவோ எத்தனைப் பேர் விடுதியில் இருந்தாலும் அஷ்மிதா மோனாவிடம் காட்டும் அன்பு தனியானது. அவள் ஊர்ப்பெண்கள், அவள் மொழிப்பேசும் பெண்கள் எத்தனையோ பேர் இருக்க, வந்த நாளிலிருந்து நெருக்கம் காட்டுவது மோனாவிடம் மட்டும்தான. அவளுக்கே உண்டான தனிப்பட்டச் செய்திகள் எல்லாமும் மோனாவைக் கண்டதும் கடகடவென்று வந்து விடும். புதிதில் மொழியின் தடுமாற்றத்தினால் அன்னியோன்யம் குறைந்து இருந்தது. சிறிது நாட்களிலேயே மோனாவிற்கு ஹிந்தியும், அஷ்மிதாவுக்குத் தடுமாற்றத்தைக் கொடுத்த ஆங்கிலமும் பழக்கமாகி விட, ஊர் சுற்ற, படிக்க, விளையாட எல்லாவற்றுக்கும் மோனாவுடன் இணைந்து கொள்ள விரும்பினாள். இரவு உணவு முடித்த பின் மோனா பேச்சுக் கொடுத்தாள்.

"உனக்கும் பிடிக்குமா?"

"யாரை?"

"ஹெலனை?"

"அவங்க சவுத் இந்தியனா இருக்கலாம். ஆனா முகமும் உடலும் பாவனைகளும் மேற்கத்தியச் சாயல் கொண்ட இந்தியப் பெண்ணுக்கு உரியதா இருக்கு. சாதாரணமா பாத்தா ஏதும் தெரியலன்னாலும் இனம் புரியாத ஈர்ப்புக் கொடுக்கக் கூடியது. கூடவே அவங்க குணம். சிடுமூஞ்சி டீன் கூட அவங்ககிட்ட சிரிச்சுப் பேசறார். திறமையிருக்கறவர். ஹெலனை எனக்கு மட்டுமில்ல நிறையப் பேருக்குப் பிடிக்கும்."

"..."

"அழகா இருக்காங்க. அவங்க முதுகு பாத்தியா எந்த உடைக்கும் பொருந்தற மாதிரி அமைப்பு."

கடகடவென அவள் போக்கில் சரளமாகப் பேசிக்கொண்டு போனாள்.

இவ்வளவு கவனிப்பாளா ராட்சஷி! ஓட்டை வாய்.

"சரி அஷ் நாளை மறுநாள் அவங்க தங்கியிருக்க வீட்டுக்குப் போலாமா?"

"நாம ரெண்டு பேருமா?"

"ஆமா"

ஈவினிங் போகலாம் என்று முடிவு செய்து கொண்டார்கள். அவர்களுக்கு இருக்கும் சந்தேகம் ஒன்றையும் கேட்டு வருவதென முடிவாயிற்று. சொன்னது போலவே மறுநாளுக்கு அடுத்த நாள் மாலைநேரத்தில் பைக்கில் கிளம்பிச் சென்றார்கள். எப்போதும் எரிச்சல் தரும் டிராபிக், புன்னகையைத் தந்து கொண்டிருந்தது. எண்ணங்கள்தான் எல்லாவற்றுக்கும் காரணம் இல்லையா? முட்களாகத் தோன்றும் காரணம், பூக்களாகப் பூக்கும் காரணம், சுழற்றி அடிக்கும் காரணம், தயங்க வைக்கும் காரணம், ஓடி ஒளிந்து கொள்ள வைக்கும் காரணம், பயப்பட வைக்கும் காரணம். எல்லாமும் காரணங்கள். காரணங்களால் பிறந்து, காரணங்களால் முடியும் நிகழ்வுகள். ஆனால் காரணமின்றியும்தானே ஹெலனைப் பிடித்து இருக்கிறது. காரணங்களாலும்தானே பிடித்திருக்கிறது. மோனா நிகழ்வுகளின் கனவில் இருந்தாள்.

ஹெலனிடம் முதன்முதலில் பாடக்குறிப்புத் தொடர்பாக மிக அருகில் அமர்ந்து பேசிய நாட்களின் இதம் இன்றும் அவள்

நெஞ்சுக்குள் இருக்கிறது. அந்தப் பெர்ஃப்யூம் வாசனை, சந்தனமும் குண்டு மல்லிகையும் கலந்தது போன்ற ரம்யமான வாசனை. எல்லோரும் பேசிக்கொண்டது போல ஸ்பெஷல் மணம்தான். அருகே அமர்ந்து கையைப் பிடிக்கையில் உள்ளங்கை உணர்ந்த இளஞ்சூடு எப்போதுமே உடன் இருந்தால் என்ன என்று தோன்ற வைத்தது.

ஹெலனுக்கு இருக்கும் மருத்துவ அறிவு என்பது நான்கு கார்டியாலஜிஸ்டுகளிடம் இருக்க வேண்டியது எல்லாமும் சேர்ந்து ஒருவருக்கே இருக்கிறது. அன்று பேசிவிட்டு வந்து நெடுநேரமாகியும் அந்தப் பெர்ஃப்யூம் வாசனை அவளை விட்டுப் போகவே இல்லை. உடம்பை அணைத்துக் கொண்டு இருந்தது. குனிந்து தோள்பட்டையை முகர்ந்து பார்த்துக் கொண்டாள். 'சச் எ ஃபெண்டாஸ்டிக் வுமன்' இதழ் முணுமுணுத்தது.

3

அஷ்மிதாவும் அவளும் சென்றபோது உதவியாளர் கதவைத் திறந்துவிட்டு "யாரோ வருவாங்கன்னு சொன்னாங்க நீங்கதானா அது?'' கேட்டுவிட்டு சமையலறை சென்றார். இரண்டடி அகல சிவப்பு நிற கார்பெட் வரவேற்பறையிலிருந்து வலதுபக்கம் இருக்கும் அறைக்கு வளைந்து சென்றது. அங்குச் சிறிய மேசையின் மேல் செஸ் அட்டை வைத்து உதவியாளர் மகனுடன் ஹெலன் செஸ் விளையாடிக் கொண்டிருந்தார். சென்றமுறை வந்தபோது அவனை அறிமுகம் செய்து வைத்திருந்தார். ஒவ்வொரு நகர்வும் சொல்லிக் கொடுத்துக்கொண்டே அவனுக்கு ஏற்றார்போல் சதுரங்கக் கட்டங்களைக் கையாண்டார்.

ஹெலனுக்கு அப்பா சொன்னது ஞாபகம் வந்தது. அப்பா எப்போதும் சொல்வார் - செஸ் புத்தியைப் பயன்படுத்தும் விளையாட்டு. மனிதர்களுக்கு புத்தியை மட்டும் பயன்படுத்தும் விளையாட்டில் ஈர்ப்புக் குறைவுதான். கேரம்போர்ட், செஸ் அளவிற்கு இல்லையென்றாலும் கொஞ்சம் புத்தியும், செயல்பாடும் கேட்கும் விளையாட்டு. ஆனால் அதிர்ஷ்டமும் புத்தியும் தேவைப்படற எல்லாத்திலும் மனுஷனுக்கு ஆர்வம் வந்துடுது தாயம் மாதிரி- அப்பா அவர் கிராம வழக்கங்கள், வாழ்க்கையைப் பற்றிப் பேசும்போது இப்படிச் சொல்வார். "தாயக்கட்டம் இல்லாத வீடோ, பொது இடமோ பாக்க முடியாது.'' ஹெலன் அதிர்ஷ்டங்களை விரும்புகிறவர் இல்லை.

அடுத்தடுத்த முறைகளில் தனியாகச் செல்வதைப் பழக்கமாக்கிக் கொண்டாள். அவருடன் தங்கியிருந்த தோழி அவரது மேற்படிப்புத் தொடர்பாகச் சென்றுவிட ஹெலன் மட்டுமே தனியாக வசித்து வருகிறார். அவரது உதவியாளர், மகனுடன் அவர் வீட்டின் பக்கத்தில் வசிக்கிறார். அவர்கள் இருவரும் பேசிக் கொள்வதைப் பார்த்தால் வீட்டு வேலைக்கு வந்தவர்போல இருக்காது. 'உறவுக்காரர்கள் போலிருக்கிறது' என்றாள்.

"நம்ம படிச்சதுக்கு மருத்துவம் பாக்கிறோம். அவங்க படிக்க வாய்ப்பு இல்ல அவ்வளவுதானே. நமக்கு வாய்ப்புக் கிடைச்சதாலேயே அதிசயப்பிறவி ஆகிடுவோமா?" என்றார்.

ஒவ்வொரு முறை சந்திப்பதையும் லேப்டாப்பில் தனி ஃபோல்டரில் Aroma எனத்தலைப்பிட்டு மனதில் பூக்கும் எண்ணங்களை எழுதி வைத்து ரசித்தாள். அரோமா பக்கங்களை மோப்பம் பிடித்த தோழிகள் இருவர் அவ்வப்போது கிண்டல் செய்தனர். பொதுவில் ஹெலன் பற்றியப் பேச்சுகள் வருகையில் தொண்டையைக் கனைத்து அரோமா என்று குரலிட்டனர். தங்களை எல்லாம் யார் எழுதுவார்கள் என்று விளையாட்டாகப் பெருமூச்சு விட்டனர். பொருட்படுத்தாமல் அரோமா பக்கங்களைத் தொடர்ந்தாள். மோனாவிற்குள் அவருக்கான முத்தங்கள் பிறந்து கொண்டேயிருந்தன. அவருடன் மோனாவிற்கிருந்த நெருக்கம் அவளது தோழிகளுக்கு பொறாமையை அளித்தது.

எல்லோருக்கும் பிடித்தவர் என்பதற்காக, இதற்காக, அதற்காக என்று காரணமில்லை. காரணமில்லாமல் பிடித்திருக்கிறது. காரணத்துடனும் பிடித்திருக்கிறது. அன்பில் முகிழ்த்த விழிகளை அவர் மேல் படரவிட பிடித்திருக்கிறது. விழிகள் திறந்து அவர் குரலை, நடையை, மூக்கை கனவு காணப் பிடித்திருக்கிறது. நிலா, அந்திச்சூரியன், கூழாங்கல், நடைப்பழகும் குழந்தையின் முன்புறம், நடக்கும் குழந்தையின் பின்புறம், நிர்வாண ஓவியம், ரயில் மேடை, காட்டிற்குள் போகும் ஒற்றையடிப்பாதை, ஊர் கொண்டு சேர்த்த பிறகு இருக்கை விட்டு இறங்கும் ட்ரைவர் முகம், முதல் நாள் பள்ளி செல்லும் குழந்தையின் உடை... எல்லாம் அவருடன் இணைந்து பார்க்க வேண்டும் என்று ஆசையாய் இருக்கிறது. அவர் ஒரு அதிகாந்தம்!

உரிமையுடன் மரியாதையுடன் விருப்பமுடன் பழகினாள். பகல்வேளை மட்டுமின்றி அவருக்குத் தொல்லை இல்லையென்றால் இரவுப்பொழுதும் போய்வருவது பிடித்தமான வழக்கமாயிற்று. அவர்களுக்குள் கம்ஃபோர்ட் உருவாகி விட்டிருந்தது.

மழை அவிழ்த்த இரவு அது. அரோமா பக்கங்கள் பதினான்காவது சந்திப்பு என்றது. வேகமாக வீட்டிற்குள் நுழைந்து மிதியடி நுனியில் வலது காலை வைத்து அடுத்த காலை எடுத்து வைப்பதற்குள் கால்வைத்து சரியாகப் பதியாத பாதம், கீழிருந்த ஈரம் இரண்டும் சேர்ந்து வலது கால் ஸ்லிப்பாக உடனே பக்கத்தில் இருந்த ஸோஃபாவைப் பிடித்துக் கொண்டாள். ஹெலன் அவசரமாக "அரே குட்டி..." என்று ரூமிலிருந்து வரவும், சிரிப்பு வந்தது. இது என்ன குர் குரே போல குட்டி குரேவா என நினைத்துக் கொண்டு,

"ஒன்னுமில்லை சின்ன ஸ்லிப்தான் ஸோஃபாவைப் பிடிச்சிட்டேன். அது என்ன குட்டி குரே ஹெலன்?"

வேண்டுமென்றே கிண்டலாக வார்த்தைகளை மாற்றிப்போட்டுக் கேட்டாள். இங்கு வந்து பழக்கமானதால் இப்படிச் சில இந்தி வார்த்தைகள் வந்து விடுகிறது, குட்டி என்பது தமிழில் செல்லமாகக் கூறியதெனவும் கூறினார்.

நெஞ்சில் சிறு குளிர்மைப் பரவியது. செல்லமாகக் கூறுவதற்கென்றே சில வார்த்தைகள் உருவெடுத்திருக்கின்றன. ஹெலனுக்குப் பிடித்த செல்ல வார்த்தைகள் என்னென்னவாக இருக்குமோ!

"ஓ செல்ல வார்த்தை உரிமையும், நெருக்கமும், சந்தோஷமும் தருமில்ல ஹெலன்?"

"யா"

"என்னைப் பொறுத்தவரை கண்ணம்மாவை விட சிறந்த செல்ல வார்த்தை உலகத்துல எதுவும் இல்ல. கண்ணம்மா கொஞ்சலின் முத்திரை ஹெலன்."

'ஓ!'

செல்ல வார்த்தைகள் பற்றி மோனா நினைத்துக் கொண்டாள். நம்மைப் பொறுத்தவரை கொஞ்ச வேண்டுமெனில் வல்லின எழுத்து வர வேண்டும். அப்போதுதான் கொஞ்சிய திருப்தி வரும். வெளிநாட்டினருக்கு மெல்லினம். டியர் டார்லிங் கூட திருப்தியாகி விடுகிறது. "கண்ணம்மா" மனம் சொல்லிப் பார்த்துக் கொள்கிறது. நமக்கு இழுத்து வைத்துக் கொஞ்சி, ஆசைதீர உச்சரித்து வாயில் நிறைத்து வார்த்தையை வெளியே விட வேண்டும். கண்ணம்மா வல்லினமாக ஆரம்பித்து மெல்லினத்தில் முடிந்து சுவையை அழைக்கப்பட்டவர்களுக்கு கொடுப்பதைவிட அழைத்தவர்களுக்கு அதிகமாகக் கொடுக்கிறது. ஹெலன் கண்ணம்மா என்று உச்சரித்துப் பார்த்துக் கொள்கிறார்.

மனது நிறையாமல் மனதால் அணைத்து உச்சி முகராமல் கண்ணம்மா என்று எக்காரணத்தைக் கொணடும் சொல்லக்கூடாது. எத்தனை வார்த்தைகள் வேண்டுமானாலும் இருக்கட்டும், பிறக்கட்டும். கண்ணம்மாவினுடைய மென்மையும், வன்மையும், உச்சி முகர்தலும் வேறு எதிலும் கிடையாது. வாயார வாழ்த்தி மனதாரக் கொஞ்சுவதுதானே நம்மாட்களுக்கு வழக்கம். அஜ்ஜி புஜ்ஜி அம்மு என்றாலும் கூட, நெருக்கமாகப் பேசும்போது குட்டியைப் பின்னிணைப்பாக இணைத்தால்தானே மனது திருப்தி ஆகிறது. கண்ணே மணியே கண்மணியே வகைகள் எல்லாம் உடல் உறுப்புகளில் முக்கியமானதான கண்ணை வைத்துச் சொல்லி சந்தோஷப்பட்டுக் கொள்கின்றோம். அது போலவே அம்மாடி, அம்மா என்று உறவுகளில் முக்கியமானதைக் கூறி மகிழ்ந்து போகிறோம். கண்ணம்மா இந்த இரு உயர்ந்த சொற்களையும் கொண்டுள்ளது. அத்தனைக் கொஞ்சல் வார்த்தைகளுக்கும் சிகரமாக உயர்ந்தும், மனம் நிறைந்தும் இருக்கிறாள் கண்ணம்மா. பாரதிக்குதான் நன்றி சொல்ல வேண்டும். பாரதிக்கு முன்பும் கண்ணம்மா என்ற பெயர் இருந்தது. ஏன் சித்தர்கள் காலத்திலேயே கண்ணம்மா இருந்திருக்கிறாள்... ஆனாலும் வளம் நிறைந்த மலை மேல் நின்று எளிமையான இசையுடன் பாரதி சொல்லி விட்டார். எல்லோருக்கும் போய் சேர்ந்து விட்டது, பிடித்து விட்டது. ஹெலனை கண்ணம்மா என்று சொல்லிப் பார்ப்பதில் தித்திப்பு இருக்கிறது.

சிந்தனையினூடே டேபிளில் இருந்த யாரோ ஒருவரின் கல்யாணப் பத்திரிக்கையைப் பார்த்ததாலோ, சிந்தனை வயப்பட்டிருந்ததாலோ அப்படி ஒரு கேள்வி எழுந்தது.

“நீங்க கல்யாணம் செய்துக்க மாட்டீங்களா? ஏன்? இல்ல பேசிக்கிட்டாங்க அதுதான்...”

தயக்கமே இல்லாமல் இப்படித் தடால் என்று இங்கிதமின்றி கேள்வி கேட்டதற்கு தன்னைத் தானே நொந்து நாக்கைக் கடித்துக் கொண்டாள். ‘லூசு’ என உட்குரல் தலையில் கொட்டியது. அவரைப்பற்றி ஏதேனும் பேச விரும்பி தவறி விழுந்த வாக்கியம். ஆனால் அவரின் அமைதியான பதில் சங்கடத் தயக்கத்தை விரட்டியது.

“எனக்குப் பிடிச்ச மாதிரி யாரையும் பார்க்கல” என்று சொன்னவரிடம் எப்படி உங்க வீட்ல விட்டாங்க என்ற அவளின் தொடர்ந்த கேள்விக்கு ‘விட வச்சேன்’ எப்பொழுதாவது வீட்டிற்குப் போகையில் சொல்லிச்சொல்லி சலித்துப் போய்

விட்டுவிட்டார்கள். இப்போதும் வீட்டிலிருந்து பேசும்போது நினைத்தாற்போல கேட்பதற்கு யாரும் மறப்பதில்லை என்றார்.

"சரி நான் உங்களை ஹக் பண்ணிக்கட்டுமா?"

இரண்டு மூன்று நொடிகளுக்குப் பிறகு தலையசைத்து அவர் பார்த்தப் பார்வையில் காருண்யமும், அன்பும் மின்னியது போலிருந்து இதயத்தைக் குளிர்வித்தது. ஒருமுறை மென்மையாகக் கட்டிப்பிடித்து அந்த வாசனையை மனதிலேற்றிக் கொண்டு விலகினாள். 'இப்ப சந்தோஷமா சரி போயிட்டு வா' உள்ளே சென்று விட்டார். அன்று அரோமாவில், 'உடலெல்லாம் இதழ்கள்' என்று எழுதி ஸ்க்ரீனுக்கு முத்தம் கொடுத்தாள்.

கிளாஸ், செமினார், சிகிச்சைக்கு உதவி, பயணம் என்று பிஸியாக இருப்பவர். எப்பொழுதும் படிக்க ஆர்வமாயிருப்பவர். சந்தேகம் என்று கேட்டால், நேரம் ஒதுக்கி தெளிந்த நிதான விளக்கம் கொடுப்பார். காலேஜில் நிறையப் பேருக்கு அவரைப் பிடிக்கும். "சிம்பிளாவும் அதே நேரத்தில் ஹைடெக் ஆடம்பர ஆளாகவும் தெரிவாங்க" என்ற கமெண்ட் சீனியர், ஜூனியர் அனைவரிடத்திலும் சகட்டுமேனிக்கு வந்து கொண்டிருக்கும். அவ்வளவு எளிதில் யாரிடமும் பழகிடாதவர். பேசியவர்களை இன்னும் சற்றுநேரம் பேச விருப்பம் கொள்ள வைப்பவர். கிரேஸ்ஃபுல்லான மெல்லிய நடனத்திற்குச் சொந்தக்காரர்.

ஒரிசாவில் இருந்து சிறிய கிருதாவும், க்ளீன் ஷேவ்டாகவும் மொழு மொழுவென்று கிரேப் மேங்கோ போல முகம் கொண்ட டாக்டர் ஒருவர், செமினாருக்கு வந்திருந்தப்போது ஹெலன் மேல் வைத்தப் பார்வையை விலக்க முடியாது தவித்தார். அவருடைய வீட்டிற்குச் சென்ற அடுத்த நாள், ஹெலனுக்கு போன் செய்து துறை சம்பந்தமாக எதுவோ சந்தேகம் என இரண்டு நிமிடங்கள் பேசினார். அன்றே இரவு ஒருமுறை அழைத்துப் பேசினார். மூன்றாம் நாள் நேரடியாக ஹெலன் வீட்டின் கதவைத் தட்டினார்.

அப்போது மோனாவும் ஹெலனும் அவரது உதவியாளரின் எட்டு வயது மகனுடன் வேர்ட் அந்தாக்ஷரி விளையாடிக் கொண்டிருந்தனர். மோனா திறப்பதாகச் சொல்லி எழுந்து வந்து வெளிப்புறம் பார்ப்பதற்காக கதவில் பொருத்தியிருந்த சிறிய வியூ மிர்ரர் வழியாகப் பார்த்தாள். முழித்துக் கொண்டு நின்றிருந்த ஒரிசா டாக்டரைக் கண்டதும் அவளுக்குச் சிரிப்பு வந்தது. வந்தவர் தான் ஒரு டிவோர்ஸி என்றும் ஹெலனை மேரேஜ் செய்ய விரும்புவதாகவும் கூறினார். எத்தனையோ பெண்களைச்

சந்தித்திருந்தப் போதும் ஹெலன் மீது ஏற்பட்ட அன்பு வேறு யாரிடமும் ஏற்படவில்லை. தனக்கும் மருத்துவத்துறை சார்ந்த லட்சியங்கள் இருக்கிறது. நாம் இணைந்திருந்தால் சிறப்பாகச் செயல்படலாம் என்றார்.

ஹெலன் எவ்விதப் பதட்டமும் இன்றி அவர் மனதும் காயப்படா வண்ணம் விருப்பமில்லை என்று சொன்னார். பிறகு, க்ரீன் டீ கொடுத்து வழி அனுப்பினார். அந்த டாக்டர் தோள் குலுக்கியப்படி 'ஐ ஆம் அன்லக்கி' என்று சொல்லியவாறு சோர்ந்த முகத்துடன் வெளியேறினார்.

காதலைச் சொல்லும் ஆண்களின் உடல்மொழி எல்லா மாநிலங்களிலும் ஒன்றாக இருக்கிறது போலும், யாரும் சொல்லாமலேயே மொழித் தெரியாவிட்டாலும் ஒரிசாக்காரரின் பாவனைகளை வைத்து புரிந்து கொண்ட உதவியாளர் டீ கப்பை எடுத்துக்கொண்டே, "நேக்கா பேசி வெளிய அனுப்பிட்டீங்க டாக்டரம்மா" என்றார். மற்றவர்கள் மனம் காயப்படக் கூடாதென்று ஆபரேஷன் செய்வது போல பார்த்துப் பார்த்து நடக்க நம்மால் ஆகாது என்று மோனா நினைத்தாள்.

ஹாஸ்பிட்டல் தவிர மற்ற இடங்களுக்கு அவரது ஃபேவரிட் பெர்ஃப்யூம் பயன்படுத்துவார். அவரிடம் பேசுவதற்கு முன் அந்தப் பெர்ஃப்யூம் வாசத்தை வைத்து எப்படியாவது அதையே வாங்கிவிட வேண்டும் என்று மோனா, அஷ்மிதா உள்ளிட்ட குழுவினர் ஷாப்பிங் செய்த நாட்கள் உண்டு. கடைசியில் அது அவருக்கு பாரிசில் fragonard மியூசியம் ஆஃப் பெர்ஃப்யூம்ஸில் இருந்து வந்திருக்கிறது என்பதை ஒருமுறை அவர் பேசியதிலிருந்து மோனாவினால் அறிந்து கொள்ள முடிந்தது.

அன்று ரூமிற்கு வந்து அவர் எண்ணிற்கு லவ் யூ என்று வாட்ஸப் மெஸேஜ் அனுப்பினாள். இரவு 11.14 க்கு 'லவ் யூ டூ' என்று மெசேஜ் வர, அந்த இதமான வாசனை ஒருமுறை வந்து போனது. இந்த வாசம் அந்தப் பெர்ஃப்யூமில் இருந்து மட்டும் அல்ல, அவரது உடலில் இருக்கும் மணமும் கலந்து விடுவதால்தான் ஸ்பெஷல். சிலர் அவர்களுக்கு மட்டுமல்லாது ரெண்டு கிலோ மீட்டருக்கு அப்பாலும் தாக்குவது போல் வாசனைத் திரவியங்களைப் பயன்படுத்தி இருப்பார்கள். இவர் அத்தனைக் கச்சிதமாய்ப் பயன்படுத்துகிறார். மோனாவிற்கு நினைத்தாலே சுகந்தம் நிறைத்தது. ஹெலன் ஒரு மனமணைக்கும் நறுமணம்!

அரோமா பக்கங்களில் கவிதைகளும் இடம் பிடிக்கத் துவங்கின.

4

ஒருநாள் *left ventricle* பற்றிய மோனாவின் சந்தேகத்திற்கு அவர் அறையில் கிளாஸ் எடுத்துக் கொண்டிருக்கிறார். ஒவ்வொரு பகுதியாக விரிவாகக் கூறிக்கொண்டே போகப்போக மோனாவின் கண்களுக்கு அவரது அழகு கூடிக்கொண்டே போனது போலிருந்தது. கூறி முடித்து ஒரு கிரீன் டீ குடித்துவிட்டுப் போ என தயாரித்து *juniper* க்ரீனில் குட்டி குடுவை போன்று வடிவமைக்கப்பட்டிருந்த கப்பில் கொடுத்துவிட்டு எதிரில் ஸோஃபாவில் அமர்ந்து அவரும் குடித்துக் கொண்டிருந்தார். அஷ்மிதாவுடன் வந்தபோது கொடுத்த க்ரீனிலிருந்து சற்று மாறுபட்டு இருந்தது இந்தக் கோப்பையின் க்ரீன் கலர். டீ குடித்துக் கொண்டிருக்கும் அவரையே பார்க்கிறாள். நீண்ட பவர்ஃபுல்லான கண்களும் கூர் நாசியும் அவளைக் கவர்கிறது.

அவரது உதடு பேசுவதற்காக அசையும் போதெல்லாம் இரண்டு இதயங்கள் இதழ்களாக மாறி துடிப்பதைப் போன்றே அவளுக்கிருக்கும். உதடுகள் பேசாது அசையாமல் ஈரத்தோடு இருக்கையில் தனியே எதிரில் இருப்பவரிடம் பேசுவது போல ஒரு அமைப்பு. ஒவ்வொரு முறையும் ஒவ்வொரு மாதிரி சுழிப்புகள் கொண்டவை.

இதை அவள் அவரிடம் கூறியபோது "நீ இலக்கியம் படிக்கப் போயிருக்கலாம்" என்றார். "ஏன் மருத்துவர் இலக்கியம் வாசிக்கக் கூடாதா, ஹெலன் என்கிற கவிதையை ரசிக்கக்கூடாதா" என்றாள் 'டூ மச் டியர்' என்று அவளை அனுப்பிவிட்டுத் திரும்பி உள்ளே சென்றார். மோனா பத்தடி தூரம் வெளியே சென்று, திரும்பி சத்தமில்லாமல் நுனிக்கால்களால் ஓடிவந்து ஜன்னல் ஸ்கிரீன் சரிசெய்து கொண்டிருந்த அவரின் இடது கன்னப்பரப்பில் முத்தம் பதித்துவிட்டு நகர்ந்து வந்து விட்டாள். எத்தனை மென்மை! ஹெலன் ஒரு பூவிதழ்!

இரண்டு நாட்களுக்குப் பிறகு அவரே வாட்ஸப் செய்து மோனாவை வரச்செய்தார். குறுகுறுவென்று அவரையே பார்த்தவளை கவனித்துக்கொண்டே க்ரீன் டீ தயார் செய்து, அதே ஜூனிப்பர் க்ரீன் குடுவை கோப்பைகளில் ஒன்றைக் கொடுத்து எதிராக அமர்ந்தார். குடித்து முடிக்கும்வரை அமைதியாக இருந்து விட்டுக் கேட்டார். "ஏன் இவ்வளவு அஃபக்ஸன்? ஐஸா? ஓரளவு நல்ல மார்க் வாங்கற. வேற...? நான் ஏதாவது உன் காதலுக்கு உதவி செய்ய வேணுமா? நீ யாரையாவது லவ் பண்றியா? இல்லை

உன்னைப் பலபேர் பார்த்துட்டு இருக்கறது தெரியும். அந்த ஃபர்ஸ்ட் இயர் கேரளா பையன் நீ துப்பறது, தொட்டதுனு எடுத்து வச்சிட்டு இருக்கதா நம்ம நியூஸ் ரீடர் டேவிட் சொன்னார். வேற யாரும் மனசுல இருக்காங்களா, சின்னப்பையன்னு பிடிக்கலயா?"

"இருபது வயசுக்கு மேல் எல்லோரும் ஒன்னு, ஆண் பெண் அவ்வளவு தான். சின்ன பெரிய எல்லாம் கிடையாது, வயசாவுது வருஷமாவுது பேச்செல்லாம் எண்பதுக்கு அப்புறம். இதான் வாழ்வியல் தியரி மேதகு ஹெலன் அவர்களே!" எழுந்து இரு கைகளையும் விரித்து குனிந்து நிமிர்ந்தாள்.

பெரிய சிரிப்புடன், "அப்படியா அப்புறம்?" என்றார்

"காதல் ம்ம்ம்..."

"இத்தனை நீளமான ம்?"

"இருந்துச்சு ஹெலன் ஒரு நாலஞ்சு. ஆனா அது பேர்தான் என்னனு தெரியல மே பி காதல்."

"ம்"

"கிட்டத்தட்ட பாதி செக்ஸ், சில சமயம் முழுமையாவும் நடந்து கடந்து... போயே போச்."

"டூ யு மிஸ் எனி ஆஃப் தெம்?"

"அஃப்கோர்ஸ் நாட்."

"ம்ம்"

"பலருக்கும் ஸ்பெர்ம் அவுட்தான் செக்ஸ். ரொம்பவே வெறுத்துப்போய் ஒருத்தன்கிட்ட நிப்பிள்ஸ் அன்ட் வஜினா ஈஸ் எனாஃப் இல்லையானு கேட்டேன். ஐ நோ. மெடிசின் வேற படிக்கிறேன் தெரியாதா, ஆணோட ஹார்மோன், ஸ்டிமுலேட், ப்ளா ப்ளா... எல்லாம் புரியுது. அதுக்காக ஒரு புரொடக்டா நினைக்கறதா? லவ் ரசனை வேணாம்? அப்படியே உள்ளுக்குள்ள இறங்கி கிறுகிறுக்க வைக்க வேணாமா? ஓஷோ சொல்றது போல சுவிட்ச் போட்டா ஃபேன் சுத்துதுங்கிறதுக்காக கரண்ட் பத்தி எல்லாம் நமக்குத் தெரியுதுன்னு அர்த்தம் கிடையாது. எல்லாமே அறிவியலா பாக்க முடியாது. இலக்கியம், ரசனை, நெகிழ்வு, கிறுக்குத்தனம், பெரிய அட்டாச்மெண்ட் இல்லாமயா செக்ஸ்? நம் பக்கத்தில் இருக்கும் பூங்காவில் அடிக்கடிப் பார்க்கிறோமே மயில் எவ்வளவு அழகா ரொமான்ஸ் செய்யுது! ப்ச்."

புன்னகைக்கிறார்.

“இதுக்கு நேரெதிரா ஒருத்தன் எனக்கு பயங்கரமா ரசிக்கவும், காதல் செய்யவும் தெரியும்னு காமிச்சிக்கிட்டான். ஆனா அது பலரோடயும். ஃபன்னி கைய். ஒருத்தர் மனசுல நிறஞ்சு போய் கிடக்கறப்ப எப்படி இன்னொருத்தர் வர முடியும்!”

“அப்புறம்?”

“முக்கியமான இருபது பேப்பரை கிழிச்சு போட்டிருக்கியே ஏன்னு நொந்து போய் திட்டினா, அதுல இருந்து கிழிஞ்ச ஒரு பேப்பர எடுத்து இது நான் கிழிக்கல தெரியுமானு விளக்கம் சொல்லிட்டு இருக்கற ஆணுக்கு முன்னாடி பெண் மைண்ட் வாய்ஸ்ல “அடப்பாவி நாயே… பத்தொன்பதும் நிச்சயமா நீதான் கிழிச்சியா”ங்கிறத தவிர வேற எதுவும் இருக்காது. அது தெரியாம இல்லை டைவர்ட் பண்றதா நெனச்சி அந்த ஒன்னே ஒன்னுக்கான விளக்கம் ரெண்டு கிலோ மீட்டருக்கு தந்து, எரியறதுல பெட்ரோல ஊத்துவான் ஆண். இத நான் பழகினவங்ககிட்ட பாத்தேன். இதுமாதிரி பர்மனென்ட் பழக்கம் சிலதை பட்டியல் போட முடியும். கோபமா வரும்.”

“ஏன் கோபம் தாயே இதுக்கு?”

“…”

“ஏதேது… விட்டா, தேவி ஏன் பத்ரகாளி ஆகிறாள்னு புத்தகம் பப்ளிஷ் செய்துடுவ போலயே.”

“இல்ல. சாந்தசொரூபி ஏன் சாமியாடுகிறாள்னு தலைப்பை வைப்போம்.”

‘ஹ ஹா’

ஹெலனின் வலது கையைப் பிடித்துக் கொண்டு பேசினாள். ஒரு தற்கணத்தில் புறங்கையில் முத்தம் பதிக்க அவர் கையை விலக்குவதா வேண்டாமா என்ற தயக்க அசைவுகளோடு இருக்கையில் இறுகப்பிடித்து உள்ளங்கையில் ஒரு முத்தம்.

அன்பின் அமைதி சில நொடிகள் நீடிக்கிறது.

“நான் வரேன் ஹெலன்.”

விருட்டென்று கிளம்பி அறை வந்து அரோமா பக்கங்களை நிரப்பிக் கொண்டிருந்தாள். ஹெலன் மலை, பூக்களை மோதிவரும் ஒரு மெல்லியப் பூங்காற்று!

நான்கு நாட்கள் கழித்துச் சென்றபோது வீட்டின் பின்புறம் இருந்த ரோஜா செடிகளுக்கு அவரும் அவரது உதவியாளரும் தண்ணீர் விட்டுக் கொண்டிருந்தனர். அங்கேயே பேச ஆரம்பித்து விட்டார்கள் மூவரும். மோனாவை ஒருசில நொடிகள் உற்று நோக்குகிறார். பின் நான்கு நாட்கள் முன்பு பேசியதை நினைவுப் படுத்துகிறார். மோனா அதனைக் கவனிக்காதது போல இடம்விட்டு நகர்ந்து வீட்டின் பக்கவாட்டில் இருந்த மாமரத்தின் கீழ் நின்று இலைகளைப் பிடிப்பதும் விடுவதுமாக இருந்தாள். சற்று அழுத்திப் பிடித்த இலையிலிருந்து மாங்காய் வாசம் எட்டிப் பார்த்தது.

அவளைத் தாண்டிச் செல்லும் ஹெலன், நான்கு நாட்களுக்கு முன்பு பேசியதைத் திரும்பவும் நினைவூட்டுகிறார். பேச்சை திசைத்திருப்பும் முகமாக வேறு ஏதேதோ பேசி வைத்தாள். முந்தைய நாள் திடீரென நின்றுபோன வண்டியின் பழுதைக்கூறி எப்படி வந்தாயென்றார். கிளாஸ் மேட் ஒருவனுக்கு கால் செய்து அவன் வந்து ட்ராப் செய்ததைக் கூறினாள். இப்படி ஆண்களைக் கேலி செய்கிறாயே இப்போது பார் என்பதாகப் புன்சிரித்து, ஆண் துணை தேவைதான் புரியவில்லையா என்று அர்த்தம் தொனிக்கும் பார்வையை வீசினார்.

“எப்படியும் ஆண்களோடத்தானே வாழ்ந்தாகணும். இப்படிக் கேலி பண்ணினா எப்படி?” என்றார்.

ஹய்யோ ஹெலன் எனக்கு ஆண்கள் மேல் வெறுப்பு இல்லை. சகிப்பின்மைதான். கைகள் அசைத்து முனகிக் கொண்டாள் ‘இரண்டுக்குமான வேறுபாடுகளைக் கேட்டிருந்தால் என்னாகியிருப்பேனோ நல்லவேளை எதுவும் கேட்கவில்லை.’

உதவியாளர் டேப்பை நிறுத்திவிட்டு நேரமாவதாகச் சொல்லிக் கிளம்பி விட்டார். மோனாவைப் பார்த்த அவரது கண்களும்கூட ‘அட பைத்தியமே!’ என்பதாகச் சொல்லிவிட்டு விலகுகிறது. ஹெலன் வீட்டைச் சுற்றிவந்து முன்புறம் உள்ள டேப்பில் கை கால்களை சுத்தப்படுத்தத் தொடங்கினார். பார்த்துக் கொண்டிருந்தாள். நீண்ட மெல்லிய விரல்கள் ஒன்றுடனொன்று கலந்து விடுவித்து கலந்து தண்ணீரில் பளபளத்தன. அணிந்திருந்த வெளிர் நீலநிற ஸ்கர்ட்டைத் தூக்கிப்பிடித்து கால்களைத் தண்ணீரில் காட்ட மண்துகள்கள் விடுபட்டோடி நிலத்தில் கலந்தன. நெயில் பாலிஷ் இடாத கால் விரல்களின் நகங்கள் அனைத்தும் சதுர சதுரமாக இளம் சிவப்பில் இயற்கை எனாமல் பளிச்சிட நனைகின்றன. பெருவிரல் சற்றுப்பெரிய சதுரமாயிருந்தது. தண்ணீர் அவரது கால்களில் சந்தோஷமாகக் குதித்து தெறித்தது.

உள்ளே போய் வளையத்தில் மாட்டியிருந்த டவலை எடுத்து வந்து கொடுத்தாள். துடைத்துக்கொண்டே உள்ளே வந்து மொபைல் பிளே மியூசிக்கை ஆன் செய்து குறைந்த ஒலியில் ஒலிக்கச் செய்தபடிச் சொன்னார் "சோம்பேறியாக்காத மோனா."

இசைக்கிறது.

"ஆண்களை இப்படியே கேலி பண்ணிட்டுத்தான் இருக்கப் போறியா?"

எதுவும் பேசாது பாடலைக் கேட்டுக் கொண்டிருக்கிறாள். பிறகு நினைவு வந்தவளாகச் சிரித்துக்கொண்டே, "ஆண்கள்... ஹூம்... அவங்களோட நாட்களை நகர்த்துவது எனக்குக் கஷ்டம். மொக்கையா ஜோக்னு எதையாவது சொல்லி அவங்களே சிரிச்சுக்கிட்டு, உங்கிட்ட சொல்லல? சொன்னேனே, சொன்னேன்லன்னு சொல்லாதது எல்லாம் சேர்த்து வச்சி நமக்குத் தெரிய வரும்போது கேஷுவலாக இருக்கிற மாதிரி நடிச்சிக்கிட்டு... ச்சே எனக்கு ரொம்ப நேரம் அவங்களோட இருக்கவே முடியாது ஹெலன், போரிங். உங்க அறிவு, பேச்சு, சிரிப்பு, இதோ உணர்வுகளில் இதயம் போல துடிக்கிற இதழ், உங்க மேல பட்டு வர்ற அந்த மல்லிகை, சந்தன வாசம் பிடிச்சிருக்கு ஹெலன். பார்ட்டி, ஃபங்ஷன்னு ஆண்-பெண் பேதமில்லாம பல பேரை ஹக் பண்ணிருக்கேன் ஆனா உங்ககிட்டே பண்ண ஹக் செம! சும்மா அப்படி இருக்கு! கிறங்கடிக்கும் ஹக். கண்மூடி எப்ப நினைச்சாலும் அந்த வார்ம், மூச்சுக்காத்த என்னால உணர முடியும் ஹெலன்."

இசையினூடே பாடல் மெலிதாகக் கேட்கிறது – 'உள்ளங்கையின் ரேகைக்குள்ளே ஒளித்துக் கொள்வேனே!'

"லவ் யூ ஹெலன் உங்கக்கூட இருக்கணும் போலிருக்கு."

"லவ் யூ பேபி. உன் மேற்படிப்புக்கு இங்கே தங்கிப் படி."

'பாரம் குறைந்ததும் ஏதோ நிம்மதி' எனத்தொடர்ந்த வரிகள் இதோ இப்போதுகூட மோனாவின் காதில் ஒலித்துக் கொண்டிருக்கிறது. ஹெலன் கடவுள் கம்போஸ் செய்த வண்ணமான இசை!

5

அவரின் பிஸியான நேரம் போக அறையில் இருந்த நேரங்களில் அவருடன் இருக்க விரும்பி காரணங்கள் உருவாக்கி உடன்

இருந்தாள். அவரது உதவியாளரின் பிள்ளைக்கு பள்ளிக் கட்டணம் ஹெலன் செலுத்துவார். அவனது ஸ்கூலுக்கு நான் போய் விசாரித்து வருகிறேன் என்று ஆன்லைன் பேமெண்டைத் தடுத்து, போய் பணம் செலுத்தி விசாரித்து வந்து சொன்னாள். சந்திப்பிற்கான காரணங்கள் அதிகப்பட வேண்டும் இல்லையா! ஹெலன் வீட்டில் இருந்தால் ஹோம்வொர்க் செய்கிறேன் என்று வரும் அவனிடம் அவரின் நல்ல குணங்கள் மெதுவாக இறங்கியதை அவனோடுப் பேசுகையில் அவளால் உணர முடிந்தது. இன்டர்நேஷனல் செமினாரில், வகுப்பில், சிகிச்சை அளிப்பதில் பெயர் பெற்ற ஒருவர் இப்படிக் குட்டிப்பையனோடு அந்தாக்ஷரி விளையாடி அன்பு காட்டி ஹோம்-வொர்க் செய்ய வைக்கிறார் என்பது மென் ஆச்சரியம். அவருடன் இருக்க வேண்டுமெனக்கு!

ஹெலனுக்குத் திரைப்படங்கள் பார்ப்பது பிடிக்கும். அவள் வாசித்ததையும் அவர் பார்த்த படங்களையும் குறித்து மிகச் சிலமுறை பகிர்ந்திருக்கிறார்கள். அந்தக் குட்டிப்பையன் இருக்கையில் அவன் பார்க்கத்தகுந்த, குழந்தைகள் படத்தை இவரும் பார்ப்பார் கவனித்திருக்கிறாள். மற்ற நேரங்களில் நண்பர்கள் பரிந்துரைத்தப் படம், சிறந்த முறையில் எடுக்கப்பட்ட பழைய, புதிய திரைப்படங்கள் என்று தெரிவு செய்து பார்ப்பார். அப்படி ஒரு படமாகத்தான் அன்று 2001-ல் எடுக்கப்பட்ட ஈரானியப் படமான Baran பென்-ட்ரைவிலிருந்து டிவி ஸ்க்ரீனில் ஓடிக்கொண்டிருந்தது. முன்பு பாதி பார்த்து விட்டதாகவும் விட்ட இடத்திலிருந்து தொடர்வதாகவும் அவளிடம் கூறினார். அவருடன் பார்க்க உட்கார்ந்தவுடன் முதலிலிருந்து ப்ளே செய்ய தலைப்பட்டவரை வேண்டாம் என்று தடுத்து பாதி படத்தை பார்க்க ஆரம்பித்தாள். படம் பார்ப்பதை விட ஹெலனுடன் சேர்ந்து பார்ப்பது ஸ்வீட்டஸ்ட் மொமெண்ட் இல்லையா, அன்றைய பாடங்களையும் பெண்டிங் இல்லாதுப் படித்து முடித்து விட்டிருந்த திருப்தியும் இணைந்து கொண்டது. வசதியாக உட்கார்ந்து மகிழ்வாகப் பார்க்க ஆரம்பித்திருந்தாள். Majid Majidi என்ற இயக்குநரின் படம் என்றார். அவளால் இதுபோன்ற பெயர்களை எல்லாம் நினைவு வைத்துக்கொள்ள முடியாது.

படிப்பிற்கு என்றால் மனனம் செய்து விடுவாள். மற்றபடி இந்தப்பெயர்கள் மீது ஒரு ஒவ்வாமையுண்டு. கதையை மட்டும் நினைவில் வைத்துக் கொள்வது வழக்கம். இந்த ஹெலன் மட்டும் ஜஜா, பிஜி, அஷீ குரோ, கரோ வென்று என்னவெல்லாமோ நினைவில் இருத்திக்கொள்கிறார் என்று நினைப்பாள். அவளுக்கு இந்தப் பெயர்களை வாசிக்கும்போதே மூளையின் நரம்புகள்

கோணிக்கொள்ளும். எதற்கு கஷ்டம் என்று விட்டுவிடுவாள். படம், பருவ வயதில் வருகின்ற காதலைக் கூறியது. அப்போது வரும் ஈர்ப்பு அற்புதமான உணர்வென்றது. அப்படி அற்புத உணர்வு தன்னால் உணரப்பட்டதாகத் தெரியவில்லை என்றாலும் அந்தப் பருவத்தில் ஈர்ப்பு வந்ததுதானே... படம் முடிந்ததும் தனது டீனேஜ் காதலை(!?) ஹெலனிடம் சொல்லிவிட அவளது மனது துறுதுறுத்தது.

படம் முடித்தப் பிறகு படம் எடுத்த விதம், படப்பிடிப்புக் கருவிகளின் கோணங்கள், டெக்னீஷியன்களின் பெயர்கள், வசனங்களின் அழுத்தம், அதனை வெளியிடும் நடிகர்களின் திறன் என்று விளக்கிக் கூறினார். நிஜமாகவே உள்ளுக்குள் மோனாவுக்கு போரடித்தது. ஆனால் சொல்லிக்கொண்டு இருப்பது ஹெலனாயிற்றே... அவரது வார்த்தைகளில் கவனம் போகவில்லையே தவிர பேச்சிற்கேற்றவாறு மேல்கீழ் பக்கவாட்டில் என அசையும் கருவிழிகளின் நடனத்தைப் பார்ப்பது அவளுக்கு சுவாரஸியமாக இருந்தது.

பார்த்துக் கொண்டே இருந்தாள். "உங்க கண்ல ஷோபனா இருக்காங்க ஹெலன்" என்று சொல்லி முடிக்கும் போதுதான் எப்போதும் போல் மனதிற்குள்ளேயே சொல்லி இருக்கலாம் என நினைத்துக் கொண்டாள். ஏதோ ஜாகிரா கிராமியோ பிராமியோ என்று சொல்லிக் கொண்டு வந்தவர் 'வாட்' என்று கோப முகத்தைக் காண்பித்தார். முகத்திற்கு வேகமாகப் பாய்ந்த ரத்தம் மூக்கு நுனி, கன்னங்களைச் சிறிது இளஞ்சிவப்பாக்கியது. ஸாரி ஹெலன் என்று தனக்கு இந்தப் பெயர்களின் மீதிருந்த அலர்ஜியைக் கூறினாள். அவளின் பாவமான முகபாவனையினால் ஹெலனுக்கு கோபம் போனது. தோளில் தட்டி 'சரி விடு எதுவோ சொல்ல நினைக்கிற போல சொல்லு' என்றார். அம்மா போலவே ஹெலனும் நான் எதுவோ சொல்ல வருவதைத் தெரிந்து கொள்கிறார் மோனா மனதில் எண்ணங்கள் ஓடுகிறன!

தன் புராணத்தைக் கேட்க நேரம் இருக்கிறதா என்பதை உறுதி செய்து கொண்டு, படம் பார்க்கும்போது டீனேஜ் நினைவு வந்ததைக் கூறினாள். அவரது முகபாவனை, பேச்சைத் தொடருமாறு கூறுகிறது. இரண்டு பேரை பற்றி மட்டும் ஷேர் செய்து கொள்வோம் என்று மனதிற்குள் நினைத்துக் கொண்டுதான் சொல்லவே ஆரம்பித்தாள். ஹெலனிடம் ஏதேனும் சேதிகளை ஷேர் செய்வது என்றால் மோனாவுக்கு நிதானமும், மகிழ்வும்

ஒருங்கே அமைந்து விடும். முடிந்தவரை காட்சிகளை அப்படியே அதே உணர்வுகளோடு கண்முன் கொண்டுவர பிரயத்தனப்படுவாள்.

ஏழாம் வகுப்பில் இருந்தே அவ்வப்போது யாராவது லவ் பிரப்போஸ் பண்ணுவது வழக்கம் என்பதால், அவனது தூதையும் மோனா பெரிதாக எடுத்துக் கொள்ளவில்லை. மோனா ட்வெல்த் அவன் லெவன்த். தினமும் அவன் வகுப்பைக் கடந்துதான் பன்னிரண்டாம் வகுப்பு கட்டடத்திற்குப் போகவேண்டும். ஜன்னல் அருகில் அமர்ந்து கொண்டு அவள் தூரமாக வருகையிலேயே பார்த்து விடுவான். அவன் பார்ப்பதை அவள் ரசித்தாள். அந்த ஜன்னலைக் கடக்கும் சிலநொடிகளில் ஏதாவது கமெண்ட் வரும். பெரும்பாலும் ஏன் லேட், டியூஷன் போகலியா, ஸ்பெஷல் கிளாஸா என்பதாக இருக்கும். பதிலென்று எதுவும் ஒருபோதும் அவள் அளித்தது இல்லை. அதே நேரத்தில் அவனைப் பார்க்கத் தவறியதும் இல்லை.

சைக்கிளில் போகத் தொடங்குவதற்கு முன் நடைதான். அப்படி ஒருநாள் நடந்து கொண்டிருக்கையில் தொடர்ந்து பின்னால் வீடுவரை வந்து திரும்பினான். இப்படிப் பின்னால் வருவது தொடரவும்தான் பயம் வந்தது. அப்பாவிடம் செய்தி போகும் என்றும், பின்னால் வர வேண்டாம் என நண்பர்கள் மூலம் சொல்லியும் அனுப்பினாள். ‘பேசச் சொல்லு’ என்று பதில் செய்தி அனுப்பினான். நடக்கும் போது அவன் வருகிறானா எனத் திரும்பிப் பார்த்தால் ப்ரியத்தில் பார்ப்பதாக எடுத்துக் கொண்டு மகிழ்ந்தான். அது முதல் தனக்கு முன் எதிரில் வருபவர்களை கவனிக்கத் தொடங்கினாள். அவர்கள் பார்வை தனக்குப் பின்னும் நீண்டு தேங்கினால் அவன் வருகிறான் என்பது உறுதி. பிறகு திரும்புவதில்லை. பள்ளிக்குள் பாய்ஸ் கேர்ள்ஸ் என நிறைய நண்பர்கள். எல்லோரிடமும் சகஜமாக பேசிக்கொண்டாலும் ஸ்கூல் காம்பௌண்ட் தாண்டினால் பையன்களிடம் பேசுவதைத் தவிர்த்து விடுவாள். எப்போதேனும் தேவையான ஒரு சில வார்த்தைகள் மட்டும்தான் பேசுவது வழக்கம். நண்பர்கள் மூலமாக அவன் கொடுத்து விட்ட கடிதத்திற்கும் பதில் எதுவும் சொல்லவில்லை, பேசவும் இல்லை என, பள்ளி விட்டுப் போகையில் வழிமறித்து நின்றான். அப்போது ஸ்டேட்டஸ், மானம், மரியாதை, அப்பா பெயர், குடும்பப்பெயர் என்று ஏகப்பட்ட அடவைஸ் கொடுத்த அம்மாவும் பிரணவும் அந்த அட்வைஸ்களை இரண்டு தோள்களிலும் மூட்டை மூட்டையாகத் தூக்கிக்கொண்டு பரபரவென அவளின் மனதில் வந்தார்கள்.

"உங்கிட்டப் பேசணும்."

எதற்கென கேட்ட கேள்விக்கு தனியாக வா என்றதும், பேச்சுத் தொடங்கவிடாமல் விருட்டென்று ஓரமாய் நகர்ந்து வீட்டிற்கு வந்து விட்டாள். அவனைத் தூரத்தில் இருந்து பார்ப்பது மட்டுமே ரசித்த அவளது மனது, நெருங்க விடக்கூடாது என்பதில் திடமாக இருந்தது. கடிதம் கொண்டு வந்த அவன் நண்பர்களை அழைத்து தனது மறுப்பைக் கூறிவிட்டாள். ஆனாலும் அதற்கு அடுத்த நாள் சம்மதம் சொல்லவில்லை எனில் தற்கொலை செய்துகொள்ளப் போவதாகக் கூறினான். என்ன செய்வது? யாரிடம் சொல்வது? குற்றம் செய்து தப்பிக்க முடியாமல் தடுமாறுபவர்களைப் போலானாள்.

நண்பர்களிடம் சொன்னால் இந்தச் செய்தி ஆசிரியர், டியூஷன், பள்ளி என்று பரவி எல்லோரும் விசாரிக்கத் தொடங்குவர். அப்பா, அம்மா, அண்ணனை நினைத்தாலே பயமாய் இருந்தது. அன்று கனவில் போலீஸ் அவளைத் தனியே அழைத்து விசாரித்தது. பிறகு வெளியே அழைத்து வந்து ஜீப்பில் ஏற்றுவதை அப்பா, அம்மா, பிரணவ் மூன்று பேரும் கண்ணீருடன் பார்த்துக் கொண்டிருந்தனர். விழிப்பு வந்து விட்டது. நம்மேல் என்ன தவறு ஏன் பயப்பட வேண்டும் தைரியமாக இருக்க வேண்டும் என்று தனக்குத் தானே கூறிக்கொண்டாள்.

அடுத்த நாள் பள்ளிக்குச் சென்று பாடங்களை சரிவர கவனிக்க முடியாமல் நேரத்தை ஓட்டினாள். பள்ளி முடிந்து வருகையில் ஒரு முடிவுக்கு வந்தவளாய் அம்மாவிடம் கூறிவிட வேண்டுமென நேராக அவள் அறைக்குப் போக நடக்கையில், மெலிதான குரலில் அம்மாவின் வாசிப்பு ஒலி அறையிலிருந்து கேட்கிறது.

ஆழி மழைக் கண்ணா ஒன்று நீ கை கரவேல்
ஆழியுள் புக்கு முகந்து கொடு ஆர்த்தேறி
ஊழி முதல்வன் உருவம் போல் மெய் கறுத்து
பாழியம் தோளுடை பற்பநாபன் கையில்
ஆழி போல் மின்னி வலம்புரி போல் நின்று அதிர்ந்து
தாழாதே சார்ங்கம் உதைத்த சரமழை போல்
வாழ உலகினில் பெய்திடாய் நாங்களும்
மார்கழி நீராட மகிழ்ந்தேலோர் எம்பாவாய்

மோனாவின் அம்மாவிற்கு எல்லா மாதமும் மார்கழிதான். மனதில் தோன்றும்போது பாவையோ, திருமொழியோ வாசிக்கும்

பழக்கம் உண்டு. சிலநேரங்களில் மனது நினைக்கும், வாசிக்க முடியாது. எப்போதும் மோனாவின் அப்பா தனது வழக்கமான வேலைகள் தள்ளிப்போவதையோ, நடக்காமல் இருப்பதையோ விரும்பவே மாட்டார். அதுபோன்ற நேரங்களில் அம்மா தனது தனிப்பட்ட விருப்பங்களைத் தள்ளிவைத்து விடுவாள். அல்லது மறைத்து விடுவாள். வெங்கடாஜலபதி படத்திடம் போய் நின்று ஒரு புன்னகையைச் செய்துவிட்டு அப்பாவின் தேவைகளைக் கவனிக்கப் போய்விடுவாள். ஒருமுறை பாசுரம் படிக்க ஆரம்பித்தவளை கணவர் அழைக்க புத்தகத்தை மூடி வைத்துவிட்டு வேகமாகப் போனாள்.

“படிச்சிட்டு கொஞ்சம் நேரங்கழிச்சு டீ போடறேனு சொல்லேன்மா” என்று மோனா கூறினாள். வேண்டாம் ஆர்க்யூமெண்ட் தொடரும். நல்ல முறையில் விவாதம் நடந்தது என்றால் சரி. அதுவே ட்ராக் மாறினால் சரியாக இருக்காது. பிள்ளைகளுக்கு இருக்கும் சூழகச் சூழல், நல்ல அட்மாஸ்ஃபியர் எந்தக் காரணத்தைக் கொண்டும் போய்விடக்கூடாது. *I can’t allow this*. கண்ணன் எனக்காகக் காத்திருக்க மாட்டானா என்ன? என்று கூறி அவளை அமைதியாக்கி விட்டாள்.

ஆன்மீகம், இயற்கை இவற்றில் மிகுந்த ஈடுபாடு உண்டு. அதனால்தானோ என்னவோ ஒரு அசாத்திய மனபலம் எப்போதும் இருக்கும். முன்னோர்கள் கூறிய பலவும் எடுத்துக்கூறி, அதன் பயன், பலம், அறிவு என வாதிடுவாள். மோனாவைப் பார்த்ததும், ஆழி மழைக் கண்ணா பாடலைக் காண்பித்து, “பார் மோனா அறிவியல் கண்டுபிடிப்புனு இப்போ சொல்றத ஏழாம் நூற்றாண்டிலேயே கடலில் முகர்ந்து மேகமாகி இடி மின்னலோட தொடர்ந்து பெய்திடு மழையேனு ஆண்டாள் பாடியிருக்கிறதை” என சந்தோஷ மிகுதியுடன் கூறினாள். என்ன சொன்னாலும் சரி இன்றுவரை இந்த புராணக்கதை, பழம் நம்பிக்கைகளுக்குள் மோனாவால் தன்னை ஒப்புக்கொடுக்க முடியவில்லை. எதிர்காலத்திலும் முடியாதுதான் என்று நினைத்தவளுக்கு இந்த வேளை ஒரு கேள்வி தொக்கி நின்றது ‘ஆனாலும் எப்படிப் பாசுரத்தில் அறிவியல் உண்மையை எழுதி வைத்திருக்கிறார்களோ!’

எதுவோ சொல்ல வந்ததை யூகித்தவளாய் என்ன என்று கைகளைப் பிடித்து அருகே அமர வைத்த அம்மாவிடம் “ம்மா எங்க ஸ்கூல் பையன்” என ஆரம்பித்து தான் ரசித்ததை மட்டும் மறைத்து அவன் தற்கொலை செய்து கொள்வேன் என்று கூறியதுவரை ஒப்பித்து முகம் பார்த்தாள்.

“சரி பாய்ஸனா? கயிறா?”

என்று கேட்டதும் மேலும் திகைத்துப் போனாள். தலையில் கை வைத்து “வீட்டுக்கு வா பேசலாம். தேவைப்பட்டா எங்க அம்மாவே பாய்ஸன் வாங்கக் காசு தராங்களாம், வந்து பார்க்கச் சொன்னாங்கனு சொல்லு மோனா” என்றவளிடம் தடுமாற்றமாகச் சில கேள்விகள் மோனா முன்வைத்தாள். அப்புறம் எல்லாவற்றுக்கும் பதில் கூறுகிறேன். “போய் டியூஷனுக்குக் கிளம்பு” என்று அனுப்பினாள். அதன் பிறகு வந்த நாளில் முன்பு போலவே வழிமறித்து நின்றவனிடம் அம்மா கூறியதை அப்படியே கூறினாள்.

கண்கள் மிரண்டு சென்றவன் பிறகு ஒருபோதும் அவளைச் சந்திக்கவே இல்லை. ஜன்னல் அருகே கூட அமர்வது இல்லை. அம்மாவிடம் முன்வைத்த அவளது அத்தனைக் கேள்விகளும் தானே அழிந்தன.

இக்கட்டிலிருந்து விடுபட்ட நிம்மதியுடன் மோனா அன்று மாலை அம்மாவுடன் கோவிலுக்குச் செல்ல ஆயத்தமானாள். கோவிலுக்குப் போவதில் பெரிய அளவில் விருப்பம் இல்லை. அம்மா பழமை விரும்பி. புராதான விஷயங்கள் எல்லாம் அத்துப்படி. அவளுடன் கோவிலுக்குச் சென்றால் கோவில் வாசலில் கால் வைப்பதிலிருந்து சுற்றி வரும்வரை அந்தந்த இடங்களுக்கான காரண காரியங்கள் எல்லாம் சொல்லிக்கொண்டே வருவாள். இடிபாடில்லாமல் பொறுமையாய்ச் சுற்றி வரவேண்டும். வெள்ளி, செவ்வாய் விசேஷ நாட்களில் போக மாட்டாள். கும்பல் இருக்கும். அவசர அவசரமாகப் போய்வர வேண்டும் நிதானமாகத் தரிசிக்க முடியாதென சாதாரண நாளில் சென்று அம்மனுக்குப் பூ வாங்கிச் சமர்ப்பித்து வணங்கி வருவாள்.

அப்போதே அம்மா உயரத்திற்கு இருப்பாள். மோனாவின் அம்மா சராசரி உயரம்தான். ஆனால் கால்கள் எல்லாம் மெழுகு போல இருக்கும். வரிசையான பல்வரிசை. எப்போவதாவதுதான் பல் தெரியச் சிரிப்பாள். பருவ வயதில் நிறையப் பேர் திருமண விருப்பம் தெரிவித்திருக்கிறார்கள். வீடு வந்து கேட்டார்கள். இதில் பெண் கொடுக்கவில்லை என்ற வருத்தத்தில் பேச்சு வார்த்தை நிறுத்தியவர்கள் எல்லாம் உண்டு என்று பாட்டி சொல்லக் கேட்டிருக்கிறாள்.

மோனா அம்மாவை ஓரக்கண்ணால் பார்த்தவாறு நினைத்துக் கொண்டாள். இப்படி நெகுநெகுவென்று இருந்தால் யாருக்குத்தான் பிடிக்காது. கூடவே அமைதி, யாரிடமும் வம்புக்குப் போக மாட்டாள். யார் வீட்டிலும் போய் உட்கார்ந்து அரட்டை

என்பதெல்லாம் அறவே இல்லை. பேசுவதாயிருந்தால் நின்றபடியே சில நிமிடங்கள் பேசிவிட்டு வந்துவிடுவது வழக்கம். 'ச்சக்'கென்று ஸ்கெட்ச் எடுத்துக் கோடு போட்டது போல ஸ்ட்ரக்சர். கெட்ட எண்ணம் கிடையாது. யாருக்கும் தீங்கு நினைக்கும் மனமில்லை. ஆனாலும் கொஞ்சம் கடுகடு குணம்.

உடன் நடக்கும்போது மோனாவிற்கு அம்மாவிடமிருந்த பயம் போய் தோழமைத் தழுவிக் கொள்ளும். அவள் அம்மாவும் அப்படியே நடந்து கொள்வாள். இதற்காகவே சேர்ந்து கோவிலுக்குப் போக நினைப்பாள். இந்த முறை அதற்காக மட்டுமின்றி முக்கியமான விஷயம் தற்கொலை செய்து கொள்வேன் என்று மிரட்டிய பையனின் தொல்லை மாயமான அதிசயம் பற்றிப் பேசவேண்டும் என்ற உந்துதலில் கிளம்பிச் சென்றாள்.

கோவிலுக்கென்று பாவாடை தாவணி அணிந்து நடக்கையில் ஒரு பூரிப்புப் புன்னகை நான்கைந்து முறை மோனாவின் அம்மா முகத்தில் வந்து மறையும். தன்னைப் பார்த்துதான் என்பது அவளுக்குத் தெரியாமல் இல்லை. ஏனென்று கேட்டதில்லை. அவளும் வாய் திறந்து எதுவும் சொன்னதில்லை. மௌனத்தால் புரிந்து மௌனத்தால் வரவேற்கப்படும் பொழுதுகள் அவை! பாவாடை தாவணியில் நடக்கும்போது பாவாடை அரைவட்டத்திற்குச் சுற்றித்திரும்பும். மடிப்புச் சுருக்கங்கள் சிணுங்கிக் குதிக்கும். பாவாடையின் விளிம்பு முன்பாதத்தில் மோதி முத்திட்டு முத்திட்டு வரும். நடக்க நடக்க இளமையும் துடிப்பும் மலர்ந்து மலர்ந்து பாதத்தில் கொட்டிக்கொண்டே இருக்கிறது போலிருக்கும் மோனாவிற்கு. நடைக்கேற்ப ஏறி இறங்கும் உடம்பும் மார்பும் தனக்குள் கூச்சத்தை உண்டு பண்ணியதை உணர்ந்திருக்கிறாள்.

இது எல்லாமும் அம்மா அறிந்தவள் போலத்தான் பேசினாள். "எதையும் கண்டுக்காம வேகமா நட" கொஞ்சம் நடையை மாற்றி வேகமாய் நடக்க ஆரம்பித்து அந்தக் கூச்சத்தைக் கடக்க வேண்டும் என்று நினைத்து நடப்பாள். அந்தப் பையன் அதற்குப் பிறகு தன் வழிக்கு வருவது இல்லை என்று சிரித்தபடிக் கூறினாள். அம்மா பெரிதாக அலட்டிக்கொள்ளாமல் 'மம்' என்று அத்துடன் அந்தப்பேச்சை முடித்து விட்டாள்!

ஹெலன் அம்மாவை அப்ரிஷியேட் செய்வது போல் தலையசைத்துச் சிரித்தார்.

மனது பள்ளிப்பருவத்திற்கு ஓடிப்போய் சுற்றிக் கொண்டிருந்தது. அவளுக்கு ஹெலனிடம் பகிர்ந்தே ஆக வேண்டும் அப்படியொரு மனநிலை.

"அடுத்து வேறொரு காவியம் சொல்லப்போறேன்... உங்களுக்கு கேட்க நேரமும் விருப்பமுமிருந்தா சொல்றேன். சொல்லட்டுமா?" மோனாவின் மனது எஸ் சொல்லுங்க, எஸ் சொல்லுங்க என்றது. எஸ் என்பதாகக் கண்கள் மூடி தலையசைத்தார். சொல்லத் தொடங்கினாள்.

பள்ளி முடிவுறும் காலம் நெருங்குகையில் பக்கத்து வகுப்பு பையன் அவளுக்கு கிஃப்ட் கொடுத்தான். அவன் சி. எஸ். குரூப், மோனா பயோ. சங்கீதம் கற்றுக் கொண்டிருக்கிறான். பள்ளி விழாக்களில் தவறாது பாட வைப்பார்கள். சிறப்பாகப் பாடுவான். பல்லேலக்கா பாடலை இவன் பாடுகையில் ஆசிரியர்களும் சேர்ந்து கோரஸாக தாளகதியுடன் கைத்தட்டியதை மாணவர்கள் யாரும் மறக்க முடியாது.

கிஃப்டை வீட்டில் யாருக்கும் தெரியாமல் மொட்டை மாடியில் சென்று பிரித்துப் பார்த்தாள். சிறிய போட்டோ ஆல்பமொன்று இருந்தது. முதல் பக்கம் 'மோனாவின் மோகனங்கள்' எனத் தலைப்பிட்டு மோனாவின் கால், கை விரல்கள், பாதி கண், ஒரு கண், இரண்டு கண்கள், சிரிப்பு, நடக்கும் நிற்கும் உட்கார்ந்து இருக்கும் பின்பக்கம், ஓரமாகத் திரும்பிப் பார்க்கும் சைட் போஸ் என அவள் அறியாமல் எடுத்த புகைப்படங்கள் முப்பது இருந்தது. அவள் ஈர்க்கப்பட்டாள். எத்தனை எடுத்தானோ எடுத்தவற்றில் சிலதை செலக்ட் செய்து அனுப்பி இருப்பானாயிருக்கும் என்று நினைத்து கவனமாக ஆல்பத்தை யாரும் பார்க்காத மாதிரி புழக்கமில்லாத இடத்தில் ஒளித்து பத்திரப்படுத்தினாள்.

இரவு யாருக்கும் தெரியாமல் பத்து முறைகளுக்கு மேல் எடுத்துப் பார்த்திருப்பாள். தூங்கி எழுந்ததும் ஓடிப்போய் எடுத்துப் பார்த்தாள். பார்க்கப் பார்க்க அவள் கன்னத்தின் சிரிப்பு கண்களில் விரிந்தது.

அடுத்த நாள் பள்ளி நேரம் முடிந்தவுடன் வகுப்பில் இருந்து பள்ளி எல்லை முடிகிற வரையில் இணையாகக் கூடவே நடந்து வந்தான். அவளுக்கு திக் திக்கென்று இருந்தது. ஆனாலும் கிளர்ச்சியாகவுமிருந்தது. பேசிக்கொண்டே நடந்தார்கள். எத்தனை போட்டோதான் எடுத்தாயெனும் கேள்விக்கு எண்ணிக்கையில்லை என்றான். வேறு என்ன பேசுவது என்று தெரியாமல் மௌனமாக நடக்க, அவன் பேசினான்.

"மோகனம்கிறது ஹரிகாம்போஜியோட ஜன்னிய ராகம். மோனாங்கிறது என்னுடைய வாழ்க்கையின் ராகம். ஆதிவாசிகளும்

மோகன ராகத்தைப் பயன்படுத்தி இருக்காங்க. திருவாசகம் கூட இந்த ராகத்துலதான் மாணிக்கவாசகர் பாடியிருக்கிறார். திருவாசகத்திற்கு உருகார் ஒரு வாசகத்திற்கும் உருகார்னு படிச்சிருக்கமே நம்ம பாடத்துல. நான் உன் ஒரு வாசகத்துக்காக உருகி நிக்கறேன். உன் ஒவ்வொரு பார்ட்ஸும் எனக்கு மோகன ராகம்! அதத்தான் ஆல்பத்துல எழுதிக் கொடுத்தேன். எடுத்த போட்டோஸை விட பிரிண்ட் போடாம மனசுக்குள்ள நிறுத்தி அழகுப்பார்த்த போட்டோஸ் இன்னும் அழகு! நாளைக்கு இதேநேரம் வரேன்... சம்மதம் சொல்லு மோனா."

ஹப்பாஆ... அவளுக்கு மூச்சே நின்று வந்தது. எப்படிப் பேசறான்!! அதுவும் இன்னும் அழகுனு சொன்னபோது நாளைக்கு இதேநேரம் வரேன் என்று சொல்லியப் பிறகு ஒரு பாஸ் விட்டு உரிமையோட சம்மதம் சொல்லுனு ஓ காட்! மயங்கினாள். கரகரன்னு மொத்தமான ஆம்பிளைக் குரலில் அவளுக்கு மட்டும் நன்றாகக் கேட்கும் வகையில் அவன் பேசியது, அன்று முழுவதும் அவள் காதில் ரிப்பீட்ட் மோடில் ஒலித்துக் கொண்டேயிருந்தது.

சிரிப்பும் வெட்கமும் மாறி மாறி வந்து கொண்டிருக்க வெளியே தெரியாமல் இருக்க சீக்கிரமே தூங்கச் சென்றாள். தனியே நினைத்து நினைத்துச் சிரித்தாள். அந்தச் சிரிப்பு வீட்டில் யாருக்கும் தெரியாமல் பார்த்துக் கொள்வதே அவளுக்கு பெரும்பாடாயிருந்தது. முகமானால் வழக்கமான இயல்பு பாவனைக்கு மாறுவனா பார் என்றது. சிரமப்பட்டு மறைக்க பிரயத்தனப்பட்டாள். கால் மேல் எல்லாம் பரபரவென்றிருந்தது. எதிலும் கவனத்தைக் குவிக்க முடியவில்லை.

சொன்னது போலவே வந்தான். எனக்காகவே இவன் பிறந்து இருக்கிறான் என்று அவளுக்குத் திட்டவட்டமாகத் தோன்றியது. முன்ஜென்ம பந்தம் என்று நினைத்து மகிழ்ச்சியானாள். ஊர் முழுதும் பேசும் திருமணம், அவனுடன் ரயிலில் போவது, அவர்கள் குழந்தைகள், அவனைப் போலவே இருக்கும் ஒரு குழந்தை அவளுக்கு மட்டும் கன்னத்தில் முத்தம் கொடுப்பது, அவன் விளையாட்டாக அடிக்க ஓடி வருவது, அவர்கள் ஸ்கூல் மேட்ஸ் எல்லாம் அவர்களைப் பார்த்து பொறாமைப்படுவது என்று எண்ணங்கள் காற்றாலை விசிறியாய் சுற்றிக்கொண்டே இருந்தன.

அதற்குப் பின்னான நாட்களில் ஒருசில சந்திப்புகள் மட்டுமே சாத்தியமானது. பள்ளி நாட்களுக்குப் பிறகு இருவருக்கும் வேறு வேறு கல்லூரி, வேறு வேறு படிப்பு, வேறு வேறு ஊர்.

கல்லூரி சென்ற பின்பு வந்த முதல் விடுமுறை. வீட்டிற்கு வந்த பள்ளித்தோழி நண்பர்களைப் பார்த்து வரலாம் என்று அழைத்தாள். வீட்டில் சொல்லி விட்டு பைக்கில் கிளம்பினார்கள். அவன் வீட்டு வழியாகப் போகலாமென்றாள். போவதே அவன் வீட்டிற்குத்தான் என்றாள் தோழி. ஃபிரெண்ஸையெல்லாம் அடுத்தமுறைப் பார்த்துக் கொள்ளலாம் உன்னைப் பார்த்தே ஆகவேண்டுமாம் என்னிடம் கேட்டான் அதுதான் வீட்டிற்கு வந்தேன் என்றாள்.

முதன்முறையாக அவன் வீட்டிற்கு யாருக்கும் தெரியாமல்... நினைக்கும் போதே அவளின் தொண்டை எச்சில் விழுங்கியது, வறண்டது. வாசலில் வெல்கம் மகாராணி என்று அவன் வந்து நின்றபோது ஒருபக்கம் சிலிர்ப்படைந்தாலும் இன்னொரு பக்கம் அப்படியே திரும்பிப் போய்விடலாமா என்ற சிந்தனை ஒருநொடி உதித்தது. படபடப்பைக் காட்டிக் கொள்ளாமல் உள்ளே நுழைந்தாள்.

அவன் வீட்டில் அவனைத் தவிர யாரும் இல்லை. ஃபிரிட்ஜில் இருந்து பைனாப்பிள் ஜூஸ் எடுத்துக் கொடுத்தான். குடித்துவிட்டு சம்பிராதயமாகப் பத்து நிமிடங்கள் பேசிவிட்டு உடன் வந்தவள் சென்று விட்டாள். அவளுடனே சென்றிருக்கலாம் எது தடுத்தது? மனதில் சஞ்சலம். அவளும் கிளம்புகிறேன் என்றபோது இவ்வளவு நாள் கழித்துப் பார்க்கிறோம் 'கொஞ்ச நேரம் இருந்தால்தான் என்ன' என்று பாடினான். கண்களில் கெஞ்சல் கொஞ்சியது. சீக்கிரம் போய்விட வேண்டும். அப்பா, பிரணவ், அவர்கள் நண்பர்கள், சொந்தக்காரர்கள் யார் கண்ணிலும் பட்டுவிடக் கூடாது.

அவனோடு பேசிக் கொண்டிருக்கையில் பயம் கொஞ்சம் கொஞ்சமாக விலகிக்கொண்டு இருந்தது. ஒருவர் யோசித்து பயமெதற்கு, பயமின்மை எதற்கு என்று முடிவெடுப்பதற்குள் பயப்படு, பயப்படு என்று ஊர் உலகம் முன் நின்று விடுகிறது. வலக்கையால் கை விரல்களைப் பிடித்து இடக்கையால் வருடினான். ஒரு வகையில் இந்த விலகிக் கொண்டிருக்கும் பயமோ, பயப்பட வைத்த சூழலோ அவனது நெருக்கத்தை அனுமதித்து கைப்பற்றிக்கொள்ளச் செய்தது.

மாடியில் உள்ள அவன் ரூமிற்கு அழைத்துச் சென்றான். அறையை இசை அலையலையாக நிரப்பிக் கொண்டிருந்தது. இத்தனைத் துல்லியமாக எதில் ஒலிக்க விட்டிருப்பான் கேட்க நினைத்து கேட்காமல் இருந்தாள். ப்ளேயரை நிறுத்திவிட்டு அருகில் வந்தான்.

அமைதிதான் அப்போது சிநேகிதமாயிருந்தது. அவனது அறைக்குள் நுழைகையில் இருந்த காற்றில் உணர்வுகள் தூண்டும் எதையோ கலந்துவிட்டதைப் போல அத்தனை உணர்ச்சி வயப்பட்டவளாய் இருந்தாள். சம்மந்தம் இல்லாது எதையெதையோ கேட்டுக்கொண்டும் பார்த்துக்கொண்டும் இருந்தாள். ஒரு அடி உயர தலைப்பாகத்தில் மயிலும் தோகையும் வளைத்து வளைத்து புடைப்பாய்ச் செதுக்கப்பட்டிருந்த அகண்ட தேக்கு மரக்கட்டிலில் அமர்ந்தார்கள்.

அவனது குழந்தைப் பருவ புகைப்படங்களை எடுத்து ஒவ்வொன்றாய்க் காட்டினான். லேப்டாப்பில் குடும்பத்தோடு டூர் சென்றிருந்த இடங்களில் எடுத்தப் படங்களைக் காட்டினான். மிக நெருக்கமாய் அமர்ந்திருந்தான். அவன் கைகளில் இருந்த ரோமங்கள் ஒவ்வொரு நகர்வின் போதும் மேலே உரசியது. மாநிறக் கையில் மெல்லிய ரோமங்கள் படுத்து, படுத்து கவர்ந்து கொண்டிருந்தன. விரல்கள் மெலிதாய் பட்டையாய் இருந்தன. லேப்டாப்பில் நகர்த்துகையில் விரல் நுனி இதற்காகவே உருவானது போல் தெரிந்தது. சுத்தமான விரல் நுனி. கண்களை மேல்நோக்கிக் கொண்டு போக, நெஞ்சில் முளைக்க ஆரம்பித்திருக்கும் முடிகள்.

அவள் கால்கள் வலுவிழக்கின்றன. தொடையில் நடுக்கம் உணர்ந்து எழுந்து கொண்டாள். சமாளிக்க ஜன்னல் பக்கம் நகர்ந்தாள். வெளிச்சமும் தோட்டத்துச் செம்பருத்தியின் வண்ணமும் நடுக்கத்தைப் போக்க முற்பட்டன. திரும்புகையில் அவன் நெஞ்சில் மூக்கு உரசியது. நிறைய முத்தங்களுடன் கொஞ்சம் பேசினார்கள்.

பிரிய மனமின்றி அரைமணி நேரத்திற்குப் பின் வீட்டுக்குச் செல்கையில் மழை. வீட்டிற்குள் நுழைந்தவுடன் மழையில் நனைந்து வருவாளே என அம்மா சுடுதண்ணீர் தயார் செய்து வைத்திருந்தாள். அவளால் அம்மா முகத்தைப் பார்க்க முடியவில்லை குற்ற உணர்வாயிருந்தது. அழுக்குப்போக குளித்து விட்டு வந்தாள். மழையின் தழுவலும், சுடுதண்ணீரின் இதமும் எல்லாம் மறந்து தூங்கச் செய்தது.

அன்றையப் பிரிவிற்கு பின் இருவருக்கும் பொதுவான ஊரில் அல்லது அவனது கல்லூரி இருக்கும் இடம், அதுவும் இல்லை எனில், அவளது கல்லூரி இருக்கும் இடம் என அவர்கள் சந்திப்பைத் தொடர்ந்தார்கள்.

ரோஜா இதழில் லவ் யூ, மோனாவின் தலைமுடி ஒன்றிரண்டை வைத்து பெண்ணோவியம், மற்றுமொரு ஆல்பம் இந்த முறை ஒவ்வொரு பக்கம் திருப்புகையிலும் ஒவ்வொரு இசை, அவள் பெயர் வரும்படி மாற்றி அமைத்து அவன் பாடிய சினிமா பாடலொன்று, அவனது முத்தச்சத்தம் மட்டும் கேட்கும் பென்ட்ரைவ் என்று பரிசுகளில் மேலும் மேலும் ரசனை கூட்டினான். கிறங்கினாள்.

இரண்டாம் வருடத்தில் ஒருநாள் கேண்டீனில் இருந்து மூன்று நாட்களுக்குப் பிறகு அழைப்பு விடுத்தாள். ஒரு மணிநேரமாவது பேசவேண்டும். பேசாத மூன்று நாட்களின் இடைவெளியை நிரப்ப வேண்டும் என்ற ஆசையில் கால் செய்தால், அவன் அழைப்பை ஏற்கவில்லை. சிறிது நேரத்தில் பிஸி என்றது அலைபேசி. காத்திருந்தாள். அடுத்து ஒன்றரை மணி நேரம் கழித்து அவனே கால் செய்து பேசினான் குரலில் மாற்றம், பேச்சில் உளறல், தேவையற்ற சிரிப்பு வேறு எரிச்சல் மூட்டியது. அப்புறம் பேசுகிறேன் என்று வைத்து விட்டாள்.

அவனிடத்தில் வரிசையாகத் தெரிந்த மாற்றத்தில் அவள் பயங்கர அப்செட். நேரிடையாகவே பேசிவிடுவது என்று பேச ஆரம்பித்து கிடைத்த ரிசல்ட், அவனுக்கு மோனா மட்டும் காதலியில்லை... வேறொரு பெண்ணிடம் நெருக்கமாகப் பேசிய பிறகு உடனடியாக இவள் அழைப்பு வரப்போகவும்தான் அந்த உளறலும் மாற்றமும். நல்லது இனி நாம் சந்திக்க வாய்ப்பில்லை என்று வேகமாகக் கூறி, விடுதிக்கு வந்து கலங்கிப்போய்க் கிடந்தாள்.

என்ன செய்வதென்று தெரியவில்லை. வலித்தது அழுதாள். தனித்து இருக்கும் போதெல்லாம் மைதானத்தில் நடக்கத் தொடங்கினாள். ஆச்சரியமாய் நடை ஆறுதல் அளித்தது. அப்போதிலிருந்து இப்போது வரை டென்ஷன் வருத்தம் தடுமாற்றம் எதுவாக இருந்தாலும் நடைதான். ரிலாக்ஸ் ஆகும்வரை நடப்பது வழக்கமானது.

நடை அளித்த ஆறுதலோடு அவனைப்பற்றி, தன்னைப்பற்றி, தங்கள் பழக்கம் பற்றி நினைத்துப் பார்த்தாள். அவளுக்கு ஒன்று தெளிவாகத் தெரிந்தது. தனக்கு அவனது கிஃப்ட்தான் பிடித்ததே தவிர அவனையல்ல. தான் எந்த இடத்திலும் நிதானமாக யோசித்து நடக்கவில்லை. கடகடவென்று நடந்த அடுத்தடுத்த நகர்வுகளில் சிந்தனை தொலைந்து போனது அல்லது தொலைத்து விட்டாள். இதுவே உண்மையான அன்பும் நமக்காக மட்டும், நம்மை

மட்டும் என இதே க்யூட்டான கிஃப்ட்களும் இருந்தால் சரி என்று இணைந்து இருக்கலாம்.

வரிசையாக, முன்பின் என்று மாற்றி மாற்றி எப்படியோ சொல்லி முடித்து விட்டாள். அமைதியாகக் கேட்ட ஹெலன் 'ம்ம்' என்றவாறு கையிலிருந்த பென்ட்ரைவின் சிவப்பு பக்கத்தை கட்டைவிரல் நகத்தால் நெருடிக் கொண்டிருந்தார். கீழிதழ் குவிந்தும் ஒரு புருவம் மட்டும் உயர்ந்துமிருந்தது.

எதுவோ ஆழமான சிந்தனை போலிருக்கிறது.

பல நாட்கள் அவருடன் உரையாடி இருந்தாலும் இந்தக் கேள்வியை கேட்கலாமா வேண்டாமா என்று மோனாவிற்கு தெரியவில்லை. வானில் தவழும் மேகம்போல, எப்போதும் பேச்சு லாவகமாய் சென்று கொண்டிருக்கும் இருவரிடமும், அந்த லாவகம் நசுங்குமோ என்ற தயக்கம் வேறு வந்தது. இருப்பினும் கேட்டாள்.

ஹெலன் நீங்க லவ்...? அவள் முகத்தில் கேள்வியை ஹேங் செய்ய,

"உள்ளே பூத்துக் குலுங்கிட்டே இருக்கற அன்ப என்ன செய்றது, இதுவரைக்கும் இந்த உலகத்தில் சிங்கிளா வாழறதே சவால்தான் மோனா... ஒருசில காதலை கடந்துதான் வந்திருக்கேன் ஒருத்தன் வெளிநாடு. செமினார் போறப்ப பழக்கம், இன்னொருத்தன் வேதாளமா தொத்திக்கிட்டே இருந்தவன், மூனாவதாவும் ஒருத்தன் உண்டு."

ஒரு நிமிஷம் கண் மூடித்திறந்து சொல்கிறார்

"சரியா அமையல, நான் தினசரி சந்திக்கிற ஆண்கள், நெருக்கமா சந்திச்ச சில பேர் எல்லாம் யோசிச்சி பாத்ததுல ஆண்கள் ஒரு முழுமையான அன்பை ரிசீவ் பண்ணவும் கொண்டாடவும் தெரியாதவங்களா இருக்காங்களோனு பரிதாபமா இருக்கு. பலபேர் சொல்லிட்டு இருக்காங்க என்னைக் காதலிக்கறதா, எப்பவுமே காதலிச்சிட்டு இருக்கப்போறதா அது என்னவோ எதுலயும் என் மனசு ஒட்டல. ஆனா இப்படி நெருங்க முயற்சி செய்யறவங்களைப் பத்தி மைண்ட் நிறைய ஸ்டடி பண்ணி வச்சிக்கும். கிட்டத்தட்ட ஒரு மனோவியல் நிபுணர் போல."

என் கையில் ஹெலனின் வலது கை, அருகில் இருந்த மோனாவின் நெற்றியில் தவழ்ந்தது. அந்தத் தீண்டலும் அருகாமையும் அவர் மனதும் அவளுக்கு சுகம்.

"உடம்பு தேவை முக்கியம்தான். அதுக்காகத்தான் இயற்கை ஆண் பெண்ண படைச்சது. ஆனால் அந்த உடம்புக்கான மதிப்பை நம்ம எண்ணங்கள்தானே வடிவமைக்குது. அப்ப நிறைஞ்ச எண்ணத்தோடதானே உடம்பில் படரணும், ஆடு மாடு மாதிரியா உடம்பு மட்டுமேனு வாழ முடியும்."

உணர்வின் வெளிப்பாடாக அவரது இதழ்கள் துடித்தன. ஆழ்மனதில் கிடந்தவை சொற்களாக பிறப்பெடுக்கத் தொடங்கின. அவர் கிழக்கு திசைப் பார்த்து சோஃபாவில் அமர்ந்து இருக்க, மோனாவும் அதே திசைப் பார்த்து கால்கள் நீட்டி அவர்களது முகங்கள் சந்திக்காதபடி சோஃபா விளிம்பில் சாய்ந்து தரையில் உட்கார்ந்து கொண்டாள்.

யாரிடமும் பகிரப்படாதவற்றை மெல்லியக் குரலில் சொல்லும் அவர் மன வார்த்தைகளுக்கு தனது கண்கள், முகபாவனையினால் சிறு சங்கடமும், தடையும் கொண்டு வந்துவிடக் கூடாது என்று எதிரில் இருக்கும் ஜன்னல் வழியே தோட்டத்து மாமரத்தின் சிவப்பும் பச்சையுமாக ஆர்வமாகத் துளிர்த்துக் கொண்டிருக்கும் தளிர்களில் பார்வையை ஓட்டினாள். அவர் கண்களும் கூட அதையே பார்த்துக் கொண்டிருக்கலாம் அல்லது தன் கை விரல்களையோ, ஷீலிங்கையோ, ஸ்கிரீனையோ பார்த்துக் கொண்டிருக்கலாம் என நினைத்துக் கொண்டாள்.

ஆனால் மனது மனதைப் பார்த்துக் கொண்டிருந்தது. ஆமாம் அவர் மனது அவரையே பார்த்துக் கொண்டிருப்பது போல இருந்தது அவர் பேசியது. தொடர்கிறார், அவரது கால்கள் மோனாவின் அருகே இருக்கிறது. கால்விரல்கள் ஒவ்வொன்றையும் கொஞ்சித் தீர்க்கும் ஆசை அவளுள் மாமரத்தளிராகத் துளிர்க்கிறது.

"நீங்க இவங்களோட... I mean have you not had intercourse with anyone?"

"கடைசியில் சொன்னேனே."

"ஓ... தட் தேர்ட் மேன். அவரோடயா?"

"ஆமா."

"ஹி ஈஸ் மேரிட் நவ்" சிரிக்கிறார்.

மதம், அதிகப்படியான அவரது படிப்பு, சம்பளம், அவங்க வீடு, சொந்தம் இப்படி ஏதேதோ காரணமாக பிரேக்-அப் ஆனதைக் கூறினார்.

“தெரிஞ்சிடுச்சு நாம மேரேஜ் செய்துக்கப் போறதில்லனு, எதுவும் சொல்லாம அப்படியே போயிருக்கலாம். கல்யாணத்தில் விருப்பம் இல்லாதது போல சில வார்த்தைகள் ஏன் சொல்லணும்., அதை நான் ஏன் மனசுல பதிய வச்சிக்கணும். நம்ம மனசு ரொம்ப விசித்திரமானது. சில நேரங்களில் என்னென்ன எதிர்பார்ப்பு வச்சிருக்குங்கறதே நாம ரொம்ப லேட்டாதான் தெரிஞ்சிக்கறோம்.

மனச திடப்படுத்திக்கிட்டு படிப்பு, வேலை, செமினார்னு இருக்கறப்போ ஒருநாள் ஆன்லைனில் அந்த ஃபோட்டோஸ் கண்ல படுது. அதிர்ந்து நடுக்கத்தோட ஸூம் பண்ணிப் பாக்கறேன். கல்யாண வேஷ்டி சட்டை, கால்முட்டித் தொடும் பூ மாலை, ஃபிரண்ட்ஸ், சிரிப்பு இதுக்காகத்தான் காத்திருந்தேன் கிடைச்சிடுச்சிங்கிறது போல கிரேட்டஸ்ட் ஸ்மைல்... இப்பவரை எந்தக் கல்யாண போட்டோ, பட்டுப்புடவ, பட்டுச்சட்டையோட பார்த்தாலும் என்னால சுவாதீனமா இருக்க முடியல. ஒரு எர்த்-குவாக் வந்து போயிடும்.

ஏன்னா என் இறுதிவரை இந்த உயிரோடதான் என் மனசோட பந்தம்னு உறுதியா இருந்தேன். வலிக்கும். தெரிஞ்சும் குரங்கு சிரங்க பெருசாக்கி செத்துப்போற மாறி திரும்பத் திரும்ப அதே போட்டோவப் பார்த்து வலி சுமக்கறதுனு இருந்தேன். லாங் லீவ், முன்னேற்பாடு, ஃபிரண்ட்ஸ், ஒரே கலர் டிரஸ், கொண்டாட்டங்கள், எக்ஸ்ட்ராஸ்... எமோஷனல் பிளாக்-மெயில் கல்யாணத்தில் நடக்குமா? ரெண்டு நாள் பிரிவுகூட ரெண்டு பேரும் ஏத்துக்க முடியாம தடுமாறி இருக்கோம். நிறைய மிஸ்யூ முத்தங்களோட பிரிவை *unable to equalise, unbeatable*... ஆனா ஒரு மாதமாகியும் ஒரு ஹலோ இல்லை, எப்படி முடிஞ்சது?? என்ன முக்கியம்னு முடிவோட இருந்து தொடர்பு எல்லைக்குள் வரல! இந்த நிமிஷம் வரைக்கும் ஒத்த மிஸ் யூ இல்லை. மிஸ் பண்ணாத்தானே சொல்வாங்க, என்ன ஒரு தெளிவு!”

அவர் பக்கம் தலையைத் திருப்பி, “இப்படில்லாம் இல்லாம கிடைச்ச கேப்ல அடுத்தடுத்த ஆள் பார்த்துட்டுப் போறாங்க... ஓகே எல்லாம் அவரவர் விருப்பம். நாம பேசறது தப்பு. வெரி ஸாரி. நீங்க... ஒரு டாக்டர் எல்லாருக்கும் தெளிவைக் கொடுக்கறவங்க இப்படி இருப்பீங்களா” அசட்டுப் பிசட்டென்று கேட்டுவிட்டாலும் அவர் மனதின் மென்மையும் அன்பின் ஆழமும் மோனாவுக்குப் புரிந்தது.

“பிரிதல் புரிதல்... ஹூம் நமக்கே தெரியாது. அருகாமையின்மைதான் உணர்த்துது... நாம இவ்வளவு நினச்சோமா, அவங்களைச் சார்ந்து இருந்தமாங்கிறது. நம்ம மனசே நமக்கு ஆச்சரியம், எதிரி, புதிரி.”

மேலும் குறுக்கே பேசாமல் அமைதியாக இருந்தாள்.

“டாக்டர்னா மட்டும் மனசு இல்லையா... ஒரு நிமிஷம்கூட நினைவகலவே இல்லை. எதப் பார்த்தாலும் எங்க நின்னாலும் நினைவு பேயா மேல வந்து உட்காருது. ஏதாவது வேலை செஞ்சால், கஷ்டப்பட்டு ஆரம்பிச்சிடுவேன் முடிக்கறதுக்குள்ள அழுகை வந்துடும் வெறுப்பு கோபம் இயலாமைனு துடிப்பேன். ஒரு டீ போடறதுக்குள்ளயும்... ஓ காட் அது எப்படி ஒருநாள் என் மெசேஜ் இல்லைனா கூட வர்ர கிஸ்ஸிங் ஸ்மைலி என்ன! மிஸ் யூ என்ன! ஆனா உடனே எல்லாம் நிறுத்திட எப்படி முடியும்! எத்தனை ஷேரிங் யார்கிட்டயும் அப்படி இருந்ததில்லை. ஒருவேளை அதுதான் என் தப்பானு தெரியல. என் முன்னாடி *how is possible* ன்ற வாக்கியம் பெரிய உருவத்துல என்னையும் முழுங்கித்தின்னறது போல எல்லா திசைலயும் நின்னுது நின்னுட்டுருக்கு.”

மோனா அவர் இடது காலின் மீது கைவைத்து கண்களைப் பார்த்துவிட்டு பழையபடி மாந்தளிர்ப் பக்கம் பார்வையைத் திருப்பித் தடுமாறி பார்வையைத் தாழ்த்துகிறாள்.

“அழுகைக்குப் பின்னாடி ஒரு நிலை வரும். அப்ப நமக்கு நம்ம மனசுல கடினமான கல்ல தூக்கி வச்ச மாதிரி எந்த வேலையும் செய்ய விடாம சோர்ந்து போய் சுருண்டு கிடப்போம். முகம் சிரிப்ப மறந்துடும். சரியா சாப்பிடாம, தண்ணி குடிக்காம, தூங்காம உடம்பயும் வீணாக்கிட்டு... எனக்கும் யாரும் இல்லை. நானும் யாருக்கும் இல்லை. எவ்வளவுதான் சோர்ந்து போறது... எத்தனை அழுகை... தனியா. இதையெல்லாம் ஷேர் கூட செய்ய முடியாது. ப்ச் அழுது தீர்க்க முடியல.”

இரண்டு நிமிட இடைவெளி விட்டு தணிந்த குரலில்,

“எத்தனைப் பேர்கூட வேணாலும் புணரலாம். காதல் ஒருத்தர் கூடத்தானே ஒரு நேரத்துல... என்ன செய்யறது நாம பாக்க மாட்டமா, பேச மாட்டமானு இருக்கறவங்கள எல்லாரையும் விட்டுட்டு நாம ஏதோ நினச்சி ஒருத்தர் கிட்ட பேசறோம் ஆனா நடக்கறது வேறயா இருக்கு. ம்... வாய்விட்டுக் கதறி அழுதுருக்கேன். அப்பலாம் நான் படிச்ச அறிவியல், தத்துவம்னு எதுவும் துணை நிக்கல. அழுகை அழுகை அழுகைனு ‘ப்ச்’

தலை முழுகியாச்சி எல்லாம்... அடிக்கடி இந்த மனச மட்டும் கட்டுப்படுத்த முடியாம போயிடுது. நமக்கே நமக்குன்னு ஒரு உயிர் இந்த உயிரை உணர இல்லனு புலம்பி ஸ்தம்பிச்சுப் போயிடுது, இனிமே காயப்பட முடியாதுன்னு விட்டொழிச்சிட்டேன்."

என்ன சொல்வதென்று தெரியாமல் இடம் மாற்றி அவர் எதிரில் இருக்கும் சோஃபாவில் அமர்ந்து 'ம்ம்ம்' என்கிறாள் மோனா.

"முழுசா காதலைக் கொடுக்காம சேர்ந்து சந்தோஷமா இருந்துடறது. x-கூட இருக்கறப்போ x, y- கூட இருக்கறப்போ y, a-கூட இருக்கறப்போ a, b -கூட இருக்கறப்போ bன்னு இரு அதான் இப்ப சரிங்கிறாங்க. என்னால முடியல. ஐ ஆம் எ ஸ்டுப்பிட். எப்படி முழுசா ஒருத்தர உள்வாங்காம நெருக்கமா... ப்ச் எவ்வளவு பேர் பாராட்டறாங்க திறமை, குணம்னு. ஆனால் எனக்குன்னு ஒரு காதல் கிடையாது. என்னைப் பொருத்தவரைக்கும் காதல்ங்கிறது அடிப்படைத் தேவை சாப்பாடு, தூக்கம், உடை, இருப்பிடம், பாதுகாப்பு மாதிரி."

மோனா பார்க்கிறாள் அமைதியாகவே இருந்தவரின் கண்கள் கலங்குகிறது. இடது கண்ணில் இருந்து ஒரு துளி உருண்டு கன்னம் தொட்டு மடி நனைக்கிறது. எவ்வளவு மன உறுதியானப் பெண் இப்படி அழறாங்க. எல்லாமும் அன்புக்கு முன் நெகிழக் கூடியதாகிடுமோ... விசும்பலுடன் கண்ணீர் விட, மூச்சு ஏறி இறங்குகிறது.

"அது எப்படி மோனா ஒரு தொடர்பும் இல்லாம உடனடியா எல்லாத்தையும் கட் செய்துட்டு இருக்க முடியுது. அப்புறம் நினைச்ச போது வந்து பேசுவாங்க நாம பேசணுமா, ஸ்விட்ச் போட்ட மாதிரி அப்படியே நின்னுடுச்சி. எனக்குத் தெரிஞ்ச பொண்ணு கைல ரெண்டு மாசக்குழந்த, அவ மாமியார் அவளுக்குச் சாப்பிட ரெண்டு பிரட் தருவாங்களாம். ரெண்டு பிரட்னா ரெண்டே ரெண்டு ஸ்லைஸ். ஒருநேர சாப்பாடு. தூங்கி எழுந்ததும் மார்னிங் ஃபுட் எவ்வளவு முக்கியம்னு உனக்குத் தெரியும். அதுவும் குழந்தைக்கு ஃபீட் பண்ற ஒருத்திக்கு எப்படி இருக்கும்? அவ என்ன செய்வா? இதை யாருமே வீட்டில் கேட்க மாட்டாங்க. அவங்க மாமியார் பிரச்சனையாக்கிடுவாங்கன்னு. இத்தனைக்கும் ஸ்கூல் போற மகளோட பொண்ணுக்கு அதுபோல ரெண்டு பிரட் கொடுத்து அது பத்தலனு திரும்ப தந்து பத்தாததுக்கு கடைல வாங்கிக்கன்னு காசும் கொடுத்து அனுப்புவாங்களாம். அந்த ரெண்டுமாசக் குழந்தைக்கு சாப்பாடு இந்தத் தாய்ப்பால் மட்டும்தானே. அவ சாப்பிடாம எப்படி அந்தக் குழந்தைக்கு

கிடைக்கும்? இதுல வேலையும் செய்யணும். பசில மயக்கம் வர அளவுக்கு போயிருக்கு. குழந்தையோட உலகம் யாரு? காலைல தூங்கி எழுந்ததும் மார்ல வாய வச்சி வாய் வலிக்க சக் பண்ணி பால் வராம அவ முகத்தைப் பார்த்த பார்வைய எதிர்கொள்ளவே முடியலனு அழுதா, இன்னைக்கும் அந்தப் பார்வை என்னைத் துரத்துதுன்னு குழந்தையப் பத்திக் கேக்கும் போதுல்லாம் அழுவா. தாயையும் சேயையும் பட்டினிப்போடற மனநிலை என்ன மாதிரியான குரூரமா இருக்கும்? எல்லா வசதியும் இருந்தும் இப்படி நடந்துக்கற மனசு என்னவா இருக்கும்? இது மாதிரியான கேடுகெட்டப் புத்தியெல்லாம் விலங்குகள்ட்ட இருக்காதில்ல? ப்ச்... அந்தக் குழந்தை மாதிரிதான் அப்ப நான் அவனைப் பாத்தேன்.

எத்தனை தடவை வராத மெசேஜுக்காக மொபைலை எடுத்து எடுத்துப் பார்த்துருப்பேன். அநாதை ஆகிட்ட மாதிரி இருக்கும். நார்மலா இருக்கோம்னு நினைப்போம். திடீர்னு ஏதோ கரடுமுரடான பாதாளத்துக்குள்ள விழற மாதிரி இருக்கும். ப்ச்... எப்படித்தான் முடிஞ்சது இன்னொருவரை எல்லாமுமாக...! தப்பு என்மேலயா? நிறைஞ்சு கிடக்கும் நேசமா, நினச்சி சந்தோஷப்படற உருவமா, நான் இல்லை... இல்லைதானே. அது ஒன்னுதான் என் பக்கமிருந்து...”

அழுகைத் தொடர்கிறது. ஹவ் ஈஸ் பாஸிபிள் என்று முனகினார். மோனா இருந்த இடத்தைவிட்டு அசையவே இல்லை. அவர் மனம்விட்டு அழ வேண்டும் என்று விரும்பினாள்.

முகம், அந்த நீண்ட நாசி எல்லாம் சிவந்து கண்களில் திரண்டு கொண்டிருந்தது கண்ணீர். பக்கத்தில் இருந்த டவல் எடுத்து முகம் மூடி, கால்கள் மடக்கி, முழங்கால்களில் முகம் புதைத்து நிமிர்ந்தார். மூச்சு சின்னச்சின்னதாக மெதுவாக விசும்பியபடி வந்தது. இந்த அறையில் இருக்கும் ஆக்ஸிஜன் போதவில்லை என்று மோனாவிற்கு தோன்றியது. இப்போது ஹெலனுக்கு ஒரு சோலை நிறைய நறுமணம் கொண்ட பூக்கள் மோதிய காற்று வேண்டும். மருத்துவர் என்ற நிலையிலிருந்து அவர்கள் வெளியேறி இருந்தார்கள்.

‘ஹய்யோ இவருக்கு ஏன் இந்த சோதனை! அந்த நிமிடம் மோனாவுக்கு அவரின் அழுகைக்கு காரணமான அத்தனைப் பேரையும் தூக்கிலிட வேண்டும் போல் இருந்தது. ஆனால் அவரோ யாரையும் எதுவும் சொல்லவில்லை. கண்ணீருடன் ரெஸ்ட் ரூம் சென்றார். பத்து நிமிடங்கள் கழித்து முகத்தில் வழிந்த கண்ணீரை

நிறுத்திவிட்டு வந்தார். அகத்தில் வழிந்து கொண்டுதான் இருந்தது வலியின் கண்ணீர். சோஃபாவில் அமர்ந்தார். கண் இமைகள் ஈரமாகப் பிரிந்து பிரிந்து நான்கைந்தாக ஒட்டிக்கொண்டு இருந்தன.

ஏன் ஹெலன் உங்களுக்கு இப்படி நடக்கணும்? எவ்வளவு அழகு நீங்க! அழகோட குணமும் திறமையும் இருக்கு. உங்களையெல்லாம் அப்படியே அள்ளி மடிச்சி மடியில் வச்சிக்கத் தோணாதா! மிஸ் பண்ணவங்க ரொம்பப் பாவம். நீங்க ஃபர்ஸ்ட் சிரிச்சீங்களே அதான் சரி. நீங்க அவங்கள எல்லாம் பார்த்து அட பாவப்பட்ட ஜென்மங்களான்னு சிரிச்சுட்டு போயிடுங்க. இப்ப சொல்றேன்னு தப்பா நினைக்காதீங்க. சொல்லாம இருக்க முடியல என்று அவளுக்குள் ஒலித்த குரல் சட்டென அவருக்கு கேட்கும்படியாக,

“அழுதுத் துடைச்ச உங்க முகம் அமைதியானப் பெரிய வீட்டில் சின்னதா சுடர் விடற விளக்கு மாதிரி அழகா இருக்கு” என்கிறது.

வலது பக்கம் மட்டும் ஓர இதழ்களை அசைத்து குட்டிப்புன்னகைச் செய்கிறார். இகழ்ச்சியா மகிழ்ச்சியா சோகமா என்று அறிய முடிவதற்குள் மறைந்து போகிறது அந்தப் புன்னகை.

இப்பொழுது மோனா பற்கள் தெரிய சிரித்துக் கொண்டிருந்தது கண்டு புருவம் உயர்த்தினார்.

“கண்டிப்பா அவங்க ஸ்டுப்பிட்தான் ஹெலன். என்னால் உங்க ஃபிங்கர்ஸ் பாத்ததுல இருந்து கிஸ் பண்ண தோணின ஆசையை கன்ட்ரோல் பண்ண முடியாம தவிச்சிக்கிட்டு இருக்கேன்.”

மனதிற்குள்,

‘உங்க வாசம் சுகந்தம். ஐ திங்க் நீங்கதான் அவங்கள தப்பா நினைச்சிட்டு இருக்கீங்க, உங்க அளவுக்கு எவனும் இல்லன்னு தோனுது. அறிவுன்னு ஏதோ கொஞ்சம் இருக்கலாம். ஆனா பிரசன்ஸ் ஆஃப் மைண்டும் புத்திசாலித்தனத்திலும் உங்களை அடிச்சிக்க முடியாது. எப்படிச் சொல்றதுன்னு தெரியல. சுருக்கமா சொன்னா ஓவர் ஆல் லுக் நீங்க, உங்க மனசு ரொம்ப உசரம். அதத் தொட முடியாது. பக்கமும் வர முடியாது. தவிர இந்தத் தோற்றம் ஸ்பெஷல். டக் னு நெருங்க முடியாது, நெருங்க விடாது. இதை ஆளவும், பகிரவும், கொண்டாடவும் ஒரு சுயப் பரிசோதனை அவசியம். தகுதிப்படுத்திக்கணும். அது உணர்ந்துதான் தாங்க முடியாம மனஸ்தாபங்கள் நடந்துருக்கு, அவங்களால உங்கள

விட்டு இருக்கவும் முடியுது' என்று அவரின் நீண்ட விரல்களைப் பற்றிக்கொண்டே பேசினாள்.

ஆனால் நேரிடையாக,

"எப்படி உங்கள விட்டு இருக்காங்க! தே ஆர் ட்ரிவியல்" என்றாள்.

அப்படிச் சொன்னதை ஆட்சேபித்து எல்லாரையும் மதிக்கணும் என்று சிறிது கோபத்துடன் கூறினார். அவரிடம் கூறி சங்கடப்படுத்த வேண்டாம் என்று, 'மதிங்க. ஃபக்கிங் இடியட். யு நோ ஒன் திங் உங்க விரல் பிடிச்சு கிஸ் பண்ண, உங்களை ஹக் பண்ணுன எவனும் விட்டுப் போகவே மாட்டான்' என்று தனக்குள் கூறிக்கொள்கிறாள்.

"நான்தான் விலகி இருக்கேன் மோனா."

"தெரியும் இடம் கொடுக்க முடியல கரெக்ட்? இடம் கொடுக்கற மாதிரி நடக்கல அப்படின்னும் சொல்லலாம் இல்ல? நீங்க சொல்ல மாட்டிங்க," கோபமாக அவளது உதடுகள் 'நரக நாய்கள்' என்ற வார்த்தையை உச்சரிக்கிறது. தொடர்ந்து மனதிற்குள்ளேயே சொல்லிக் கொள்ள முடியாமல் வார்த்தைகள் சடக்கென்று மோனாவின் வாயிலிருந்து குதித்து விட்டன.

"எனஃப் பேபி... நான் அவனை மதிக்கறேன் இன்சல்ட் செய்யாத."

"தெரியும் தெரியும் இதுக்கும் மேல எதுவும் இல்லைன்னு முழுமையாகக் கொடுக்கப்படும் அன்பு ஆதித்தன்மை கொண்டது. அதைப் பெறுவதற்கு யோக்கியதை உள்ளவங்களால்தான் இம்மியும் பிசகாம திருப்பிச் செலுத்த முடியும்."

நிலைகுத்தியப் பார்வையில் எங்கோ பார்த்துக்கொண்டு மோனா சொன்னப் பிறகு ஐந்து நிமிடங்கள் மௌனமானார்கள் இருவரும். அமைதியை உடைத்து மோனா மெதுவாக

"சரி நான் இப்ப கட்டிக்கலாமா" என்றாள்.

நோ என்று கூறி உள்ளே சென்றுவிட்டார். அவன் ஞாபகத்தில் இருந்து வெளியே வரவே இல்லை என்பது தெரிந்தது. தூங்கி எழுந்து வரட்டும் என்று போகாமல் பிடிவாதமாகக் காத்துக் கொண்டிருந்தாள்.

ஹெலன் பற்றிய நினைவுகளுக்குள் போகையில், கோடை காலத்தில் மகிழ மர நிழல் எட்டிப்பார்க்கின்ற வராந்தாவில் தலைக்குளியலாடி மெதுவாகத் தாளகதியுடன் முன்னும் பின்னும்

ஆடுகிற ஊஞ்சலில் உட்கார்ந்து இருப்பது போன்று சாந்தமான பாவமும் சௌந்தர்யமும் சேர்ந்து விடுகிறது.

அன்று காத்துக் கொண்டிருந்தப்போது ஹெலனுடைய உதவியாளர் வந்து வீட்டு வேலைகளைச் செய்துவிட்டுப் போகத் தயாரானார். அவருடன் பேசிக்கொண்டே வெளியில் வந்தாள்.

போய் வருகிறேன் என்று தோல் செருப்பு சப்திக்க நடந்து சென்றார். காரிடரில் சில்வர் உருளைக்கம்பிகளைப் பிடித்துக்கொண்டு நின்றாள். திட்டுத்திட்டாய் இருந்த இருட்டு பார்க்கப் பார்க்க நெருக்கமாய், அதி நெருக்கமாய் இடைவெளி இல்லாமல் ஆனது. முழு இடமும் இருட்டால் ஆக்ரமிக்கப்பட்டது. சோடியம் விளக்குகளையும், எல்-ஈ-டி விளக்குகளையும் தாண்டி இருட்டுத் தன் தன்மையை இழக்காதிருந்தது. இருள்தான் எத்தனைத் தூய்மையானது! கலைக்கக் கலைக்க எதன் பொருட்டும் தன்னிலை தளராது நின்று கொள்கிறது. அடர்ந்த இருட்டுக்குள் படுத்துக்கொள்ள வேண்டும். இருள் அணைத்துக்கொள்ள வேண்டும் என்று எண்ணினாள்.

மேகமில்லாத இருள் கொஞ்சம் கொஞ்சமாக நெருங்கி உள் இழுத்து அதன் மடியில் அமர்த்திக் கொள்கிறது. அப்படியே சிறிது நேரம் நின்றிருந்தாள். ஹெலன் கதவு திறக்கும் சப்தம் உள்ளிருந்து வருகிறது. உள்ளே போகிறாள். அவரும் அறையிலிருந்து வருகிறார். எதுவும் பேசிக்கொள்ளாமல் மேசையில் எடுத்து வைக்கப்பட்டிருந்த உணவை சாப்பிடத் தொடங்கினார்கள். அழுத்தமான மௌனம் அந்நேரத்திற்கு உறுதுணைதான். ஒருவர் மௌனத்தை ஒருவர் கலைக்காமல் இருந்தார்கள்.

எல்லா மௌனத்திலிருந்தும் உரையாடலுக்குச் சட்டென்று நகர்ந்துவிட முடியாது. இங்கு மௌனம் கனத்துக் கொண்டிருந்தது. கனம் கூடாமல் குறைக்க வேண்டும். பின் பேச வேண்டும். கேட்டுக்கொள்ளச் செய்ய வேண்டும். பேசவைக்க வேண்டும். இந்த எடையில் உடையக் கூடாது எதுவும். எதுவும் உடையாமல் காக்க இயற்கை துணை செய்ய வேண்டும் என்று நினைத்தாள்.

இந்த நேரத்தில் வெளியில் நிற்க முடியாது. குளிர் ஆரம்பித்திருக்கும். இசை? சொற்களில்லாத இசையை ஒலிக்கச்செய்யலாம். ஆனால் சாப்பிட்டு அமர்ந்திருக்கும் இந்நேரத்தில் கொஞ்சம் இளகிய மௌனம்தானே இப்போது வார்த்தைகள் இருக்கும் மெல்லிசை, சொற்களைக் கொண்டுவர போதுமானதாயிருக்கும். கேர்ள்

ஃப்ரெண்ட் என்ற பெயரில் வந்த charlie puth-ன் இசைத்துணுக்கைச் சில நிமிடங்கள் ஓட விட்டாள். இறுக்கம் தளர்ந்தது.

எதிரும் புதிருமாயமர்ந்து சின்னச்சின்ன வாக்கியங்களில் ஆரம்பித்து இருவரும் இரவு பன்னிரண்டைத் தாண்டியும் மோனாவின் பழமை விரும்பியான அம்மா, வெளிநாட்டுக்கு பறக்கத் துடிக்கும் பிரணவ், அசாத்திய வியாபார நுணுக்கங்களைப் பெற்ற அப்பா, ஸ்கூல் டேஸ், ஃபிரண்ட்ஸ், ஹெலனின் குடும்பம், துறை சார்ந்த லட்சியம், விருப்பங்கள், வித்தியாசமான மனிதர்கள் என பேசிக்கொண்டு இருந்தார்கள். மோனா தான் நினைத்ததைப் பேசுவதற்கான ஸ்பேஸ் இருந்ததை உணர்ந்தாள்.

நல்ல உரையாடல் என்பது பூதாகரப்பட்டு இருக்கும் எத்தனையோ அற்ப விஷயங்களுக்குத் தீர்வாக இருக்கும். நம்மிடையே நல்ல உரையாடல் என்பதே அரிதாக இருக்கிறது என்று டீன் ஒருமுறை மீட்டிங்கில் கூறியது மோனாவுடைய நினைவுக்கு வருகிறது. Stephen Miller எழுதிய கான்வர்சேஷன் குறித்த புத்தகத்தைப் பற்றியும் டீன் கூறினார். மோனாவிற்கு உரையாடல்கள் குறித்து எண்ணம் ஓடியது. எதிராளியைப் பேசவே விடாமல், பரந்த எண்ணம் இல்லாமல், முன்முடிவு கொண்டு பல உரையாடல்கள் நடத்தப் பட்டிருக்கும். சிலதோ எஃப்.எம் போல ஒருபக்கமிருந்து மட்டும் ஓடிக்கொண்டிருக்கும், இன்னொரு பக்கம் ஸிங்கிள் வேர்ட் தொடங்கினால் எதிராளியே முடித்து விடுவார். ஆனால் தவறாமல் போகும்போது உங்களுடன் பேசியதில் மகிழ்ச்சி [?!} என்று கூறிவிட்டுப் போவார். இன்னும் சில, கஸ்டமர்-கேர் போல ஒருபக்கம் இருந்து என்னக் கூறினாலும் போலி மகிழ்ச்சியில் திளைப்பர். தன்னிடம் இருக்கும் விவரங்களை மட்டும் முன்வைப்பதில் கவனமாயிருப்பர். சொல்வதை விடுத்து தவறாக மட்டுமே புரிந்து கொள்வார்கள் சிலர் அல்லது வேறுவகையில் புரிந்து கொள்வார்கள். அது என்ன என்று கேட்டுக்கொள்ளவும் மாட்டார்கள்.

கவனமும் மதிப்பும் கொடுத்து நடத்தப்படும் நல்ல உரையாடலில் மனது விரியும். ஹெலனிடம் எதுவும் பேசும்போது எப்படி எடுத்துக் கொள்வாரோ என்ற எண்ணமெல்லாம் தவிர்த்து அவர் சரியாகத்தான் புரிந்து கொள்வார் என்று மோனாவின் மனம் உறுதிபடக் கூறும். இல்லையென்றாலும் அலுத்துக் கொள்ளாமல் விளக்கம் கேட்பார்.

உரையாடலின் பூரணத்துவத்தை அவரிடம் கண்டாள். நல்ல உரையாடலின் நேரங்களில், மனது பரந்து செழிப்பதாக, சுக

உணர்வு கொடுக்கக்கூடியதாக இருக்கும். இத்தகைய comfortable-ம், மனசோட விசாலமும் ஹெலனுடன் பேசுகையில் அவளுக்குக் கிடைக்கும். அவரையே திட்டினால் கூட முழுவதும் கேட்டு விட்டுத்தான் பதில் சொல்வார். இப்படி ஒரு பேச்சு எனில் விடிய விடிய வேண்டுமானாலும் சளைக்காமல் பேசலாம்.

நீண்ட தர்க்கங்களுக்கிடையே இப்படி அலுப்பூட்டுகிறார்கள், சலிப்பூட்டுகிறார்கள் என்று விளையாட்டுப் புத்தியில் ஏனோதானோவென்று குற்றச்சாட்டுகளைக் கூறி ஒட்டுமொத்தமாக ஆண்களை விட்டு விலகக்கூடாது என்று ஹெலன் கூறினார். மோனா கொஞ்சமும் யோசிக்காமல் அவரின் காதல் வெறுப்புத் தன்மையை கிரிட்டிசைஸ் செய்தாள். அன்று இரவு நீண்ட நேரம் விழித்து, அடுத்த நாள் அவருக்கு டியூட்டி செமினார் எதுவும் இல்லையென்பதால் பகல் பன்னிரண்டு மணிவரை தூங்கி எழுந்தார்கள்.

அரோமா பக்கங்களில் இப்படி எழுதினாள்.

உயிரை உருவிப் போட்டுவிடும் செயல்கள் எவையென முன்னதாக அறிந்து விட்டால் அரிய மனிதர் வாழ்ந்துவிடக் கூடுமென்பதாலேயே எக்கணங்களும் இயைவதில்லை. ஆன்மாவின் அழுகையொலியின் பால் தீராத விருப்பம் கொண்டவை சில கணங்கள்!

ஆமாம் ஹெலன் அவர் மனதை நொறுக்கிய அந்தச் சுழலிலிருந்து வெளிவரவே இல்லை. முடியாது என்பதும் தெரிந்தது. இவரைப் போன்ற அரிய பிறப்புகளை இயற்கை தனியாக சிருஷ்டி செய்யும் போலிருக்கிறது என்று எண்ணிக் கொண்டாள். விரக்தியின் உளைச்சலில் கொலிக்ஸ் ஒருவருடன் ஒன்றிரண்டு இரவுகளைப் பகிர்ந்திருக்கிறார். அவர் வெளிநாடு சென்று வாழலாமா என்று மன்றாடிக்கேட்க, சிரித்துவிட்டு உங்க ஃபேமிலியைப் பார்த்துக்குங்க என்றிருக்கிறார்.

“அந்த நிமிஷத்தில் தளும்பற வார்த்தைகள்டி மோனா... தூங்கி எழுந்திருச்சான்னா என் வீடு, என் பொண்டாட்டினு பாசம் வழியும். நம்ம நாட்ல பிடிக்காமயே கட்டிக்கிட்டாலும், கட்டிக்கிட்டு பிடிக்கலன்னாலும், பெரும்பாலும் ஒத்துப்போகலனாலும் என் பெண்டாட்டிங்கிறப்ப நாடி நரம்பு, சிறுமூளை, பெருமூளை எல்லாம் துடிக்கும். ஏதாவது பேசிட்டோம்னா அவங்க முற்போக்கு பரந்த சிந்தனை அங்கே டென்டிஸ்ட்கிட்ட மாட்டின சீக்காளி போல ஆகிடும். எவன்கிட்டயாவது இதையெல்லாம் வச்சுக்கன்னுவாங்க. எப்படியாவது பிரியாம வாழணும்னு நினைக்கிறாங்க. இது

human life-க்கு OK or not ok எப்படிப்பட்டதுன்னு தெரியல. நம்ம கல்ச்சர்னு சொல்லிக்கறதுக்கு ஓகேனு நினைக்கிறேன்.'' அப்படியே ஒருவேளை அவன் சொன்னது உண்மையா இருந்தாலும் எனக்கு வேண்டாம் என்பவரிடம் என்ன பேசமுடியும்.

அவருக்குப் பிடித்த அவன் திரும்ப வந்தானா? என்ன சொன்னீங்க, அப்புறம் நினைச்ச போது வருவாங்க நாம பேசணுமானு சொன்னீங்களே சந்திச்சிங்களா? என்று ஒருநாள் சிலமுறை தொணதொணத்தப் பிறகு, விருவிருவென்று சொல்லி முடித்துவிட்டார். அதுபற்றி மீண்டும் பேச விருப்பமில்லை போலிருக்கிறது. தானும்தான் இப்படி நாகரீகம் இல்லாமல் தொண தொணத்திருக்கக் கூடாது என்று வருந்தினாள்.

நடந்து கொண்டே ''வந்தான் பேசினான். நீ கடல் ஆகாயம்ன்னு இன்னும் என்னவோ சொன்னான். அதிகப் பிரசிங்கித்தனமா தெரியலாம். அவனைக் காயப்படுத்த மனசில்லாம ஆனா வேணும்ன்னே அலட்சியமா 'ஆமா நான் பெரிய கடல் நீ அதில் இறங்கி முழுகிக் கரைவனு பாத்தேன். ஆனா சிலத்துளிகள் தலையில் தெளிச்சுக்கிற தீர்த்தமாவே முடிஞ்சுடுச்சு' அப்படினு வேகமா சொல்லிட்டு அவன் அதுபத்தி யோசிச்சுக்கிட்டு இருக்கும்போதே எழுந்து வந்துட்டேன்'' என்றார்.

'ம்ம்ம் its fact' மெதுவாய் முனகினாள். அவர் காதில் வாங்கியதாகத் தெரியவில்லை.

தேவை இல்லாமல் கேட்டு மனநிலையை மாற்றி விட்டோமோ என்ற குற்ற உணர்வில் ஏதேனும் அவர் மனதை மாற்றும் வகையில் பேசுவோம் எனப் பேசத் தொடங்கினாள்.

''ஒரு வாசல் மூடி மறுவாசல் வைப்பான் இறைவன். ஹூம்... ஏன் ஹெலன் அந்த இன்னொரு வாசல காமிச்சிட்டு இந்த வாசல மூடினா என்ன? கண்ண கட்டி விட்டாப்ல இருக்கு. சமயத்தில் பல வாசல் திறந்து இருக்கு. நம்ம வாசல் எதுன்னே கண்டுபிடிக்க முடியல.''

'ஹ ஹா'

''இருக்கத வச்சி வாழணும். தேவையில்லாததுக்கெல்லாம் ஆசைப்படக் கூடாது இல்ல ஹெலன்?''

''இருக்கறத வச்சி வாழ்ந்தா இந்த உலகமே இயங்காது மோனா. நினைச்சுப் பாரு. அதுக்கு இதுக்குனு படற விருப்பம்தான் இயங்க வைக்குது உலகை.''

“ம்ம்ம் ம்ம்ம்.”

“சமாதானம்தான் வாழ்க்கை. நமக்கு நாற்பது வயசுல இறந்தவளப் பாத்து வர்ற பயத்தை, ‘அவ ரொம்ப டென்ஷன் பேர்வழியாம். பிபி இருக்கு பாக்காம விட்டாங்க” அப்படிங்கிற சமாதானம் தேவைப்படுது. ஏன்னா நாம அப்படி நாப்பதுல சாக மாட்டோம்கிற ஸ்ட்ராங்கான சுய சமாதானம் வேணும். ஸீ நமக்கெல்லாம் டென்ஷனே வராது இல்லையா? ஜென்னாயிட்டமா? நமக்கு கிடைக்காத வாழ்க்கைக்கும் சமாதானம், கிடைச்ச வாழ்க்கைக்கும் சமாதானம். சமாதானங்களால் ஆனது இப்பெருவாழ்வு.”

“நாம ஏற்படுத்திக்கிற வாழ்க்கைக்கு?”

“ஓஹ் நாம தனியா நாமளே ஏற்படுத்திக்கிற வாழ்க்கைன்னு ஒன்னு உலகத்துல கிடையவே கிடையாது. முயற்சி செய்யறோம் சூழல் அமையுது. நாம மட்டும் உலகம் இல்லை. நம்மோட சம்பந்தப்படுத்தி யார் யாரோ நம்ம வாழ்க்கைல பங்களிப்பு செய்யறாங்க. உனக்குத் தெரிஞ்ச யார் ஒருத்தர வேணும்னாலும் நினைச்சுப் பாரு பேசிப்பாரு. உண்மையிது.”

“ஹெலன் நீங்க தமிழ் பேசறது கேட்க அழகா இருக்கு. அப்போ நாம சமாதான ஈக்குவேஷன்ல இருந்து கழண்டுக்க முடியாதா?”

“ஆரோக்கியமான உடம்பு, ஆரோக்கியமான மனசு வச்சுக்கிட்டா போதும். இது எல்லாம் இருந்தும் சோகத்துக்குள் தவறி விழற, சமாதானம் தேவைப்படற மனசு எட்டிப் பார்த்துக்கிட்டுதான் இருக்கும். அதான் மனுஷ இயல்பு. என்ன ஒன்னு எட்டிப்பாக்கறது அடிக்கடி நடக்காம பார்த்துக்கணும்”கிற அவரோட பதில் அவ்வப்போது நினைவுக்கு வந்து கொண்டேயிருக்கும்.

ஒரு மாதம் அவர் வெளிநாட்டு கிளாஸ், டிஸ்கஷன் மீட்டிங் என்று பிஸியாக, நாட்கள் ஒவ்வொன்றும் இருப்புக் கொள்ளாமல் தவித்தது. தனியே ஓய்வாக இருக்கும்போது வீடியோ கால் வரச்சொல்லி கேட்டும் ஏனோ அவர் தவிர்த்தார், கட்டாயப்படுத்த முடியவில்லை. ஆடியோ காலில், மெசேஜில் அவ்வப்போது பேசிக்கொண்டார்கள். மலேசிய செமினார் முடித்து அவர் வந்த அந்த நவம்பர் மாத விடியற்காலை மூன்று மணி, கட்டியிருந்த ஸ்கார்ஃபோடு ஸ்வெட்டர் அணிய மறந்து மோனாவின் ஸ்கூட்டியை அவர் அறையை நோக்கி இழுத்துச் சென்றது. பனி மறைத்தப் பாதையை அவ்வளவு விரைவாக எப்படிக் கடந்தோம் என்ற ஆராய்ச்சிக்கெல்லாம் போகாமல் பூட்டி வைத்திருந்த லகான் நீக்கிய தினவு கொண்ட குதிரையைப் போன்று துடித்தெழுந்தது

அவளது மனம். ஒரு பிக்-ஹக்கிற்குப் பிறகும் தாளாது அந்தக் குளிரில் ஒரு டம்ளர் பச்சைத் தண்ணீரைக் குடித்தாள். அவர் குளித்துவிட்டு வந்தார். கிரீன் டீயோடு நின்றாள்.

6

"முடியாதுடி... அறிவில்ல... இப்ப எங்க இருக்காங்க உங்க ஹெலன்" பிரணவின் கோப வார்த்தைகளுக்கு "பூண்டி மாதா கோவிலுக்கு வந்து இருக்காங்க கமிங் தர்ஸ்டே வீட்டுக்கு வரச்சொன்னேன் வரேன்னாங்க" என்றாள்.

இரண்டு நாட்கள் முன்பு தன்னோட ஃபியூச்சரை ஹெலனோட இணைச்சுக்கறேனு சொன்ன போது கத்தின பிரணவ் கோபத்தை தளர்த்தி கன்வின்ஸ் மோடுக்கு மாறினான்.

ஹெலன் ஒரிசா டாக்டரிடம் பேசியது போல கம்பீரமாகவும் அவன் மனது காயப்படாமலும் தன் நிலைப்பாட்டை மென்மையாக எடுத்துக்கூற வேண்டும் என்று முன்னரே முடிவு செய்து வைத்திருந்தாள். ஆனால், அவர் அளவிற்கு முடியாது என்பது தெரிந்தது.

"இது என்னோட முடிவு நீ கேட்டுக்கன்னு சொல்றேன் அவ்வளவுதான்."

என்னும் மோனாவின் வார்த்தைகளில் விழுந்த அழுத்தம் கண்டு அவனது கண்கள் மிரண்டு சிறிது நேரம் கழித்தே இயல்புக்கு வந்தன. தங்களுடன் வெளிநாட்டில் இருக்கும் கணவன் வரும்வரை ஹெலனின் உதவியாளரும் குட்டிப்பையனும் தங்கப் போவதையும் இருவரும் இணைந்து ஒரு குழந்தையை தத்தெடுத்து வளர்க்க இருப்பதையும் மோனா கூறினாள்.

"அடாப்ட்?"

"எஸ்"

"என்ன அதுவும் பெண் குழந்தையா?"

என்ற போது அவனது முகம் ஒரு நொடி கறுத்து, வாயின் இருபக்கங்களிலும் கோரமாக இரு பற்கள் தோன்றி மறைந்தன. ச்சே என்ன ஒரு மோசமான எண்ணம்... இது போன்று இந்த மனிதர்களுக்கு அதுவே உருவாகுதா? உருவாக்கிக்கிறாங்களா? தனக்குன்னு தன்னை மேம்படுத்திக்கன்னு எண்ணங்களை

உருவாக்கி வாழ மாட்டாங்களா, பாவம் இவனும் சூழலியலுக்குள் அடிமைப்பட்டுத்தானே இருப்பான். புரிந்து கொள்வான் என்று நினைத்தது நடக்கல என் உள்ளுக்குள் பேசிக்கொண்டாள். வெளியே அமைதியாக நான் இந்த முடிவில் இருந்து பின்வாங்கப் போவதில்லை என்பதைக் கூறி,

"இத்துனூண்டு வாழ்க்கை அதை என் விருபபத்துக்கு வாழறேனே" என பதிலளித்து அந்த இடத்திலிருந்து அகன்றாள்.

பிரணவ் இரண்டு நாட்களாகப் பார்க்கும் போதெல்லாம் சிலமுறை முறைப்பதும் சிலமுறை வருந்துவதுமாக இருந்தான். அம்மா அப்பாவிடம் கூறவில்லை. அஷ்மிதா பிரணவிற்கு நல்லப் பழக்கம். இவன் அங்கு வந்தபோது மூவரும் சேர்ந்து ஊர் சுற்றி இருக்கிறார்கள். அவளும் ஒருமுறை இங்கு வந்திருக்கிறாள். வீட்டுப்பெண்களுடன் பேசுவது போல எல்லோருமே உரிமையுடன் பேசுவார்கள். சமயத்தில் மோனாவை ஓரங்கட்டி விட்டு அவள் அம்மா அப்பாவுடன் சேர்ந்து பேசி கலாட்டா செய்வாள். அவளுக்கு அழைத்து நடந்த எல்லாவற்றையும் கூறி தனக்கு துணை நிற்குமாறு கேட்டான். அவள் மோனாவிடம் பேசி செய்தியைச் சொன்னாள். நல்லவேளை ஹெலன் நம்பர் கேட்கவில்லை என்று மோனா நினைத்தாள்.

பாவம் நேற்று இரவுகூட வந்து "சாத்தியமில்லாத விஷயம், விட்டு வெளியே வா" என்று கால் மணிநேரத்திற்கு மேல் பேசி நீடிக்காது என்று திரும்பத் திரும்பக் கூறினான். அவளுக்கோ இரவெல்லாம் கண்ணை மூடவிடாமல் துள்ளிக் குதித்துக் கொண்டிருந்தது ஹெலனின் நினைவு. "ஒத்து வராதபோது பிரிஞ்சிடறோம் நீ டென்ஷனாகாம இரு" என்றாள். அதே கோபத்தின் வேகம் கொஞ்சமும் குறையாமல் எழுப்பி விட்டிருக்கிறான்.

அப்பா சொன்னது போல நிறைய மனிதர்களுக்கு பிடித்த தாயம் போலத்தான் நம் வாழ்க்கையும் வேண்டுமென நினைக்கிறார்களா? விழுந்தால் தாயம்!

கீழே இறங்கிப் போகலாம் என்று ரெஃப்ரஷ் செய்து நைட் டிரஸை மாற்றி சுடிதார் போட்டுக் கண்ணாடி முன் நிற்க மனம் பின்னோக்கியது.

அன்று ஹெலன் டீ குடித்தவுடன்

"லவ் யூ ஹெலன்."

கண் நெற்றி கன்னம் கை என்று பரபரவென்று முத்தங்களை அவரிடத்தில் சேர்த்தாள். ஈரம் உணர்ந்தாள். அவரது இதயம் போன்று துடித்துக் கொண்டிருந்த ஈரமான இதழ்களை மிக அருகில் பார்த்தாள். மறுக்கத் தொடங்கிய அவர் உடல் முழுதுமாக ஏற்கத் தொடங்கியது. அந்த வாசம் அவள் மேலும் கலந்தது. அவ்வளவு மகிழ்வாக திருப்தியாக இருந்தது. இப்படித்தான் உணர்ந்து இருப்போமா அம்மா வயிற்றுக்குள் இருக்கையில் என்று நினைத்துக் கொண்டு... மெலிந்து கரகரத்துப் போன சின்னக் குரலில் பேசினாள்.

"என்னை சர்ஜரிக்கு கிழிப்பது போல மையமா ரெண்டா பிளந்து உங்களை உள்ள வச்சி ஸ்டிட்ச் பண்ணிக்கப் பேராசை ஹெலன்... உங்களை நிரப்பிக்கணும் எனக்குள்ள. பயமா இருக்கு, எக்ஸ்டீரீம் லெவல் போய் உங்களை அப்படியே சின்னச்சின்னதா கட் பண்ணி சாப்பிட்டுருவனோன்னு."

அன்றைய வானிற்கு நட்சத்திரங்களின் எண்ணிக்கையை அதிகப்படுத்தியிருந்தார்கள்.

வாட் எ வுமன்!

பின்னொரு நாள் அவளிடம் சொன்னார், அவாய்ட் பண்ணத்தான் வீடியோ கால் வரவில்லை என்று. இதெல்லாம் சின்னப் பிள்ளைகளுக்குச் செய்ய வேண்டியது. இப்படி வளர்ந்து, இந்த விஷயத்தில் சுய புத்தியுடன் தெளிவாக இருக்கும் பெண்ணிடம் செய்து என்னவாகி விடப் போகிறது.

கண்ணாடியிலிருந்து விலகி, கீழிறங்கி அம்மாவைத் தேடிக்கொண்டே வாசலுக்கு வந்தாள். அம்மாவும் ஆற்றில் நீர்வரத்தைப் பார்க்கச் சென்றிருந்தாள். கதவு வெறுமனே சாத்தியிருந்தது.

7

"உனக்கு இதுல ஆட்சேபனை இருக்கா? இல்ல ஊருக்காகவா?"

"முதல்ல வீட்டுக்காக மோனா. அப்பாவக்கூட விடு. அம்மாக்கு நாமதான் உலகம். அவங்க ட்வெண்டியத் செஞ்சுரில இருந்தே இன்னும் வரல, இத எப்படி எதிர் கொள்வாங்கனு நினைக்கவே முடியல, அப்பறம் எனக்கும் ஒரு சராசரி அண்ணனா ஆசை இருக்கு. நீ கல்யாணம் செய்து குழந்தை பெத்து சந்தோஷமா வாழணும்னு."

“யாருமே இல்லாத ஒரு குழந்தைக்கு நாங்க எல்லாமா இருக்க நினைச்சிருக்கோம். ரொம்ப குழப்பிக்காத. எங்க லட்சியம் எங்க டிபார்ட்மெண்ட்ல பெஸ்டா செயல்படணும். காலம் கனிஞ்சா ஒருசில ஆராய்ச்சிகள். தட்ஸ் இட்.”

தொடர்ந்த மழையில் நிரம்பியோடும் ஆற்றைக் கண்டு வந்திருந்த அம்மாவின் முகம் குளிர்மையும் ஒளியுமாயிருந்தது. பிரணவும் வந்து விட்டான். அவள் அம்மாவின் வலது கை விரல்களைப் பற்றிக் கொண்டிருந்தாள். ஆற்று நீரில் அளவளாவி இருந்திருப்பாள் போல, குளிர்மையை அவளால் உணர முடிந்தது.

மெலிந்த விரல்களின் உட்புற நுனிகளில் மழைத் தண்ணீர் ஓடிய பிறகு தெரியும் வண்டல் போல அலையலையாயிருந்தது. பிரணவ் தளர்ந்த முறைப்பை அளித்துவிட்டு விலகி உள்ளே சென்றான்.

சமையலறை சென்று அம்மாவிற்கு உதவிக் கொண்டிருந்தாள். அவள் அம்மா ஏன் புது வெள்ளத்தைப் பார்க்கப் போகவில்லை எனக் கேட்டு, பார்த்து வரச்சொல்லி அனுப்பினாள். டூ வீலர் எடுத்துக் கொண்டு போய் ஒரு மணி நேரம் பார்த்துக் கொண்டே நின்றிருந்தாள் மோனா. நதிக்கு தனது அம்மாவின் முகம் என்று தோன்றியது. பிரவாகமெடுத்து ஓடி வந்து கொண்டிருக்கும் நீர்வரத்தைக் கண்டுவிட்டு வீடு வந்தாள். வீடு வந்து நீண்ட நேரமாகியும் அம்மாவின் கண் மட்டும் ஆற்றை வைத்திருந்தது. இது போன்ற நேரங்களில் அவளைத் தொல்லை செய்யாமல் இருந்து விடுவாள். அவளும் அதைத்தான் விரும்புவாள்.

இப்பொழுது அவள் கண்களில் இருக்கும் ஆறுதான் வீடு முழுவதும் நிறைந்து நீர்த்துளிகளை அவள் மேல் சிதறவிட்டுக் கொண்டிருக்கும். “சதங்கைக் கட்டின பெண் குதூகலமா ஓடி வர மாதிரி விருப்பத்தோடு வந்துச்சுல்ல” என்று இரண்டு முறைகளுக்கு மேல் கூறி விட்டாள். “மனுஷங்களும் இப்படி இருந்தா நல்லாருக்கும். தண்ணிதான் எல்லாத்துக்கும் ஆதாரம். உள்ளயும் வெளியேயும் தூய்மைப் படுத்தி உற்சாகமும் கொடுக்கும்” என்று கூறிக் கொண்டிருந்தாள்.

மோனா மாடிக்குச் சென்று கழுவி விட்டதைப் போன்ற தெளிந்த வானத்தைப் பார்த்துக் கொண்டிருந்தாள். மனது, அம்மாவிடம் எப்படிச் சொல்லலாம் என்ற சிந்தனையை ஓட்டியது. தன் மேல் தூக்கி வந்த வண்ணத்தை காகம் சட் சட்டெனத் திரும்பி, திரும்பியத் திசையெங்கும் இறைத்துச் செல்ல, இரவு தன் சிறகை விரிக்கிறது.

அம்மாவிடம் பிரணவ் சொல்லும் முன் நாமே சொல்லி விட்டால் என்ன? பிரணவ் எக்கேடோ போ என்னும் நிலைக்கு வந்து விட்டான். அப்பா எப்போதும் உன் விருப்பப்படி இரு என சொல்பவரானாலும் இதற்கு ஆட்சேபனை செய்வார். என்னை மாற்ற முடியாது என்ற முடிவிற்குப் பிறகு ஏற்றுக்கொள்வார். எண்ண ஓட்டத்தைத் தடை செய்வது போல பிரணவ் முன்வந்து நின்றான்.

தன்னையும் வைத்துக்கொண்டு சொல்ல வேண்டும் என்பதாகக் கூறி அழைத்துச்சென்று அம்மாவிடம் பலத்த பீடிகைப் போட்டான். மாறிவரும் உலகு, எதிர்காலம் என்று எதுவெல்லாமோ பேசி படிப்படியாக குருவி கூடு தயார் செய்வது போல ஒவ்வொரு வார்த்தையாகத் தேர்ந்தெடுத்து நிதானமாக எடுத்துக் கூறிவிட்டு அம்மாவின் முகம் பார்க்கிறான். மோனாவும் கண் இமைக்காது பார்க்கிறாள்.

அம்மா ஆகாயநிற படுக்கை விரிப்பை சரி செய்து, நேர்த்தியாக விரித்துவிட்டு, மெல்லியத் தலையணையைத் தட்டி எடுத்து, படுக்க வசதியாக வைத்தாள். இரவு உணவிற்கு முன்பே இப்படித் தயார் செய்து வைத்துவிடுவது அவள் அம்மாவின் வழக்கம். அமைதியாகக் கேட்டுக் கொண்டு வந்தவள் “சரி” என ஒற்றை வார்த்தையில் முடித்து விட்டாள். பிரணவ் தான் சொல்வது புரிந்ததா என்று கேட்டு விழித்துக் கொண்டிருந்தான். “புரிஞ்சதுடா. அவ விருப்பப்படி இருக்கட்டும்” என்ற விழிகளில் நதி இன்னும் குளிர்மையாக இறந்த காலம் கடந்து ஓடிக்கொண்டிருந்தது. அவளுக்கும் மோனாவுக்குமிடையே இருந்த இடைவெளியில் நதியின் நறுமணம் நிறைகிறது.

பன்னீர் ரோஜா

“ஒத்த தம்பிடி கிடையாது வெளிய போடா, சொத்து வேணுமோ சொத்து... வந்துட்டான்...”

ஸ்வாதி தன்மேலே சரிந்திருக்கையில் அவனுக்குத் தன் சிறுவயதில் தாத்தா பேசப்பேச, வெள்ளைக்கோடு போட்ட சட்டை, பாசிப்பச்சைக் கலர் அரைடவுசரில் அம்மா கையைப் பிடித்துக்கொண்டு அப்பாவின் பின் தாத்தா வீட்டைத் திரும்பித் திரும்பிப் பார்த்தவாறு வீதியில் நடந்தது, தெருமுனைவரை கேட்டுக் கொண்டிருந்த தாத்தாவின் குரல் நினைவிற்கு வந்தது. ச்சே என்ன மனசு இது?!

‘பத்து நிமிஷம்... வந்திடறேன்’ லுங்கியைச் சுற்றிக்கொண்டு நகர்ந்து அறையின் ஜன்னல் ஸ்க்ரீனை விலக்கிவிட்டு சிகரெட்டைப் பற்ற வைத்தான். நீளமாக இழுத்து ஒரு தம், இரண்டு, மூன்று, நான்கு அதற்குள் சிகரெட் தன் ஆயுளின் தொன்னூறு சதவீதத்தை இழந்து விட்டிருந்தது. பெரிதாக மூச்சுவிட்டு கட்டிலைப் பார்க்கிறான். ஒற்றை மேற்சட்டையுடன் அருகே வந்து நின்றவளை இடுப்போடு அணைக்க கைக்கொண்டு போகையில் என்னாச்சு என்கிறாள். ஒன்றுமில்லை என்பதாகத் தலையசைக்கிறான். இழுத்து அவள் நெற்றியில் முத்தமிடுகிறான்.

“வித்தியாசமான ஆளா இருக்க.”

இந்த மாதிரி நேரத்துல எழுந்து வந்தது குறித்து குறிப்பிடுகிறாளோ... ஏமாற்றம், இயலாமை, அவமானம் எல்லாம் துரத்துவது போலிருக்கிறது. கூடலைக்கூட நிகழ்த்த இயலாதுப் போன நேரங்கள் எதற்கு எனக்களிக்கப்பட்டிருக்கிறது? என நினைத்துக் கொண்டிருக்கையிலேயே அவளின் தோளில் சாய்ந்து அழத்தோன்றியது.

“பணம்தான் எல்லாத்தையும் விட முக்கியம். இல்ல ஸ்வாதி?”

“இல்ல.”

இது என்ன குறும்பான பதிலா, சின்சியரான பதிலா, என்ன சொல்லப்போறா...? அன்பு பண்புனு ஏதாவது உளறப் போறாளா? என்று நினைத்து ‘அப்புறம்?’ எனும் தனது குரலில் கிண்டல் அமர்ந்து கொள்கின்றதை உணர்கிறான். வாரத்திற்கு இரு ஆண்களை மட்டுமே அனுமதிப்பதாகவும் மற்ற நாட்களில் தான் விருப்பமுறும் இடங்களுக்கும் படங்களுக்கும் சென்று வருவதாகவும் கூறினாள். அந்த இருவரும் கூட தன்னை மதிக்கும் பட்சத்தில்தான் என்றவள் எல்லோரிலும் அவனுக்குத் தனி இடம்தான், ஏனெனில் தன்னையும் அறியாமல் அவன் தன்னைக் காதலிப்பதை உணர்ந்ததால் என்று கூறிக்கொண்டிருப்பவளை ‘ரிடிகுலஸ்’ என்றவாறு வினோதமாகப் பார்த்துக் கொண்டிருந்தான் ரகு...

ஸ்வாதியின் தொழில் வேண்டுமானால் விமர்சனத்திற்குட்பட்டதாக இருக்கலாம். ஆனால் அவளுக்கு எந்தப் புகாரும் யார் மீதும் இல்லை. ஏனென்று கேட்டால், முடிந்ததைப் பேசி என்னவாகப் போகிறதென்பாள். மகன் மட்டுமே நம்பிக்கை. மனித நேயமுள்ள, மற்றவரின் உரிமையில் தலையிடாத பிள்ளையாய் வளர்வான் என்பாள். எல்லோரிடமும் சரளமாகப் பேசும் பழக்கம் இல்லை. சந்திக்கும் ஆண்களில் மற்றவர்கள் மனதை மதிக்கக் கூடிய குணாதிசயம் கொண்டவர்களென்றால் தனது எண்ணத்தில் உதிப்பதைப் பகிர்வாள். எங்கிருந்து சமுதாயச் சிந்தனை வளர்ந்ததோ தெரியவில்லை. பேசுவதைப் பார்த்தால் பிறக்கும்போதே தோன்றியது போலிருக்கும். நடப்பு நிகழ்வுகள் குறித்து அவ்வளவு விவரணைகளை ஒப்பிப்பாள். கால் நீட்டி உடல் தளர்த்தியப் பொழுதுக்கு வாயார, மனமாற அவன் இதயம் தேடும் உறவு அவள் என்பதை அவனை விட அவளே உணர்ந்து இருந்தாள். அவனுக்கு பணத்திற்குப் பின்தான் எதுவும்.

அவனுக்கு இந்த உலகமே பணத்தால் ஆனது. அன்று தாத்தாவின் கோபத்தை மட்டும் வாங்கிவந்தப் பிறகு அவர்கள் ஒருநாளும்

அந்த ஊருக்குப் போகவே இல்லை. எப்போதும் நிறைய நண்பர்களுடன் சுற்றிக் கொண்டிருந்த அப்பா, வயலில் வேலைக்கு வந்திருந்த அம்மாவை தாத்தாவின் எதிர்ப்பையும் மீறி திருமணம் செய்து கொண்டார் என்று அம்மா கூறக் கேட்டிருக்கிறான். அப்பா கடனை உடனை வாங்கி வைத்த எலக்ட்ரானிக்ஸ் கடை நஷ்டத்தில் போகவும் கடன் கொடுத்தவர்களைச் சமாளிக்கத்தான் தாத்தாவின் உதவியை நாடினார். தாத்தா வெளியே அனுப்பியப் பிறகு, அம்மாவின் அப்பா கொடுத்தச் சீட்டுப்பணம், அம்மாவிடம் இருந்த நகை எல்லாம் கடன்காரர்களைச் சமாளித்தது. அதே ஊரில் இருக்கப் பிடிக்காமல் வேறு ஊருக்கு வந்து எலக்ட்ரீசிஷியனாக வேலைப் பார்த்தார்.

★

லஷ்மி அக்கா பாவாடையை முழங்காலுக்கு மேல் சுருட்டிவிட்டு ஒருகால் மடக்கி ஒருகால் நீட்டி தலையை முன்பின்னாய் அசைத்து, அசைத்து அம்மி அரைத்துக் கொண்டிருந்தாள். மேலேறிய துணியின் பலனாய் அவளது வெள்ளைநிறக் கால் வீதிவரை பளீரென்று தெரிந்தது. கெண்டைக்கால் மினுமினுப்பு கண்ணில் வெட்டியது. அம்மிக்குழவியில் ஒரே மாதிரியான இடைவெளியில் கோடு கோடாய் மசாலா திரண்டிருந்தது.

“டேய் ஒரு டம்ளர் தண்ணிய எடுத்துட்டு வா.”

ஓடிப்போய் எங்கள் வீட்டிலிருந்து எடுத்துவந்து கொடுத்தேன் வாங்கிப் பக்கத்தில் வைத்திருந்த கிண்ணத்தில் ஊற்றி டம்ளரைக் கொடுத்துவிட்டு சரக்கென குழவியைத் தொன்னூறு டிகிரியில் நிறுத்தி, விரல்களில் மசாலாவின் ஒவ்வொரு கோடாய் வழித்து அம்மியில் சேர்த்தாள். பிறகு அம்மியிலிருந்தும் குழவியிலிருந்தும் மசாலாவை ஒரு கிண்ணத்திற்கு மாற்றி மற்றொரு கிண்ணத்தில் இருந்த தண்ணீரால் இரண்டையும் சுத்தம் செய்து வைத்துவிட்டு, எழுந்து பாவாடையை உதறி தாவணியை இழுத்துவிட்டு அவளது வீட்டிற்குள் போனாள். ஆனாலும் ஒருபக்கம் மார்பும் இடுப்பும் தெரியத்தான் செய்தது. அவள் இழுத்து விட்டதே நன்றாகத் தெரியட்டும் என்றுதான் இழுத்து விட்டது போலிருந்தது. அவள் சென்றப்பின்னும் அம்மியில் ஒரு காலை மடக்கி ஒரு காலை நீட்டி தலையை அசைத்து அம்மி அரைத்துக் கொண்டிருக்கும் காட்சி அப்படியே கண்முன் இருந்தது. நான் பெரியவனானதும் லஷ்மியக்கா மாதிரி தலையை அசைத்து அசைத்து அம்மி அரைக்கும் பெண்ணைத்தான் கட்டிக்கொள்ள வேண்டும். சிவப்பு கலர் மிக்ஸி அவங்க வீட்டில் நீளமான பழைய மரபெஞ்சில் இருக்கிறது. நான்

பார்த்திருக்கிறேன். ஆனாலும் அக்கா நாலு குடித்தனத்திற்குப் பொதுவான இந்த அம்மியில்தான் அரைப்பாள். அவள் வீட்டுக்கு எங்கள் வீடுதான் எதிர்வீடு அப்புறம் ரெண்டு வீடு எதிரெதிரில் இருக்கு. ஒரே வாசலுக்குள் நான்கு குடித்தனம். அக்கா அம்மி அரைக்கும்போது அம்மா வெளியே வந்தால் முறைத்துவிட்டு கதவைச் சாத்தி விடுவாள்.

ஆனால் அக்கா எப்போது தண்ணீர் கேட்பாளென்று நான் வெளியே காத்திருப்பேன். மாதத்திற்கு மூன்று நான்கு நாள் உலக்கையை பார்டர் போல போட்டு நான் இப்பொழுது உட்கார்ந்திருக்கும் இடத்தில்தான் அக்கா உட்கார்ந்திருப்பாள். அந்த நேரத்தில் என்னைத்தான் இழுத்து துணைக்கு வைத்துக் கொள்வாள். அதற்கு முன் அம்மாவிடம் ஒரு வார்த்தை சொல்லிவிடுவாள். அக்காவின் அம்மா என் மேல்சட்டையைக் கழட்டிவிட்டுப் போகச் சொல்வாள். மேல்சட்டையைக் கழட்டிவிட்டால் தீட்டு இல்லையாம். திரும்ப வீட்டிற்குள் வரும் போது டிராயரைக் கழற்றி நனைத்து காயப்போட்டு விடுவாள் அம்மா.

அப் பொழுதுகளில் அக்காவுடன் பல்லாங்குழி, தாயம் விளையாடுவேன். அவளிடம் இருக்கும் பழைய புத்தகங்கள் ஏதாவது இரண்டு எடுத்து அதில் உள்ள ஜோக்கையெல்லாம் சத்தமாகப் படிக்கச் சொல்வாள். நான் இப்போது ஐந்தாம் வகுப்பு. அக்கா ரொம்ப நாள் முன்பே எட்டாவது பரீட்சை எழுதிவிட்டு இனிமேல் ஸ்கூலிற்கு போகமாட்டேன் எனச் சொல்லிட்டாளாம். என்னைக் கட்டிப்பிடித்து மடியில் உட்கார வைத்துதான் கீழே உட்கார விடுவாள். அவளைவிட்டுத் தள்ளி உட்கார்ந்தப் பிறகும் மஞ்சளும் பான்ட்ஸ் பவுடரும் கலந்த வாசம் அடித்துக் கொண்டிருக்கும். வெளியே எங்கயாவது போகும்போது மட்டும்தான் மஞ்சளுக்கு மேல் ஃபேர் அன்ட் லவ்லி போட்டுக் கொள்வாள்.

அக்கா வீட்டில் அவங்க அம்மா, அக்கா இரண்டு பேர்தான். இன்னொரு அக்கா கல்யாணம் செய்து தூரமாக ஒரு ஊரில் இருக்கிறாள். நாங்கள் இந்த வீட்டிற்கு வந்ததிலிருந்து பார்க்கிறேன், முழுப்பரிட்சை லீவிற்குதான் வருவாள். இந்தத் தடவையும் முழுப்பரிட்சை லீவிற்குத்தான் வருவாளென அக்கா சொன்னாள். இன்று ஸ்கூல் விட்டு வரும்போது உலக்கையை பார்டர் போல போட்டு அக்கா உட்காரவில்லை. இன்று என்னுடன் விளையாட மாட்டாள். வீட்டில் அம்மா பாத்திரம் துலக்கி வைத்துக் கொண்டிருந்தாள். பையை வைத்துவிட்டு கைகால், முகம் கழுவித்

துடைத்து அம்மா வைத்திருந்த பருப்பு போளியைச் சாப்பிட எடுத்தேன். லக்ஷ்மி அக்கா வீட்டில் இருந்து புதிய குரல்கள்.

"யாரும்மா லக்ஷ்மிக்கா வீட்ல?"

"லக்ஷ்மியோட அக்கா குடும்பம் வந்துருக்கு."

லீவு விட்டுட்டாங்களா!

போளியை தரையில் வைத்துவிட்டு வெளியே வந்து எட்டிப் பார்த்தேன். அம்மா முதலில் சாப்பிட்டு விட்டு வெளியே போ என்று கத்தினாள். போளியும் உள்ளே இழுக்க, வந்து சம்மணமிட்டு இனிப்பு பூரணத்தின் மேல் போர்த்திருந்த வெள்ளைப் பரப்பை பிய்த்தெடுத்து தனியே வைத்துவிட்டு, உதிரும் இனிப்பு பூரணத்தை விரல்களால் சிறிய சைஸ் கோபுரம் கோபுரமாகப் பிடித்து தட்டில் தேய்த்து, தேய்த்து சாப்பிட்டேன். பிய்த்து வைத்திருந்ததையும் கீழே பூரணத்தைத் தங்கியிருந்த வெள்ளைப் பரப்பையும் குழலாகச் சுருட்டி கையில் எடுத்து ஒட்டியிருக்கும் பூரணத்தின் இனிப்புச் சுவையோடு கொஞ்சம் கொஞ்சமாகச் சாப்பிட்டுவிட்டுத் தட்டை எடுத்துக் கழுவும் இடத்தில் வைத்து கை கழுவி தண்ணீர் குடிக்கும்போது லக்ஷ்மி அக்கா நினைவு வருகிறது. வெளியே ஓடிவந்து அவள் உலக்கை போட்டு உட்காரும் இடத்திற்கு அருகே டிராயரில் இருந்த சாக்பீஸை வைத்து கப்பல் வீடு வரைந்து கப்பல் கூர் முனைக்கு மேலே கொடியைப் பறக்க விட்டேன்.

அக்கா வீட்டிலிருந்து அவங்க அம்மா, பெரிய அக்கா, ரெண்டு பாப்பாக்கள் வெளியேறினார்கள். அவங்க அம்மா என்னைக் காட்டி பெரிய அக்காவிடம் ஏதோ சொல்லிக்கொண்டே போனார். நான் அக்காவைத் தேடிக்கொண்டு அவள் வீட்டிற்குள் சென்றேன்.

"என்னடா ஸ்கூல் விட்ருச்சா?"

அக்காதான் சமையல் ரூமிலிருந்து கேட்டாள். வாசமாகக் காப்பி கலந்து எடுத்து வந்து மொத்தமாகத் தடியாக மீசை வைத்துக்கொண்டு உள்ரூமில் சேரில் இருந்த பெரிய மாமாவிற்கு கொடுத்தாள். அந்த மாமா என்னைப் பார்த்தார், பேசவே இல்லை. காப்பியை மட்டும் வாங்கி உறிஞ்சி உறிஞ்சிக் குடித்தார். அக்கா இப்பொழுது வெளியில் வந்து நான் வரைந்த கப்பல் வீட்டைப் பார்க்க வேண்டும். வருவாளா, மாட்டாளா? அக்கா திரும்பவும் சமையலறைக்குப் போனாள். அவள் முதுகைப் பார்த்துக்கொண்டே வெளியே வந்து கப்பல் வீடு கலையாமல் கவனமாகப் பக்கத்தில் உட்கார்ந்து கொண்டேன். ஒரே இடத்தில் உட்கார்ந்திருந்தது

அலுப்பாக இருக்க, எங்கள் வீட்டிற்குள் ஓடினேன். சிறிது நேரம் கழித்து அக்கா வெளியே வரவும், கப்பல் வீட்டைக் காண்பிக்க வேண்டுமென அவசரமாக வெளியில் வந்தேன். அக்கா தொப்பென்று தரையில் விழுந்து கவிழ்ந்து படுத்துக் கொண்டாள். பக்கத்தில் போய் நின்றவுடன் என்னை ஏறிட்டுப் பார்த்துவிட்டுத் திரும்பவும் படுத்துக் கொண்டாள். அவள் முதுகில் நோட் பென்சிலில் கோடு இழுத்தது மாதிரி சின்ன ரத்தக்கோடு. உட்கார்ந்து அதைத் தொட்டுப் பார்த்தேன்.

“என்கிட்ட காசு இல்லடா அப்பு.”

“அதுக்கு?”

“இந்த உலகத்துல எல்லாத்தையும் விட காசுதான்டா முக்கியம்.”

சொல்லிவிட்டுக் கவிழ்ந்து கண்மூடிப் படுத்துக்கொண்டாள். அக்காவின் பச்சைக்கலர் பாவாடையெல்லாம் சாக்பீஸ் அப்பியிருக்க கப்பல் வீடு கலைந்து உருவமற்றுப் போயிருந்தது.

★

ஸ்வாதியிடம் இருந்து அவனுக்கு போன். அவசரமாய் வரச்சொன்னாள். கடந்த மூன்று மாதமாக இருவரிடையேயும் எந்தத் தொடர்பும் இல்லை. இந்நிலையில் ரெடி-கேஷ் ஐம்பதாயிரம் கேட்டிருக்கிறாள். அவனிடம் மட்டுமல்ல வேறு யாரிடமும் பணம் கேட்டு வாங்கியதில்லை. கடன், உடன் என்ற பேச்சுக்கே ஸ்வாதியிடம் இடமில்லை. “லட்டு மாதிரி ஒரு பையன். நான் சம்பாதிக்கறதே அதிகம்” என்பாள். குறிப்பிட்ட அளவிற்கு மேல் பணத்தை வைத்து என்ன செய்வது, பயந்து பாதுகாத்தே லைஃப் போய்விடுமே என அச்சம் கொள்வதாகக் கூறியிருக்கிறாள். மகன் படித்து முடித்து விட்டால் அவன் பார்த்துக் கொள்வான் என்பது அவளது திடமான நம்பிக்கை. எங்கு வரவேண்டும் என்று கேட்காமல் நேராக அவள் வீட்டிற்குச் சென்று விட்டான். வீடு இருக்கும் இடம் தெரியுமே தவிர, இதுவரை வீட்டிற்குப் போனதில்லை.

வீட்டிற்குச் சென்றபோது வெளியில் நிற்கச்சொல்லி, போய் ஹேண்ட்-பேக் எடுத்து வந்தாள். ‘போன் பண்ணு, வீட்டுக்கு வராத’ உத்தரவிட்டு முன்னே நடந்தாள். கறுப்புக் கலரில் வெள்ளை வட்டம் போட்ட புடவை ஆங்காங்கே பீட்ஸாவில் தெரியும் கலர் போல இரண்டு, மூன்று கலர் பூக்கள். அதே டிசைனில் ஜாக்கெட். ரவுண்ட் நெக். நடக்கும்போது வலது தோள்பட்டையின் நாலு

இஞ்ச்-க்கு கீழ் சிறுகுழி தோன்றும். கார் நிற்கும் இடம்வரை அதைப் பார்த்துக்கொண்டே நடந்து வந்தான்.

நாட்டில் கொலை, கொள்ளை, வன்முறை, வன்புணர்வு என்று எது நடந்தாலும் அவளால் அவ்வளவு எளிதில் மறக்க முடியாது. பறவைப் பார்வை என சொல்வார்களே மேலிருந்து கவர் செய்யும் போட்டோ ஷூட் போல ஒவ்வொரு செயலுக்கும் எல்லா திசைகளிலும் பார்த்து விவாதம் செய்வாள். அதுபோன்ற நேரங்களில் 'கீழே வா கழுகே' என்று அவன் கிண்டல் செய்திருக்கிறான். இப்பொழுது மகனுக்கு ஐந்து வயது. வளர்ந்தப் பிறகு ஹாஸ்டலில் சேர்த்து விடுவேன், படித்து முடித்ததும் வெளிநாட்டில் போய் செட்டிலாவோம். ஒரு செயல் எந்த அளவிற்கு நீட்சி பெற்று நல்லதையும் தீயதையும் விளைவிக்கும், பரவச்செய்யும் என்பதெல்லாம் சிந்திக்காத அதிகாரங்கள். அடிப்படைத் தேவைகள் பற்றிய அறிவின்மையோடு எப்பொழுதும் ஏதேனும் சிக்கலுக்குள் வாழ வைக்கும் ஊரிது. இந்த ஊர் கொடுக்கும் அழுத்தம் என் மகனால் தாங்க முடியாதென்பாள். அவனுக்கு எரிச்சலாயிருக்கும். இந்த ஊரில் இருப்பவர்கள் எல்லாம் மனிதர்கள் இல்லையா என்று கேட்பான். எனினும், 'விடு ரகு' என்ற தவிர்த்தல் இருக்குமே தவிர அவள் பேச்சில் எந்த மாற்றமுமிருக்காது.

"ஏன் ரகு சின்னக் குழந்தைகளுக்கு இத்தனைப் பாடம் வேணுமா? வீட்டில், அக்கம்பக்கத்தில் நாம எத்தனை மொழிகள் பேசுகிறோமோ அவ்வளவும் குழந்தை பேசும் எவ்வித தனித்த சிரத்தையுமின்றி. அதேபோல பள்ளியில் பேசினாலும் கற்றுக்கொள்ளும். முதலில் கம்யூனிகேட் செய்யட்டும். பேச நினைத்ததை எல்லாம் சொல்லக் கத்துக்கட்டும் என்பாள். தனக்குத் தெரிந்த பெண் பிள்ளை எட்டாம் வகுப்பில் வார்த்தைகளை உச்சரிக்கத் தெரியாமல், அர்த்தம் தெரியாமல் எழுத்துகளை அப்படி அப்படியே படம்போல் மனப்பாடம் செய்து எழுதி நூறு தொண்ணூறு என மதிப்பெண்கள் பெற்றதைக் கூறி, அறிவு வளர உதவாமல், தூண்டி விடாமல், மார்க் வாங்க வலியுறுத்துவது ஏன்...? அப்படி எதற்கு கஷ்டபடுத்தணும்? ஐந்தாம் வகுப்பு வரை அ ஆ, வாய்ப்பாடு, ஏ பி சி போதும். கூடவே மேப். அவ்வளவுதான். இதைப் பரீட்சை இல்லாமல் விளையாட்டாவே கற்றுக் கொடுக்க முடியும். அழகா மனனம் செய்து கொள்வார்கள். கட்டாயம் இல்லை என்பதால் மனதும் அழுத்தத்திற்கு உள்ளாகாது. ஆறிலிருந்து வாக்கியம், இலக்கணம், கூட்டல், கழித்தல்-ன்னு ஆரம்பிக்கலாம். மெதுவாகத் தேர்வு குறித்து அறிமுகம் கொடுத்து அவர்களையே கேள்விகள் உருவாக்கி

பதில்களை அளிக்கச் செய்யலாம். அப்புறம் வழமையான முறைக்குள் போகலாம்.

குழந்தைமை என்று ஒன்றிருக்கிறது அதை அவர்கள் இழந்துவிடக் கூடாது. எதற்கு புத்தகப்பை, எதற்கு ஹோம்-வொர்க்? பத்து வயது தாண்டிய பிறகு இதெல்லாம் ஆரம்பிக்கலாம். பாவ மூட்டையைச் சுமப்பது போல முதுகில் ஒரு மூட்டை. அது நிறைய அச்சடிக்கப்பட்ட காகிதங்கள்... உடலைத் தூய்மைப்படுத்திக்கிட்டு உடுத்தி சாப்பிட்டு ஸ்கூலுக்கு வந்தால் போதுமே... ஏன் குழந்தைகளுக்காக யோசிக்க மாட்டேங்கறாங்க. எல்லாக் குழந்தைகளையும் ஒன்னு போலவே நினைச்சிக்கிறாங்க. ஒவ்வொரு பிள்ளையும் ஒவ்வொரு வேகத்தில் கத்துக்கும். சிலபேருக்கு அல்ஃபபெடிக் தெரிஞ்சிக்க வருஷமே ஆகலாம். சிலபேருக்கு இரண்டு நாட்கள். யாரும் யாருக்கும் குறைந்தவர்கள் இல்லை. ஒவ்வொரு பிள்ளையும் தனி. தனித்தனி திறமைகளை கொண்டது. இப்படி எல்லாரையும் கத்துக்க வைக்க ஆர்வப்படுத்த கட்டுத்திட்டமும், பயமுறுத்தலும் இல்லாமல் இருக்க வேண்டும்.

பத்து வயசு வரைக்கும் இந்த இம்சைகள் இல்லாமல் சந்தோஷமா கத்துக்கிட்டு கதை பாட்டு ஆட்டம்னு இருந்தால் எவ்வளவு நல்லா இருக்கும்? ஆனால் எல்லோருக்கும் புத்தி தெளிந்த ஒருநாள் வரும் அன்று குழந்தைகளுக்குத் தேர்வு இருக்காது. பாடம் இருக்கும். அதற்கு தாமதமாகலாம் நிச்சயம் நடக்கும்" என்று தனது எண்ணங்களை எடுத்துச் சொல்லி வருந்தி, கோபமுற்று சபதமேற்பவள் போல அவள் சொல்லக் கேட்கையில் எதற்கு இவ்வளவு யோசிக்கிறாள் என்று நினைத்துக் கொள்வான். தூங்குவாளா மாட்டாளா!! இவளுக்கு நான்-ஸ்டாப்பாக மனது இப்படியே ஓடிக்கொண்டிருக்கும் போலிருக்கிறது என்று நினைப்பான். அதனை வெளிப்படுத்தும் விதமாக

"எத்தனை மணிநேரம் தூங்குவ?"

என்பவனிடம் பதில் சொல்லாமல், "டாபிக் முடிச்சாச்சு" என்பாள்.

எமகாதகி! ஆர்வம் இல்லையென்பதைப் புரிந்து, தலையில் கொட்டு வைப்பது போல் க்ரிஸ்பியாக பேச்சை நிறுத்தியிருக்கிறாள் என்று எண்ணிக்கொள்வான்.

ஸ்வாதி பக்கத்தில் இருந்தாலே அவனுக்கு இனம் தெரியாத ஒரு உறுதித்தன்மை உள்ளுக்குள் வேர்பிடிக்கும். ஏனென்று தெரியாது. அத்தனை ஆத்மார்த்தமான அணைப்பை அவளைத் தவிர வேறு எங்குமே, எவரிடமுமே பெற்றதில்லை. அவன்

மனைவியுடன் முதல் சந்திப்பில் கூட! மற்றவர்கள் இப்படி உணர்ந்து இருப்பார்களா அல்லது இவளே சொல்வதுபோல தன்னையறியாமல் இவளைக் காதலித்துக் கொண்டிருக்கிறானா என்பதும் தெரியவில்லை. இவளிடம் நண்பனிடம் பேசுவது போன்ற மிக நீண்ட உரையாடலை நிகழ்த்தி இருக்கிறான் முற்றிலும் கலவி தவிர்த்து. அப்படியான உரையாடல்களை நகர்த்திச் செல்ல இவளால் முடியும்.

கருணைமாக்கடல், மதர் தெரசா என்று கிண்டல் செய்து இருக்கிறான். டாக்ஸியில் சென்று கொண்டிருந்த போது சாலையில் மயங்கி விழுந்திருந்த முகம் தெரியாத மூதாட்டி ஒருவரை அழைத்துப் போய் பல மாதங்கள் பராமரித்து வந்தாள். யாருமே இல்லை என்றாராம். உடல்நலம் தேறியபின் அந்தப் பாட்டி வீட்டிலிருந்த பணம் பொருட்களை எடுத்துக்கொண்டு போய்விட, எவ்வித எதிர்வினையும் காட்டாது அமைதியாக இருந்துவிட்டாள். செய்தி அறிந்து ஏரியா இன்ஸ்பெக்டர் கம்ப்ளைன்ட் கொடுக்கச் சொல்லியும் வேண்டாமென்றாள். கொஞ்சம் பணம்தானே என்று பிடிவாதமாகப் புகார் அளிக்க மறுத்தாள். தனியே இவனைச் சந்தித்து இருபது நிமிடங்கள் மடியில் படுத்திருந்து போனாள். அந்தப் பாட்டியைப் பற்றிய எந்தப் புகாரும் இல்லை. மடி சிறிது நனைந்திருந்தது.

காரை நெருங்கி அவனைத் திரும்பிப் பார்க்கிறாள். அப்படியே ஒருமுறை கட்டி அணைத்துக் கொள்ளலாம் என அவனுக்குத் தோன்றியது. செய்யவில்லை. எதுவும் பேசாமல் காருக்குள் சென்று கவர் எடுக்கிறான். உள்ளே வந்து அமர்ந்து ஐம்பதாயிரம் வாங்கிக்கொண்டு அப்புறம் போனில் பேசுகிறேன் என்று கைப்பையில் பத்திரப்படுத்தி இறங்கினாள். இதனூடே அவனுக்குப் பணம் திரும்ப வந்து சேருமா என்ற கவலை முகத்தில் அவசர ரேகைகளாக முளைத்து அழிந்தன. நீர்த்துளி நீருக்குள் விழுவது போல் ஓர் ஒற்றை ஒலித்துணுக்கு ஒலித்தது. போனை எடுத்துப் பார்த்தான் மெசேஜ் ஃபிரம் ஸ்வாதி என்றது. ஸ்வாதியின் பழக்கம் இது. எத்தனை செயலிகள் இருந்தாலும் பழைய பாணியில் டெக்ஸ்ட் மெசேஜ்தான் செய்வாள். நம்பர் லாக் ரிலீஸ் செய்து செய்தியைத் திறந்தான். “டோண்ட் கெட் ஃபியர். ஐ வில் ரிடர்ன் யுவர் மணி அஸ் சூன் அஸ் பாஸிபிள்” என்றது மெசேஜ். ஒரு மாதிரியாயிருந்தது .நினைத்ததை முகத்தில் படித்து விட்டாள். எதுவும் ரிப்ளை செய்யாது மொபைலை பாக்கெட்டில் வைத்தான். எதற்கு, ஏன், இந்தப் பணம் போதுமா, இன்னும் வேண்டுமா?

கால்செய்து கேட்கலாமா என்று தோன்றிய எண்ணத்தை வலுக்கட்டாயமாக நிறுத்திக் காரை எடுத்தான்.

★

அறையிலிருந்து புறப்பட்ட இருள் சரசரவென வீதி, கூரை என நிரப்பி திரும்பவந்து மேல் அழுத்தியது மூச்சுத் திணறுவது போலிருந்தது. கைகள் பிடிமானத்திற்காய் தத்தளிக்கிறது. லஷ்மி அக்கா தூரமாகத் தெரிகிறாள். அருகில் போய் பார்த்தால் காணவில்லை. வெறுமனே மஞ்சள் பச்சை இலைகள் மட்டும் அசைந்தன. என்ன மரம் அது அடியில் மண்ணோடு ஒட்டாமல் தனியே நிற்கிறது. மஞ்சள் செந்நிறமென கண்களுக்குள் ஒளி. விழி மூடி,மூடித் திறக்க முயற்சித்து தோற்கிறது. டேய்... அம்மாவின் குரல். அம்மா இங்கு எதற்கு வந்தாள்? தூறல் போடுகிறது. பிடிமானத்திற்காய் தத்தளித்த கைக்கு எதுவோ அகப்பட பிடித்து இழுக்கிறேன்.

“டேய் அப்பு எழுந்துக்காம புடவையை வச்சிக்கிட்டு என்ன பண்ணற.”

கண்விழித்துப் பார்க்கிறேன். தரையிலிருந்து அம்மா நீளமாகத் தெரிகிறாள். தண்ணீரில் நனைத்து வந்த ஈரக்கையை இவன் முகத்தில் தெளித்தவாறு எழுந்துகொள்ளச் சொல்லி கை நீட்டுகிறாள்.

முன்பு இருந்த வீட்டை விட இது பெரிய வீடு. பக்கத்தில் கிரவுண்ட் இருக்கிறது. சினிமா தியேட்டர் கூட பக்கமாம். ஸ்கூலுக்கு இங்கிருந்து போக வர சீக்கிரமே சைக்கிள் வாங்கித் தருவதாக அப்பா சொன்னார். என்ன இருந்து என்ன, லஷ்மி அக்கா இந்த வீட்டுக்கு எதிர்வீட்டில் இல்லை. அக்கா முதுகில் இருக்கும் அந்தக்காயம் ஆறியிருக்குமா. எப்படிப் போனால் அக்கா வீட்டிற்குப் போகலாம்? ரொம்ப தூரமா? அப்பா சைக்கிள் வாங்கித்தந்த உடனே அக்காவைக் கூப்பிட்டு உட்கார வைத்து ஓட்ட வேண்டும். அப்பா எப்போது சைக்கிள் வாங்கித் தருவார் .

அவ்வப்போது தாத்தா கத்தியது, ஊரிலிருந்து வந்து, அன்று இரவு சாப்பிடாமல் அம்மா அழுதுகொண்டே தூங்கியது எல்லாம் பாதித் தூக்கத்தில் நினைவில் வரும். புதிதாக வந்த வீட்டிற்குப் பக்கத்தில் இருந்த கிரவுண்டில் பையன்களோடு நாடக விளையாட்டு விளையாடுகையில் ‘ஒரு தம்பிடி கிடையாது வெளியே போ’ என்று தாத்தா கேரக்டருக்கு வசனம் பேசினேன். மற்றப் பையன்கள் எல்லாம் கிகிகி என்று சிரித்தார்கள். தம்பிடினா என்னடா என்றார்கள். அம்மாவிடம் கேட்டு, காசுடா என்று அவர்களிடம்

பதில் சொன்னேன். 'தம்பிடி, தம்பிடி, தம்பிடி' கோரஸாகக் கத்திக்கொண்டு ஓடினார்கள்.

எங்கேயும் சுற்றாமல் நேராக ஸ்கூல், வீடு என்றிருக்க வேண்டும் என்று அம்மா எப்போதும் போல் சொன்னாள். ஆனால் அக்காவைப் பார்க்க வேண்டுமே. அன்று பெரிய கிளாஸ் அக்கா, அண்ணனுக்கெல்லாம் விளையாட்டுப் போட்டி நடக்க இருந்ததால் எங்களுக்கு மதியத்திற்கு மேல் யாரும் டீச்சர் வரவில்லை. சிவனேசு புத்தகப்பையை எடுத்துக்கொண்டு நைசாகக் கிளம்பினான். அவனுடைய தாத்தா வந்து இருக்கிறாராம். கடைவீதிக்கு கூட்டிப் போவாராம். 'நைட் வரைக்கும் சுத்துவோம்' என்றான். எவ்வளவு நல்ல தாத்தா. ஏன் நம் தாத்தா அப்படி இல்லை. ஒரு தாத்தா போ...போ என்று சொல்லி விட்டார். இன்னொரு தாத்தா இப்போ சாமியாகிட்டார். யாருக்கும் தெரியாமல் அவன் கூடவே காம்பவுண்ட் ஒட்டி வெளியே வந்து பழைய வீட்டிற்குப் போனேன். இதற்கு வழியும் சிவனேசுதான் சொன்னான். அவனுக்கு எல்லாமே தெரியும்.

வெயிலில் சுற்றிவந்து லஷ்மி அக்கா வீட்டு முன்பு நின்று 'க்கா' என்று கத்தினேன். முன்பு நாங்கள் இருந்த வீட்டில் இருந்து ஒரு அண்ணன் எட்டிப்பார்த்து லஷ்மி அக்கா வீட்டிற்குப் போய் என்னவோ சொல்லி வந்தான். நான் நாலு வீட்டிற்கும் பொதுவான வெளிவாசலில் நின்று கொண்டிருந்தேன். அக்கா வெளியில் போயிருக்கிறதாக அவள் அம்மா வந்து சொல்லிவிட்டுப் போய்விட்டார். உள்ளே வந்து அக்கா வந்தவுடன் பார்த்துட்டுப் போ என்று அவர் சொல்வார் என்று நினைத்தேன். தாகமாக இருக்கிறது. வாட்டர் பாட்டிலில் இருந்த தண்ணீரெல்லாம் தீர்ந்து போய்விட்டது. நெற்றியில் வியர்வை ஊறிக் கொண்டிருந்தது. கண்களில் கண்ணீர் முட்டியது. வழியும் மறந்து போய்விட்டது. மாட்டாஸ்பத்திரி பக்கம்தான் எங்கள் வீடு. சிவனேசு சொன்னது மாதிரி கண்ணாடிக்கடை வரிசையிலேயே போய் அதே பக்கம் திரும்பி நடந்து எப்படியோ வீட்டிற்கு வந்து அம்மாவிற்குத் தெரியாமல் கண்ணைத் துடைத்துக் கழுவிக் கொண்டேன். அடுத்த நாள் ஸ்கூலுக்குப் போகவில்லை. பாதி ராத்திரிக்கு மேல் உடம்பு கொதித்து தூக்கத்தில் உளறினதாக அம்மா பக்கத்து வீட்டில் சொல்லிக் கொண்டிருந்தாள்.

★

பைக்கில் சென்று அந்த வீட்டிற்கு முன் நிறுத்தி விசாரிக்கையில் கவனித்தான் நான்கு போர்ஷன் இரண்டாகியிருந்து. வெளியே

இருந்த திண்ணை சாலை சீரமைப்பில் அடிபட்டுப் போயிருந்தது. அம்மி இருந்த இடத்தில் ரோஸ் கலர் திருகலைக் கொண்ட தண்ணீர் பைப் இருந்தது. லஷ்மி அக்காவிற்கு புளூ கலர்தான் பிடிக்கும். அதுவும் வெளிர் ஊதா என்றால் ரொம்பப் பிரியம். தேவதைக் கலரென்பாள். எப்போதும் தாவணியே கட்டியிருந்த அக்கா கார்த்திகை தீபம் அன்று வெளிர் ஊதாக்கலரில் புடவை கட்டியிருந்தாள். என்னை அழைத்துக் கொண்டு மாரியம்மன் கோவிலுக்குப் போனாள். அம்மன் சிவப்பு பட்டு உடுத்தியிருந்தாள். ஏன் அம்மன் வெளிர் ஊதாக்கலர் உடுத்துவதில்லை. அம்மனும் வெளிர் ஊதாவே உடுத்தி இருக்கலாம். அப்படி உடுத்தாததினால் அம்மனை விட அக்காதான் அழகாக இருந்தாள்.

உள்ளிருந்து யாரோ எட்டிப் பார்க்கிறார்கள். உயரமாய் பேலஸோ குர்தியில் ஒரு பெண் புருவங்களை நெளியவிட்டபடி கையில் மொபைல் போனோடு வந்தாள்.

“யாரு?”

“லஷ்மி?”

மொபைலில் அழைத்தாள் – ‘ஈஷ்வர் வெளியே வா.’

வந்த ஈஷ்வர் உயரமான பெண்ணிற்கு மேலும் உயரமாயிருந்தான். மீசையை முற்றிலும் எடுத்திருந்தான். இருவரும் சேர்ந்து நாற்பது கிலோ இருப்பார்கள் போலிருந்தது. லஷ்மி என்ற பெயரில் யாரையும் தெரியாது என்று அம்மாவிடம் கேட்டு வருவதாக உள்ளே சென்றான். பின்னாலேயே அந்தப் பெண்ணும் சென்றாள். ஐந்து நிமிடங்கள் கழித்து வந்தவன் கையில் ஒரு துண்டுச்சீட்டு.

நா வறட்சியாய் இருந்தது. தண்ணீர் குடிக்க வேண்டும். ஆனால் கேட்கத் தோன்றவில்லை. அழாமல் வழியில் வாங்கிக் குடித்துக் கொள்ளலாம். மெதுவாகச் சிரித்துக் கொண்டான். நன்றி சொல்லி பாலக்கரையை நான்குமுறை சுற்றிவந்து பெட்டிக்கடையில் கோல்ட் ஃபிளேக் வாங்கிவிட்டு நாலு இடத்தில் விசாரிக்கையில் தெரிந்தது. பாலக்கரையைச் சுற்றி மட்டுமே நாற்பத்து மூன்று லஷ்மி இருக்கிறார்கள். போன் நம்பர் வாங்கி வைத்துக்கொள்ளாத மடமையை, விசாரித்த புத்திசாலிகள் எல்லோரும் தவறாமல் கேள்விக்குட்படுத்தினர். அரைகுறையாகத் துண்டுச்சீட்டில் இருந்த விலாசம் அலைச்சல் கொடுத்தது. பக்கத்தில் இருந்த ஹோட்டலில் சாப்பிட்டுவிட்டு இன்னும் இரண்டு தெருக்களில் சுற்றினான். இன்னொரு நாள் வருவோம் என்று வீட்டிற்குக் கிளம்ப வைத்தது உடலின் அயர்ச்சி.

இரண்டு நாட்கள் கழித்து மீண்டும் பாலக்கரைப் பகுதியில் சுற்றி வந்தான். இப்போது தெருக்கள் பழக்கமாயிருந்தது. பார்த்த இடங்களை விட்டு, பார்க்காத இடமாகப் போக ஆரம்பித்தான்.

இந்த இடத்தை எப்படி விட்டேன் என்று மெதுவாகக் கூறிக் கொள்கிறான். மெயின் ரோடுக்கு மிக அருகில், பத்தடி அகலத்தில் எப்போதோ தார்ச்சாலை போட்ட அடையாளத்தைக் காட்டியபடி மேடு பள்ளங்களுடன் ஒரு பாதை இருந்தது. சிறிது தூரம் சென்று இதுதானே என்று உறுதிப்படுத்தியபடி முன்னேறினான். அதிலிருந்து வலதுகை பக்கம் ஒரு சாலை பிரிந்தது. இடதுகை பக்கம் பாதையை அடைத்தபடி ஒரு வீட்டின் முதுகுபக்கம் தெரிந்தது. பாதையில்லை. வலதுபுறம் பிரிந்த சாலை, மேடு பள்ளங்களற்று சமதளத்தில் செப்பனிடப்பட்டு இருந்தது. மேடுபள்ளங்களில் செலுத்திய பிறகு நல்ல சாலையில் வண்டியைத் திருப்பியவுடன் வேகமெடுத்தது. நிதானப்படுத்திச் செலுத்தியபடி நினைத்துக் கொண்டான். இரண்டு சாலைகளும் வேறுவேறு வார்டின் கீழ் வந்து இருக்குமோ! நம் நாட்டிற்கு மட்டுமே உள்ள சிறப்புத் தகுதிகளில்?! இதுபோன்ற எல்லைக்கோடுகளும் ஒன்று. குற்றச்செயல்கள் குறித்த புகார்களிலும், ஒரே பாதையில் ரோடு போட்டு பாதியில் நிறுத்தப்படும் வேலைகளிலும் எல்லைகள் கண்டிப்புடன் கோடு போட்டுக் கொள்கின்றன. எல்லைகள் வகுப்பவர்களும் புளூட்டோ, யுரேனஸ் என்று போய் இதற்கெனப் படித்து வந்திருப்பார்கள் போல... நினைத்துக் கொண்டே பைக்கைச் செலுத்தியவன் இருபுறமும் வரிசையாய் இருந்த வீடுகளைக் கவனித்துக் கொண்டே வாசலில் நின்று எவர் வருகையோ எதிர்பார்த்தபடியிருந்த ஆரஞ்ச் கலர் சுடிதார் பெண்ணிடம் விசாரித்தான். யோசிப்பாள், உம்மென்று கைநீட்டுவாள், எஸ் தட் வே என்பாள் என்ற அவனது அனுமானங்களை மாற்றி மலர்ச்சியாய் உள்ளே பார்த்து “ஹேய் அம்மூ” என்று குரல் கொடுத்தாள்.

லைட் வயலட் கலரில் கையில்லாத சட்டையும் கறுப்புக்கலரில் முழங்கால் வரை ஸ்கர்ட்டும் அணிந்திருந்த அம்மு கைகளை விரித்து ஓடிவந்தது பட்டாம்பூச்சி போல இருந்தது. அவனைக் கண்டதும் முழித்து அவள் பக்கம் திரும்பியது. ‘அத்தை வீட்டுக்கு கூட்டிப்போ’ என்றாள். உடன் அவளின் மலர்ச்சி அம்முவிற்கும் தாவியது. என் பின்னாடி வாங்க என்று அதேபோல் கைகளை விரித்து ஓடி மூன்றாவது வீட்டில் நின்றது. அவனுக்குத்தான் சந்தேகமாயிருந்தது. இந்த ஆறேழு வயது பட்டாம்பூச்சி அம்முவின் அத்தைதான் நாம் தேடிவந்த லஷ்மியா என்று... அம்மு வராமல் கைநீட்டி காட்டியிருந்தாலே போதும். ஆனால் வீடு வந்து

திரும்புவதில் பட்டாம்பூச்சிக்கும் அதன் அம்மாவிற்கும் ஒரு மகிழ்வு இருந்ததைத் தெரிந்து கொள்ள முடிந்தது. வீட்டிற்கு உள்ளே போய்விட்டு வந்து என்னைப் பார்த்துச் சிரித்துவிட்டு அம்மு அதன் வீட்டை நோக்கி ஓடியது.

வாசலில் நட்சத்திரக் கோலம். படிக்கட்டின் இரண்டு ஓரங்களிலும் நெளிக்கோடுகள். அந்த வீட்டில் இருக்கும் வரை அக்கா கோலம் போட்டது இல்லை என்ற நினைவு அவனுக்குள் ஓடுகிறது. இடதுகை பக்கம் சிறிய பூவரச மரம். பைக்கை ஸ்டேண்டிட்டு திறந்திருந்த கதவைத் தட்டினான். உள்ளிருந்து வந்தவள் வாடிய பன்னீர் ரோஜா போன்று இருந்தாள்.

அறிமுகத்திற்கு பின் "அப்புக்குட்டி நீயா!! எப்படி வளந்துட்ட!" லஷ்மி அக்கா அதே கலரில், அதே வடிவத்தில், அதே புருவ தீட்டலில் வாடிப்போன பன்னீர் ரோஜாவாக நின்றிருந்தாள். காலம் ரோஜாவை வாடச் செய்திருந்தது. வயதின் முதிர்வு பயந்து பயந்துதான் அவளைத் தீண்டியிருந்தது. இளமை விடாப்பிடியாக முழுதும் உதிர மனதின்றி ஒட்டிக் கொண்டிருந்தது. உள்ளே அழைத்து உட்காரச் சொல்லிட்டு தண்ணீர் எடுத்துவரச் சென்றாள். அனிச்சையாய் முதுகின் காயத்தை அவன் கண்கள் தேடியது.

அக்காவின் அம்மா உயிருடன் இருக்கும் வரை அந்த வீட்டில் இருந்திருக்கிறாள். கிட்டதட்ட நான்கு வருடங்கள் முன்பு இந்த வீட்டிற்கு வந்திருக்கிறாள். முன்பு பக்கத்து ஹோட்டல் ஒன்றுக்கு போய்வந்ததாகக் கூறினாள். அவ்வப்போது அவளின் அக்கா கணவர் வந்து போயிருக்கிறார். இப்போது? யாரும் இல்லாமல் தனித்து இருக்கிறாளா? வீட்டைப் பார்த்தால் அப்படி ஒன்றும் தெரியவில்லை. எப்படிக் கேட்பது? கல்யாணம் செய்து கொண்டாளா? பிள்ளைகள் இருக்கின்றனவா? மனதில் கேள்விகளுடன் வீட்டைச் சுற்றுகின்றன கண்கள். ஷோகேஷாக மாற்றியிருந்த செல்ஃபில் லேமினேடட் குரூப் போட்டோவில் அக்காவின் அம்மா, இரண்டு பெண் குழந்தைகள், அக்காவின் அக்கா, மொத்தமா தடியா மீசை வைத்திருந்த மாமா நின்றிருந்தனர். அக்கா இல்லை. வேறு எந்தப் போட்டோவும் தென்படவில்லை.

திரும்ப உள்ளே பிளாக் காஃபி எடுத்து வருவதாகப் போனாள். இன்னும் நினைவு வைத்திருக்கிறாள் அவன் பிளாக் காஃபி மட்டுமே குடிப்பான் என்பதை! நீண்ட நேரமாக வரவில்லை. தொல்லை செய்ய வேண்டாமென வெளியில் வந்து நின்றான். நான்கைந்து பிள்ளைகள் அந்த அம்முவுடன் அழகழகான சிரிப்போடு வந்தார்கள். 'அத்தே' எனக் கூக்குரலிட்டு அவனைக்

கண்டுகொள்ளாது உள்ளே ஓடினார்கள். அம்மு மட்டும் தெரிந்த முகபாவனைக் காட்டிச் சிரித்தது.

அவர்களை வரவேற்று உள்ளே அமர வைத்துவிட்டு அவனிடம் காஃபி தந்து படிக்க வந்திருக்கிறார்கள் என்று கூறும் அக்கா அவனை ஆச்சர்யப்படுத்துகிறாள். இவளுக்கும் வாசிப்பிற்கும் நூறு கிலோமீட்டர் தூரம். பிறகெப்படி... என்னும் அவனது முகக் கேள்விக்கு பதிலளிப்பது போல "எனக்கென்னத் தெரியும் அவங்களே படிச்சுக்குவாங்க" என்னும் அக்காவின் முகத்தில் சந்தோஷம் இழையோடுகிறது.

★

தினமும் ஹமாம் சோப்பு மட்டுமே பயன்படுத்தி இருந்தாலும் என்னவோ லக்ஷ்மி அக்காவிற்கு அவள் வீட்டிற்கு சூடம் மடித்து வந்த குமுதம் புத்தகத்தில் ஒரு பக்கத்திற்கு வெளிர் ரோஸில் வந்திருந்த லக்ஸ் சோப்பின் விளம்பரத்தைப் பார்த்ததிலிருந்து அதைப்போட்டுக் குளித்துப் பார்க்க வேண்டும் என்ற தீரா ஆசை வந்தது. அவள் அம்மா திட்டுவாளோ என்னமோ தொடர்ந்து நாலு நாளைப் போல என்னிடம் சொல்லிக் கொண்டிருந்தாள்.

எந்தப் புத்தகம் பார்த்தாலும் லக்ஸ் விளம்பரத்தைத் தேடிப்பார்த்துக் கொண்டிருந்தேன். அந்த வாசம் எப்படி இருக்கும் என்று அக்காவும் நானும் பேசிக் கொண்டோம். அப்படிப் பேசிக் கொண்டிருக்கையில், அக்காவைப் பார்த்தால் பன்னீர் ரோஜா மேல் சின்னதாகக் காற்று வீசுவது போல் இருக்கும்... ஒரு நாள் யாருக்கும் தெரியாமல் வாங்கி வந்த சோப்பை முகர்ந்து பார்த்துக்கொண்டே குளிக்கப் போனாள். குளித்து வந்து என்னவோ ஹமாம் வாசம்தான் பிடித்து செட்டாகி விட்டதாகக் கூறினாள்.

கண்ணாடி வளையல் வாங்குவதாக இருந்தாலும் பத்து இருபது வளையலாவது பார்த்து வாங்கக்கூடியவள் இப்படி சோப்பைக் குளித்துப் பார்த்து வேண்டாம் என்று சொல்வதில் ஆச்சரியம் ஏதுமில்லை. அப்படி அவளுக்குப் பிடித்த ஹேர்-பின் வாங்க ஒருநாள் ஸ்கூல் விட்டுவந்த கையோடு அவளுடன் கடை கடையாய் ஏறி இறங்கியதிலும் கடைசி பீரியட் பி.இ.டி என்பதாலும் கால் வலித்தது. "உங்க அம்மா எங்கூட வெளியே விடறதே பெரிசு இப்படிப் பாதில போனா திரும்ப இதுக்காக வர முடியாது. பேசாம வா" என்று இழுத்துக் கொண்டு இன்னும் நான்கு கடைகள் ஏறி இறங்கினாள்.

அவளுடன் நடக்கப் பிடித்திருந்தாலும் கால்வலியில் எதற்கு இப்படி இத்தனைக் கடை ஏறி இறங்கணும் அம்மா இப்படி அலைகழிக்க மாட்டாளே... ஒரு கடையின் வாசல் படியில் உட்கார்ந்து கொண்டேன். சரி வா என வீட்டிற்கு உம்மென்று நடக்க ஆரம்பித்தாள். ஒன்றுமே சொல்லாமல் நடக்கிறாளே என முகத்தைப் பார்க்க, ''இதெல்லாமாச்சும் பிடிச்ச மாறி இருக்கட்டுமேனுதான்டா'' என்று கூறிவிட்டுக் குனிந்தபடியே நடந்து கொண்டிருந்தாள். அக்கா அழுது நான் பார்த்ததே இல்லை. ஆனால் அழாமலேயே அழுவது போல அவள் முகம் இருந்தது எனக்குப் பிடிக்கவில்லை.

அம்மா அழுது பார்த்திருக்கிறேன். அக்கா மட்டும் அழவே மாட்டாள். நான் மார்க் கம்மியாக வாங்கியதற்காக அம்மா திட்டித் தீர்த்து வைக்க, அழுத என்னைப் பார்த்துச் சிரித்தாள். இரண்டு நாட்கள் அவள் கண்ணில் படாமலேயே இருந்தேன். அப்புறம்தான் சொன்னாள் இது எல்லாம் ஒன்றுமே இல்லையாம். திட்டும் போது மட்டும் அவங்க முன்னாடி தலைகுனிஞ்சு அமைதியாக இருந்து விட்டு, திட்டி முடித்தப் பிறகு நைசாக அந்த இடத்தை விட்டு வந்துவிட வேண்டுமாம். தேவையில்லாமல் எதற்கு அழவேண்டும் என்றாள். அதற்குப் பிறகு நான் யார் திட்டினாலும் அப்படித்தான் செய்தேன். அழவே மாட்டேன். அம்மா திட்டும்போது ஒரு தடவையும் எங்கள் கிளாஸ் ஸார் வகுப்புக்கு வருவதற்கு தாமதமான போது பேசி விளையாடினேன் என்று பக்கத்து கிளாஸ் டீச்சர் திட்டும்போது ஒரு தடவையும் சிரிப்புகூட வந்தது.

ஒருநாள் தாத்தா இறந்ததாகச் செய்தி எடுத்து வந்திருந்தவர் கூடவே சொத்து எதுவும் அப்பாவிற்கு இல்லை எனவும், எல்லாம் அவர் உயிருடன் இருந்தபோதே எழுதி வாங்கி விட்டார்கள் எனவும் கூறினார். கேட்டுக் கொண்டிருந்துவிட்டு எப்போதும் போல் அப்பா வேலைக்குக் கிளம்பினார். அம்மாதான் வந்தவருக்கு எலுமிச்சை சாறு பிழிந்து சர்க்கரை போட்டுக் கொடுத்தாள். நான்தான் அவருக்கு எடுத்துப்போய் கொடுத்தேன். ஜூஸில் ரெண்டு சாமி எறும்பு மிதந்து கொண்டிருந்தது. அவர் எதையும் பார்க்காமல் அப்படியே எடுத்து ஒரே மடக்கில் வாயில் கவிழ்த்துக்கொண்டு போய்விட்டார். வாங்கி டம்பளரைப் பார்த்தேன் ஓரமாய் ஒரு எலுமிச்சை விதை இருந்தது. எறும்பு இரண்டையும் காணவில்லை. அறிவியல் ஸார் எறும்பு சாப்பிட்டால் கண் பார்வை தெரியுமெனில் எறும்பு பண்ணையை வளர்த்து பாட்டிலில் எறும்புகளை அடைத்து விற்றிருப்பார்கள். ஊரில் கண்ணாஸ்பத்திரி எதுவும் இருக்காது என்றதை நினைத்துக் கொண்டேன். அம்மா பாதி அரிந்து வைத்திருந்த எலுமிச்சம் பழத்தில் சாறு எடுத்து அப்பா வந்ததும்

கொடுப்பாள். அப்போ எனக்குக் கிடைக்காதா? ஆனால், அப்பா வந்ததும் அவருக்கு சுக்கு காப்பியும் எனக்கு ஜூஸும் கிடைத்தது. ஆப்பிள் ஜூஸெல்லாம் குடித்தால் கலரா அழகாகிடுவ என்று சிவனேசு கூறினான். அம்மா கணக்கு நோட்டுகூட கேட்டவுடன் புதிதாக வாங்கித் தரவில்லை. எப்போது ஆப்பிள் ஜூஸ் போட்டுக் கொடுப்பாளோ...? கேட்டதற்கு அப்பா பாவம் கஷ்டப்பட்டு வேலை செய்கிறார், அப்புக்குட்டி பெரியவனானதும் தினமும் தருவேன் என்கிறாள். இந்த அம்மாவிற்கு ஒன்றுமே தெரியவில்லை. நான் பெரியவனானதும் நானே வாங்கிக்கொள்ள மாட்டேனா?

கணக்கு சார் வீட்டுப்பாடத்திற்கு என்று தனிநோட்டு போடச் சொன்னார். அம்மா ஒரே நோட்டை நடுவில் ஒரு பேப்பரை முக்கோணமாக்கி ரெண்டாகப் பிரித்து வகுப்பு பாடம், வீட்டுப் பாடம் என்று எழுதித் தந்தாள். சிவனேசு எல்லா நோட்டும் புதிதாக தனித்தனியாக வைத்திருப்பான். கண்ணாடி ஸ்கேல் கூட வைத்திருந்தான். வாங்கி இருபது கோடு போட்டேன் நேர் நேராக விழுந்தது. அப்பாவிடம் அழுது புரண்டாவது எப்படியாவது ஒரு கண்ணாடி அடி-ஸ்கேல் வாங்கிக் கோடு போட வேண்டும். பென்சில் சீவற மிஷினும் வாங்க வேண்டும். நெளிநெளியா சுருண்டு சுருண்டு சீவல் வருவது பார்க்கவே அழகாக இருக்கும். லஷ்மி அக்காவிடம் ஒரு மை-பென்சில் இருக்கிறது. பிளேடு வைத்து பெஞ்சில் சாய்த்துப் பிடித்துச் சீவுவாள். கண்ணாடி பார்த்து புருவம் வரைந்து கொள்கிற பென்சில் அது. அதில் எனக்கு மீசை வரைந்து கண்ணாடியில் காண்பித்து இருக்கிறாள்.

ஒருநாள் ராத்திரி பதினோரு மணிக்கு அப்பா வேலை செய்த மேஸ்திரி வீட்டில் இருந்து நான்கைந்து பேர் வந்து அப்பாவைக் கூட்டிப் போனார்கள். திரும்ப அப்பா வரும்வரை அம்மா தூங்கவே இல்லை. உட்கார்ந்தே இருந்தாள். உட்கார்ந்து கொண்டே கொஞ்ச நேரம் தூங்கி, பிறகு பாயில் படுத்துத் தூங்கினேன். விடிந்து அம்மா காலையில் எதுவும் சமைக்காமல், மதியம் சமைத்ததால் ஸ்கூலுக்கு போகவில்லை. அப்பா வேலைக்குப் போன வீட்டில் நகை காணாமல் போய் விட்டதாம் அதனால் அப்பாவை விசாரிக்க கூப்பிட்டுப் போனதாக அம்மா சொன்னாள். அப்பாதான் எடுக்கவேயில்லையே என்றேன்.

"இல்லாதவங்கனா அப்படித்தான்" என்றாள்.

திரும்பவும் புதுவீடு போனோம் இந்த முறை ரொம்ப தூரம். புது ஊரு, புதுவீடு. அம்மா எவ்வளவோ சொல்லியும் அப்பா பிடிவாதமாக வேறு ஊருக்குப் போக வேண்டும் என்று வண்டி

கூப்பிட்டு வந்து விட்டார். குட்டி லாரி அது. மேலே சாமான்களுடன் உட்கார்ந்து போவதற்கு ஜாலியாக இருந்தது. அம்மாதான் உம்மென்று வந்தாள். மேஸ்திரி வீட்டு நகை மூன்றாவது நாள் அவர் வீட்டு பீரோ சந்திலேயே கிடைத்து விட்டதாகச் சேதி வந்தது என அப்பா சொன்னதும்தான் அம்மா இயல்பானாள். இல்லை என்றால் நகையைத் தூக்கிக்கொண்டு போவதாகப் பேசிக் கொள்வார்களாம்.

அக்காவிடம் தூர ஊருக்குப் போகிறோம் என்று சொல்லிவிட்டு வரலாம். அம்மா விடுவாளா? அந்த வழியாகத்தான் வண்டி போகிறது. இன்னும் ஒரு சந்து இருக்கிறது உள்ளே போய் இடது கைப்பக்கம் திரும்பினால் வீடு தெரியும். எதுவும் வாங்க வேண்டும் என்றால் எங்கள் வண்டி போகும் ரோட்டுப்பக்கம்தான் வரவேண்டும். அக்கா ஏதேனும் வாங்குவதற்கு கடைக்கு வருகிறாளா என்று பார்த்துக்கொண்டே வந்தேன். வந்தால், பார்த்தவுடன் எப்படிக் கத்தி சத்தமாகக் கூப்பிட வேண்டும் என வாய்க்குள் சொல்லிப் பார்த்தேன். இப்பொழுதுதான் இந்த வண்டி வேக வேகமாகப் போக வேண்டுமா, திரும்பிப் பார்த்துக்கொண்டே வந்ததில் கழுத்து வலித்தது.

★

ஊரை விட்டுப் போனது தெரியாதென்றாள். கழுத்தை தடவிப் பார்த்துக் கொண்டான். அதற்குப் பிறகு இரண்டு குடும்பங்கள் வசித்து விட்டன. இரண்டாவதாக வந்த குடும்பம்தான் நீண்ட காலமாக இருந்திருக்கிறது. அவனிடம் பேசியது போல யாரிடமும் பழகவில்லை என்றாள். அவன் வீடு காலி செய்து இரண்டு மாதங்கள் வரை யாரும் வரவில்லையாம். காலியான வீட்டைப் பார்க்கையில் அவன் சுவரில் வரைந்து வைத்திருந்த படங்களைப் பார்த்து அக்காவும் அவள் அம்மாவும் சிரித்திருக்கிறார்கள். ‘அவ்வளவு பெரிய பல்லியாடா வரைவ!’

வீட்டிற்கு அவன் வந்தது, அவள் அம்மாவைப் பார்த்தது, தண்ணீர் கூட குடிக்காமல் திரும்பியது அவளுக்குத் தெரிந்திருக்கவில்லை.

அவள் அம்மா இறந்தவுடன் சேமிப்பில் இருந்த பணம், நகை, இன்ஷூரன்ஸ் பணம் எல்லாவற்றையும் வைத்து இந்த வீட்டை ஒத்திக்கு எடுத்து மிச்சமீதியை வங்கியில் போட்டு இருக்கிறாள். பின்வந்த நாட்களில் வங்கியின் இருப்பு சிறிது உயர, வட்டியை செலவுசெய்து கொள்கிறாள். அவள் அக்காவின் மூத்தப் பெண்ணிற்கு திருமணமாகிக் குழந்தைகள் உள்ளனர். அவள் கணவனுக்கு இந்தப்பக்கம் தொழில் அமைவது போல இருக்கிறதாம்.

எல்லோரும் சேர்ந்து இருந்து கொள்ளலாம் என்று முடிவாகி இருக்கிறது. அக்கம் பக்கம் இருக்கும் பிள்ளைகள் எல்லாம் மாலைநேரத்தில் இரண்டு மணிநேரம் இங்கு வந்து படித்து, அவரவர் ஸ்கூல் ஹோம்-வொர்க் செய்துவிட்டுப் போகிறார்கள். விடுமுறை நாட்களில் அவர்களுக்கு இவள் பின்னல் போட்டு விடுவது, மெஹந்தி இடுவது, விளையாட்டுகள் கற்றுக்கொடுப்பது என்றிருக்கிறாள். அவர்களும் கிண்டர் ஜாயிலிருந்து கடலை மிட்டாய் வரை பகிர்ந்து கொடுக்கிறார்கள். நான்கைந்து நாள் கழித்து வருகிறேன் என்று அக்காவிடம் சொல்லி விடைபெற்றான். "எங்கே அன்பு இருக்கிறதோ அங்கே வாழ்க்கை இருக்கிறது" காந்தி சொன்னதாகப் படித்தது அவன் நினைவிற்கு வருகிறது.

★

ஐம்பதாயிரம் திருப்பித் தரும் முன்னரே அடுத்த ஐம்பதாயிரம் வாங்கினாள் ஸ்வாதி. என்னதான் நடக்கிறது என்று அறியும் ஆவல் அவனுக்கு அதிகரித்து இருந்தது. நேரில் சந்திக்க அழைப்பு விடுத்தான். வந்தாள். உடலில் ஒரு களைப்பும் முகத்தில் ஒளியும் தெரிந்தது. இந்த முறை கறாராக காசை வாங்கினாள். இவனுடைய கடனை விரைவில் அடைக்க இருப்பதாகக் கூறினாள். இந்தக் கேள்விக்கேனும் பதில் தெரிந்தாக வேண்டும். என்னிடம் இப்படிக் காசை வாங்கியதே இல்லையே ஏன் என்று கேட்கும் அவனை ஒருமுறை பார்த்து, வெளியேறுவதற்காக எடுத்த ஹேண்ட்-பேகை கட்டிலில் வைத்தாள். இரு கைகளையும் பிடித்து எதிரில் அமர வைத்தாள். ஆளுக்கொரு குஷனில் எதிரெதிரில் அமர்ந்து இருக்கிறார்கள் சிந்தனை மட்டும் இருவேறு திசையில் ஓடிக் கொண்டிருக்கிறது.

ஐந்து நிமிடங்கள் கழித்து பொதுவான எல்லா பிரச்சினைகளுக்கும் இரண்டே தீர்வுதான். ஒன்று அதனை விட்டு ஒதுங்கிப் போவது. இன்னொன்று எதிர்கொள்வது என்றாள். என்ன சொல்ல வருகிறாள் என்று புரியாமல் பார்க்கிறான். இந்த நாடு, சூழல், சில சகிக்க முடியாதச் செயல்கள் பற்றி மூன்று மாதங்களுக்கு முன்பு தன்னைச் சந்திக்க வந்தவரிடம் வாக்குவாதம் செய்திருக்கிறாள். இவளின் அக்கறையும் கவலையும் கண்டு அவர் நண்பராகியிருக்கிறார். நிறையப் பேசியிருக்கிறார்கள், பையனுக்கு விடுமுறை விட்டிருந்ததைப் பயன்படுத்தி அவருடன் வெஸ்ட் பெங்கால் சென்று வந்ததை, அங்கிருக்கும் சில இயக்கத்தினரைச் சந்தித்ததை எல்லாம் கூறிக்கொண்டிருந்தாள். பின்னர் விடாமல் யோசித்ததில் தனக்குத்தானே சில பரீட்சார்த்த முயற்சிகளை வைத்துப் பார்த்துக்

கொண்டதைக் கூறி "என்ன நினைக்கிற?" என்று கண்களுக்கு நேராகக் கண்களை வைத்துக் கேட்டாள்.

கதை கேட்பவனைப் போல் ஆரம்பத்தில் உட்கார்ந்து இருந்தவன் அவள் பேசப்பேச த்ரில்லர் மூவி பார்ப்பவனாக மாறி திகைத்து, திகைத்துக் கேட்டுக் கொண்டிருந்தான். இந்த நேரத்தில் இவள் கேள்வி எழுப்பவும் பதிலுக்கு, "என்ன நினைக்கட்டும்" என்றான். மயிலின் இறகைப் பிடுங்குவது நமக்குப் பிடிக்காது. ஏதாவது செய்யணும் என்ற எண்ணத்தை என்னுடன் வந்தவரிடம் கூறினேன் என்றாள். அவருக்கும் அதே எண்ணமிருக்க, நானும் அவரும் சேர்ந்து 'இயன்றதைச் செய்வோம்' என்று ஒரு அமைப்பு உருவாக்கினோம். இப்போது ஆறு பேர் இருக்கிறோம்.

பேப்பர், நியூஸ் சேனல் என்று மட்டும் இல்லை, ஏதேனும் பாதிப்புகள் குறித்து சக மனிதர்கள் மூலம் கேள்விப்பட்டாலும் நேரில் சென்று உண்மை அறிந்து அதற்கேற்ப எங்களால் முடிந்த உதவிகளைச் செய்கிறோம். அரசு அதிகாரத்திற்கு எடுத்துச் செல்கிறோம். 'அண்டர் லைன் தட் வேர்ட் - அகிம்சை வழியில்' என்றாள். பார்த்துக் கொண்டிருக்கிறான். எஸ் எல்லாவற்றிற்கும் பணம் முக்கியம் என்று கூறி கண்ணடித்துச் சிரிக்கிறாள். சட்டென பன்னீர் ரோஜா ஒன்று கன்னத்தில் வந்து உரசுவது போலிருக்கிறது.

இந்தப் பெண் மனதில் இவ்வளவு பெரிய எண்ணங்களை வளர்த்துக்கொண்டு வழி கிடைக்காமல் தடுமாறி இருந்திருக்கிறாள். தன்னிடம் செய்தித்தாள் செய்திகளை, சிந்தனைகளை என்று பேசும்போது எல்லாம் ஏனோதானோவென்று கேட்டுக் கொண்டிருந்தோம். பணம் சம்பாதிக்கும், சேமிக்கும் வழியைத் தவிர்த்து எதையுமே ஒரு பொருட்டாகக் கண்டோ கேட்டோ லயித்ததில்லை. அதனாலேயே இந்த விவாத முன்னெடுப்பு, ஆற்றாமை, நியாய அநியாயங்கள், அட்டூழியங்கள் என்று எதையும் கண்டுகொண்டதில்லை. இவளானால் என்ன செய்வது, ஏது செய்வது என்ற ஆதங்கத்தில் வெஸ்ட் பெங்கால் வரை சென்று அவதானித்து, தெரிவு செய்து வாமன அவதாரம் போல உசந்துட்டா என்று மனதில் நினைத்துக்கொண்டே 'வாமனீ' என்கிறான். அவளோ இது அணில் செய்ததாகச் சொல்கிறார்களே அதையும் விட சிறிய முயற்சி அவ்வளவுதான் என்று கூறி, மகன் வளர்ந்து விட்டால் ஹாஸ்டலில் சேர்த்துவிட்டு இன்னும் கொஞ்சம் அதிகமாக முயற்சி செய்யலாம் என்கிறாள்.

★

பத்து பதினைந்து முறை சென்றிருப்பான். அதில் நான்கைந்து முறை குழந்தைகள் இருந்த நேரமாகையால் அவர்களும் நட்பாகினர். 'பைக் அங்கிள்'. இப்போது மூன்று வாரம் ஆயிற்று இன்னும் போகவில்லை. வேலை விஷயமாக வெளியூர் போய் வந்ததில் இந்தத் தாமதம். வீட்டிற்குள் நுழையும் முன்பே புதுப்புதுக் குரல்கள் ஒலித்தன. உள்ளே ஹாலில் லைட்டாக அக்காவின் ஜாடையோடு ஒரு பெண் நின்றிருந்தாள். இவள்தான் அவள் சொன்ன பெண்ணாக இருக்க வேண்டும். பூக்கள் போட்ட உள்ளங்கை நீள கோலமாவு உருளை வைத்து பத்து, எட்டு வயதுகளில் இரு பெண் குழந்தைகள் விளையாடிக் கொண்டிருந்தனர். அவர்கள் பேசி விளையாடிக் கொண்டிருப்பதிலிருந்து அந்த உருளையை இப்போதுதான் முதன்முறையாகப் பார்க்கிறார்கள் என்பது தெரிந்தது. அக்கா சமையலறையில் இருந்தாள். அவன் வந்தச் செய்தியை அந்தப் பெண் எடுத்துச் சென்றதும் எட்டிப்பார்த்து 'பிளாக் காஃபி?' எனக்கேட்டு பதிலுக்கு தலையசைத்ததும் தயாரித்து எடுத்து வந்தாள். ஏற்பாட்டின்படி அந்தப் பெண் குடும்பம் இங்கு வந்துவிட்டார்களோ என்று மகிழ்ச்சியுடன் மெல்லியக் குரலில் அக்காவிடம் கேட்டான். அதுதான் பேசிக் கொண்டிருக்கிறோம் என்றாள். இந்தப் பெண்ணிற்கு பெயர் கூட சுஜாவோ தேஜாவோ, ஸ்கார்ஃப் பின்னி அந்தப் பின்னலிலேயே இந்த சுஜா அல்லது தேஜா பெயர் எழுத நிறைய நேரம் முயற்சித்து எழுதி அனுப்பி இருக்கிறாள் லஷ்மியக்கா. நடக்கும் பொம்மை, டூத்-பிரஷ், குட்மார்னிங் சொல்லும் கடிகாரம், ரோபோ நாய் என எதெதுவோ வாங்கிவைத்து அனுப்புவாள். ஒருமுறை ஊருக்குச் சென்று இந்தப் பெண் வரைந்திருந்த கூரை வீடு, யானை என்று நினைத்து வரைந்திருந்த கரப்பான் பூச்சி இரண்டையும் எடுத்து வந்து ஃபிரேம் செய்து வீட்டில் மாட்டினாள். பேங்க் டெபாசிட்டில் முதிர்ந்த தொகையில் ஒரு பகுதியை எடுத்து போன மாதம் அளித்ததாகக் கூறினாள். அந்தப் பெண் எதுவோ ஆரம்பித்து அவனைப் பார்த்துவிட்டு முழித்துக் கொண்டு நிற்க, "அப்பு நம்ம வீட்டு மனுஷன்தான்" என்று கூறி தொடர்ந்து பேசுமாறு சைகை செய்கிறாள். அவன் ஒரு நண்பனைப் பார்க்க வேண்டுமென பைக்கை எடுத்துக்கொண்டு பெட்டிக்கடைக்குச் சென்றான்.

ஒன்று இரண்டு மூன்று நான்காவது தம்மில் சிகரெட்டை தூக்கி எறிந்துவிட்டு பைக்கில் ஏறி வேகத்தை முப்பதில் குறைத்து இலக்கில்லாமல் போய்க் கொண்டிருந்தான். "ஒத்த தம்பிடி கிடையாது" என்ற தாத்தாவின் வார்த்தை திரும்பவும் அவன் நினைவில் மோதியது. எத்தனை முயற்சித்தும் நிறுத்த

முடியவில்லை. எங்கேயாவது நிழலாக அமர்ந்தால் தேவலை என்று நினைத்தான். பூங்கா ஒன்று கண்களில் தட்டுப்பட, ஒன்றிரண்டு குழந்தைகள் விளையாடிக் கொண்டிருந்தனர். மஞ்சள் கலர் பூக்களாய் பூத்துக் கொண்டிருந்த மரத்தின் அடியில் இருந்த சிமெண்ட் பெஞ்சில் உட்கார்ந்தான். அவ்வப்போது வீசும் காற்றுக்கு ஒன்றிரண்டு மஞ்சள் மலர்கள் மேல் விழுவது நன்றாக இருந்தது. கதாநாயக உணர்வு!. எல்லோருக்கும் அப்பாதானே ஹீரோ. அப்படி பெரிய ப்ரியத்திற்குரிய பிம்பம் "ஒத்த தம்பிடி கூட கிடையாது" என்ற தாத்தா வார்த்தைக்குப் பிறகு அப்படித் தலைகுனிந்து நடந்து வந்ததை ஏற்றுக்கொள்ள முடியவில்லை. அன்று குனிந்த தலை நிமிர வெகு காலமாயிற்று.

எல்லாவற்றுக்கும் காரணம் பணம் என ஆழமாய் மனதில் பதிய வைக்கும் சம்பவங்கள் தொடர்ந்து அரங்கேறின. பண்டிகைக் காலங்களிலும் யூனிஃபார்மே புது-ட்ரெஸ், திருட்டுப்பழி, அலட்சிய ஏவல், அரிதாகப் பள்ளியில் அழைத்துச் செல்லும் திரைப்படம், பிக்னிக், டூர் எல்லாவற்றிற்கும் போகாது சாக்குப்போக்காக வரவழைக்கப்பட்ட ஃபீவர் லீவ் லெட்டர், செருப்பு இல்லாத கால், சாமி படம் கூட பார்க்க முடியாத பட்ஜெட், பிடித்த உணவும் நினைத்த படிப்பும் கிடைக்காத பதின்மம், தாத்தா மட்டும் அன்று உதவியிருந்தால் எல்லாமே மாறிப்போயிருக்கும் என்ற எண்ணம் அவனுக்கு வலுத்துப் போனது. தாத்தா கடைசி காலத்தில் அப்பாவைப் பார்க்க ஆசைப்பட்டதாகவும் சித்தப்பாவின் மேல் எழுதி வைத்திருக்கும் சொத்தில் "அவன் பங்க கொடுத்திட்ரா" என்று சொன்னதாகவும் போனவாரம் ஷாப்பிங் மாலில் சந்தித்த சித்தப்பாவின் சகலை சொன்னார். சிரிப்புதான் வந்தது.

எல்லாம் நினைத்துப் பார்த்தால் சிறிய விஷயமாக இருக்கிறது. இலகுவாகக் கடந்து இருக்கலாம். மனதை இறுக்கமாக்கி பணம் பணம் என்று அலைந்து தீவிரமாகச் சம்பாதிக்க ஆரம்பித்து பணம் தவிர எல்லாமும் இரண்டாம் பட்சமாகிப் போனது. நினைவுச் சுழலில் ஆழ்ந்தவன் அந்தப் பக்கத்து மசூதியின் தொழுகைச் சத்தம் கேட்டு நேரமாகிக் கொண்டிருக்கிறதை உணர்ந்து லஷ்மி அக்காவைப் பார்த்துவிட்டுக் கிளம்புவோம் என எழுந்து கொண்டான்.

வந்தவழியே திரும்பி வருகையில் பல வருடங்களுக்கு முன் சிவனேசு, அக்கா வீட்டிற்கு வழி சொன்னதை நினைத்துப் பார்க்கிறான். எப்படி அவ்வளவு சிறிய வயதில் அழகாக மேப் போடுவது போல் வழிசொல்லி அனுப்பினான்! அவரவருக்கான

வழி இங்கேயேதான் இருக்கிறது. தேடிப்பிடித்து, தேடாமல் கிடைத்ததை என்று எப்படியெப்படியோ நடக்கிறோம்...

வீட்டிற்கு வந்து பார்த்தால் லஷ்மி அக்கா முகம் குழப்பமாக இருக்கிறது. அந்தப் பெண் தனது குழந்தைகளுடன் அறையில் தூங்குகிறாள் என்றாள். இந்த நிலையில் என்ன பேசிவிட முடியும். சரி போய் வருகிறேன் என்றான். அந்தப் பெண்ணின் அறைக்குச் சென்று சொல்லிவிட்டு வந்து, வெளிக்கதவை சத்தமின்றி வெறுமனே சாற்றிய பிறகு அவனுடன் வந்தாள். பைக் ஓட்ட வேண்டாம், தள்ளிக்கொண்டு வா என்று உடன் நடந்தாள்.

"கோவில் வரைக்கும் வரேன் அப்பு" மாறுபட்ட வேகம் ஒவ்வொருவரின் நடைக்கும், அத்தகைய மாறுபாட்டை மட்டுப்படுத்தி அல்லது வேகப்படுத்தி, ஒரே வேக அளவினதாக்கி இணைந்து பிடித்தவருடன் நடக்கையில் கிடைக்கும் வசதியான இருப்பு ஒருவகை மகிழ்ச்சி. அதுவே லஷ்மி அக்காவுடன் என்கையில் மகிழ்ச்சியுடன் அவன் மனதைக் குழந்தையாக்கியது அந்த நடை. அவளது குழப்ப முகத்தைப் பார்த்துக்கொண்டே எப்போது அந்தப் பெண்ணின் குடும்பம் இங்கு வர இருக்கிறார்கள் எனக் கேட்டான். அதுதான் சொல்ல வருகிறேன்... வந்து கோவில் உள்ளே கொஞ்சம் உட்காரெனக் கூறினாள். வரசித்தி விநாயகர் கோவில் என்று போர்ட் இருந்தாலும் நவக்கிரகங்களும் ஸ்தாபித்திருந்தார்கள். அவன் படிக்கட்டில் உட்கார்ந்து கொள்ள, அக்கா நவக்கிரகங்களை வேகமாய் ஒன்பது சுற்று சுற்றி விழுந்து வணங்கி விட்டு வந்து படிக்கட்டில் உட்கார்ந்து கொண்டாள்.

"ஒருவரின் காலடியில் விழுவதை விட எழுந்து நின்று உயிரை விடுவது எவ்வளவோ மேல்" என சே குவேரா சொன்னதை அக்காவிடம் சொல்லலாமா வேண்டாமா என்று நினைத்து முடிவாகச் சொல்வோமெனச் சொல்லி விடுகிறான். கேட்டதும் சீரியஸான முகபாவனைக்குப் போனவள் சில நிமிடங்களுக்குப் பிறகு "அது யாரு வீராவா... சரியாத்தான் சொல்லியிருக்காரில்ல?" என்று கேள்வி கேட்டாள். புரிந்தால் சரி என்று நினைத்துக் கொண்டான். காலில் விழுந்து ஆசிர்வாதம் வாங்குவதைப் பற்றி அவர் சொல்லவில்லையே எனக் கேட்டுக்கொண்டாள். பகடி செய்கிறாளாம்.

அக்காவின் உறவுப்பெண், தனது கணவனுக்கு இந்த ஊரில் இருப்பதைக் காட்டிலும் இருநூறு கிலோமீட்டர் தள்ளி இருக்கும் ஊரில் தொழில் வாய்ப்பு, வசதி இங்கு வந்தால் வருவதைக் காட்டிலும் அதிகமாக இருப்பதாகவும் அதனால் அவ்வப்போது

வந்து போவதாகவும் எடுத்துச் சொல்லியிருக்கிறது. உறுதியில்லாத ஒன்றை வைத்து அவ்வளவு தூரம் போவானேன் என்றிருக்கிறாள் அக்கா. இங்கு இருந்தால் பேங்க் வட்டி உங்களுக்குதானே தரப்போகிறேன் அது அந்தக்கூடுதல் வருவாயை ஈடுகட்டும் என்று வாதாடி கடைசியில் கெஞ்சி இருக்கிறாள் லஷ்மி அக்கா. அந்தப் பெண், 'போனால் போகிறதென்று' நாங்கள் எல்லாம் வேறு ஊருக்கே போகிறோம் ஆனால் அவளது பிள்ளைகளின் பள்ளிக்கட்டணத்தை மட்டும் தான்வந்து வாங்கிப் போவதாகக் கூறியிருக்கிறது. இப்போது கோவிலுக்குப் போய் வருவதாகக் கூறியவுடன், அரைமணி நேரத்தில் தனக்கு டாக்ஸி வந்துவிடும் கிளம்புகிறோம் மெதுவா வாங்க என்றதாம். அப்படி என்றால் கோவிலுக்கு அப்புறம் போய்க்கொள்கிறேன் என்று கூடவே இருக்கும் இயல்புதான் அக்காவிற்கு. இன்று என்னவோ... சரி கதவைச் சும்மா சாத்தி தாழிட்டு விட்டு பத்திரமாகப் போங்க என்று கூறி மேற்கொண்டு என்ன பேசுவது என்று தெரியாமல் குழம்பிப்போய் கோவிலுக்கு அவனுடன் வந்து விட்டாள். அதற்குதான் சேகுவேரா வரியைக் கூறினால் வீராவா என்கிறாள்.

★

அவனுக்கு வேலை நிமித்தம் வர இருக்கும் ட்ரான்ஸ்ஃபரை நிறுத்தி வைக்க எடுத்த முயற்சி பலனளிக்காமல் போனது. இந்த முறை வேறு மாநிலம். இன்று குழந்தைகள் வரும்நேரம் உத்தேசித்து இனிப்புகளும் அக்காவிற்கு ஒற்றை நபர் அமரும் மூங்கில் ஊஞ்சலும் வாங்கிக்கொண்டு சென்றான். அக்காவின் ஊஞ்சலாசை என்பது சினிமாக்களில் கண்டு, ஆரம்பமாகி, பரவசமாக, பூதாகரமாக மனதை ஆக்ரமித்திருந்த ஒன்று. அப்போது வெற்றிகரமாக ஓடிக்கொண்டிருந்த படத்தின் நாயகி மூங்கில் ஊஞ்சலில் உட்கார்ந்து இருக்கும் போது பின்னால் மறைந்து வந்து கதாநாயகன் ஒரு பொம்மையை மடியில் தவழ விடுவான். அவள் ஷாக்காகிப் பின்னர் சிரித்து ஸ்லோ-மோஷனில் ஊஞ்சலிலேயே திரும்புவாள். இந்த மிகச்சாதாரண காட்சியை அக்கா விவரிக்கையில் அது ஊஞ்சல் இல்லை. சொர்க்கம்! என்ன ஒரு துரதிருஷ்டம் இன்றுவரை அக்காவைத் தாங்கிக்கொள்ள எந்த ஊஞ்சலும் கொடுத்து வைக்கவில்லை என்பதை அவளின் பேச்சினூடாக அறிந்துகொண்டு அவள் வீட்டில் இடமும் பார்த்துவிட்டு வாங்கி வந்திருக்கிறான்.

வாடிய பன்னீர் ரோஜா சிரிக்கும் போது அன்று மலர்ந்த ரோஜாவாவதை உணர்ந்தான். இன்று ரோஜாவில் பனித்துளி போல

வெட்கம் வேறு துளிர்த்துக் கிடந்தது. ஒரு ஊஞ்சல் இத்தனையும் நடத்தி வீட்டின் ஒரு இடத்தில் இடம் பிடித்தது. இத்தனை நாட்களாக ஊஞ்சலும் அக்காவும் எங்கெங்கோ தனித்திருந்தனர். பிறகு சேர்ந்து இருக்கும் பொழுதைக் கலைக்காது, சிறிதுநேரம் கழித்து வருவதாக வெளியேறினான்.

சிகரெட் பிடிக்கும் மனநிலை சுத்தமாக இல்லை. இப்போதெல்லாம் சிகரெட் மேல் விருப்பமே வருவதில்லை. பழக்க தோஷத்தில் கை அனிச்சையாய் சிகரெட்டைத் துழாவுவதும் லைட்டரை எடுப்பதுமென இருக்கிறதே ஒழிய, தானாக விருப்பம் முளை விடுவதில்லை. முன்பு சென்ற அதே பூங்காவிற்குச் சென்றான். ஸ்வாதியின் நினைவு வந்தது. இப்போது பழைய தொடர்புகளை ஒதுக்கிவிட்டு அவளது அமைப்பில் செயல்பட்டுக் கொண்டிருக்கிறாள். நண்பனொருவன் இவளின் மனதையும் ஆர்வத்தையும் கவனித்து தனது ஏற்றுமதி நிறுவனத்தில் பங்குதாரராகவும் மேலாளராகவும் நியமித்தான். அதற்கு நியாயமான உழைப்பையும் நேர்மையையும் கோரினான். இவள், அதற்கு தேவையான கோர்ஸை முடித்து விடுகிறேன் என பார்ட்-டைமில் படித்துக் கொண்டிருக்கிறாள். இவனிடம் கூறியபோது, உன் மதிப்பை அறிந்து இருக்கிறான். நான்தான் எதுவும் கவனத்தில் கொள்ளாமல் இருந்திருக்கிறேன். சும்மா பங்குதாரராக வேண்டாம் நான் பணம் தருகிறேன் கொடுத்து ஜாயினாகிக்கொள் என்றான். நம்ப முடியாமல் பார்த்தாள். பணம் பணம் என்று அலைபவனா என்ற எண்ணம் இருந்திருக்கலாம். முடியும்போது மெதுவாகக் கொடு என்று உடனடியாக அவள் அக்கவுண்டிற்கு டிரான்ஸ்பர் செய்தான். 'இயன்றதைச் செய்வோம்' அமைப்பு பதிவு பெற்ற சேவை அமைப்பாகி விட்டது. தொடர்ந்து சேவை, வேலை என்று பிஸியாகி விட்டாள்.

அக்கா கெஞ்சிக் கேட்டதைக் கற்பனை செய்து பார்க்கவே முடியவில்லை அவனுக்கு. அவள் உறவுப்பெண் பிடிக்கொடுக்காமல் பேசியதாகத்தான் தெரிகிறது. அக்கா எல்லாம் சரியாகும் பார்த்துக் கொள்ளலாம் என்கிறாள். இந்த நேரத்தில் பணியிட மாறுதல் வேறு இம்சைப்படுத்துகிறது. பிரதிபலன் பாராத அன்பைத்தான் அவள் உறவுகளுக்கு அளித்தாள். என்றாலும், அவளின் நலனையும் கருத்தில் கொள்வது நியாயமான ஒன்றுதானே, அதுவும் அவளால் முடிந்த பண உதவி, வீட்டு வேலை என்று அனுசரணையாகச் செல்பவளிடத்து இவர்களுக்கு என்ன முரண்! நியாயம் அநியாயம் என்பது என்ன, மனிதம் என்பது என்ன, கடமை, அன்பு, உரிமை என்பது என்ன என்று அவனின் எண்ண மழைக்கு கேள்விக் காளான்கள் தோன்றிக் கொண்டிருந்தன. போனை

எடுத்து டிஸ்ப்ளேயில் ஆப்ஸ்களை நகர்த்தி நகர்த்திப் பார்த்துக் கொண்டிருந்தான். இப்போது எல்லாம் செயலிகள்தான். வங்கி, ஷாப்பிங், பயணம், சாப்பாடு, நிறுவனம் என எல்லாவற்றிற்கும் செயலி என நினைத்துக் கொண்டிருந்தான்.

ஆமாம் மனதில் உறவுக்கு ஒரு செயலி, நட்புக்கு ஒரு செயலி, தெரிந்தவர்களுக்கு ஒரு செயலி, தெருக்காரர்களுக்கு ஒரு செயலி... செய்துவிக்கப்பட்ட புரோகிராம்கள் படி செயல்படும். என்ன என்னென்ன செயல்பாடு எவ்வப்போது நடைபெறும் என்பது அறியத்தான் நாட்கள் பிடிக்கிறது. எண்ணங்கள் ஓடிக்கொண்டே இருக்க ஸ்வாதியின் நினைவு வருகிறது. சந்திக்க வேண்டும். இப்போது ஃப்ரீயாக இருப்பாளா என்று தெரியவில்லை.

போன் எடுத்து லொகேஷன் ஷேர் செய்து ஃப்ரீயாக இருந்தால் வாவென அழைப்பு விடுத்தான். இப்போது ஃப்ரீதான் வருகிறேன் என அரைமணி நேரத்தில் வந்தாள். அழைத்துக் கொண்டு லஷ்மி அக்கா வீட்டிற்குச் சென்றான். அக்கா ஸோஃபாவில் அமர்ந்து இருந்தாள். ஊஞ்சல் மெலிதாக ஆடிக்கொண்டிருந்தது. பைக் சத்தம் கேட்டு எழுந்து ஸோஃபாவில் உட்கார்ந்து இருக்கிறாள். "யாரு அப்பு இது?" என ஸ்வாதியைப் பார்த்து கேட்டாள். விழித்த ஸ்வாதியிடம், சின்னப்பிள்ளையில் வீட்டில் செல்லமாகக் கூப்பிட்ட பெயர் அப்பு, வெளியில் ரகு... இப்பொழுதும் வீட்டில் அப்புதான் என்றான். சிரித்து சரி சரி என்றாள். மனதிற்குள் யானையை நினைத்திருப்பாள் போலும். சிறிதாய் மேடிட்டு வளர்ந்திருந்த தொப்பையைத் தடவிக் கொண்டான் ஜிம் செல்ல வேண்டும் என்ற எண்ணத்துடன்.

இருவரையும் ஒருவருக்கொருவர் அறிமுகம் செய்வித்தான். ஸ்வாதியின் வேலை, ஆர்வம் குறித்து விளக்கிவிட்டு, பேசிக் கொண்டிருங்கள் என வெளியில் வந்து மூவருக்கும் உணவு வாங்கிப்போனான். சாப்பிட்டார்கள். இப்படி ஒருவருக்கொருவர் பரிமாறி இணக்கமாகச் சாப்பிட்டு நீண்ட நாட்களாகி விட்டது என்ற அக்கா, காசு நம் அவசியத்தேவைக்குதான்... காசை விட முக்கியமானது நிறைய இருக்கிறது என்று அவனைப் பார்க்கிறாள். ம்ம் என்கிறான். கூடவே தலையசைத்து, மகன் வீட்டிற்கு வந்து கொண்டிருப்பான் கிளம்ப வேண்டும் என்றாள் ஸ்வாதி.

ஸ்வாதியிடம் எங்கிருக்கிறாள், பிள்ளை என்னப் படிக்கிறான் என்று விசாரித்துக் கொண்டிருந்தாள் லஷ்மி. பிள்ளைக்கு என்னென்ன பிடிக்கும் என்று கேட்டு சமையல் அறைக்குச் சென்று சீடையும் தேங்காய் பர்பியும் ஒரு டப்பாவில் போட்டு எடுத்துவந்து

கொடுத்தாள். கூடவே நீளநீளமான கலர் பென்சில்கள் அடங்கிய பாக்ஸ் ஒன்றையும் கொடுத்தாள். இரண்டு முறை குறுக்கும் நெடுக்குமாக நடந்து கொண்டிருந்து விட்டு, இப்படி உடனே போகத்தான் வந்தீங்களா என்று முணுமுணுத்தாள். பின்னர், பாத்திரங்களை எடுத்துக்கொண்டு உள்ளே சென்றாள்.

ஸ்வாதி அவனைப் பார்த்து முதன்முறையாக மகனுக்காக இப்படி ஒரு விசாரணையையும் அன்பையும் எதிர்கொள்வதாகக் கூறியது அவனுக்குள் வலித்தது. அவனும் கூட இதுவரை அந்தக் குழந்தைக்கு இப்படி ஒரு மிருதுவான அக்கறையையோ அன்பையோ கொடுத்ததில்லை. மன்னிப்பு கேட்கும் விதமாய் அவள் விரல்களைப் பிடித்துக் கொண்டிருந்தான். முகம் படித்தவள் பதிலுக்கு அவன் விரல்களைப் பரிவாகத் தீண்டி 'லீவ் இட் யா' என்று புன்னகைக்கிறாள். அறையிலிருந்து வந்த லஷ்மி அடுத்தமுறை பிள்ளையை அழைத்து வரவேண்டும் என கூறுகிறாள். "கிளம்பவே மனசில்ல ரகு" என்று அவனுக்கு மட்டும் கேட்கும்படி கூறும் ஸ்வாதி சத்தமாக, 'டைமாச்சு' என்று எழுந்து நின்று அவள் கைப்பையை எடுத்துக் கொள்கிறாள். அவன் பைக்-கீயை எடுத்துக்கொண்டு அக்காவைப் பார்த்து வருகிறோம் என்று சொல்லி நெருங்குகிறான்.

ஸ்வாதி இந்த மிருதுவான அக்கறையிலிருந்தும் சொல்லத்தெரியா மனநெருக்கத்திலும் நனைந்தவளாக அப்படியே நின்று கொண்டிருக்கிறாள். லஷ்மியிடம் நெருங்கி அவள் கைகளைப் பிடித்துக்கொண்ட ரகு "க்கா நீ ஸ்வாதியை உன் சொந்தமா நினச்சிக்கோயேன்" என்கிறான். நிமிர்ந்து அவன் முகத்தைப் பார்த்தவள் கண்களில் பொலபொலவென கண்ணீர் கொட்டுகிறது. தோளில் சாய்ந்து அழுகிறாள். "உன்னை சின்னப் பிள்ளைனே நினச்சேன் அப்பு" அவன் முகத்தைத் திருப்பிக் கண்களைத் துடைத்துக் கொள்கையில் பார்த்தான். ஸ்வாதியின் கண்களும் கலங்கிக் கொண்டிருந்ததன.

★

வட இந்திய மாநிலமொன்றில் பணியில் இருக்கும் ரகுவிற்கு இரண்டு மாதங்களுக்குப் பிறகு ஸ்வாதியிடமிருந்து போன் வந்தது. மகனுடன் லஷ்மி அக்கா வீட்டில் சௌகரியமாக இருப்பதாகக் கூறினாள். அவனுக்கு நிறைவாயிருந்தது. அக்காவின் உறவுப்பெண் ஒருநாள் வந்து ஸ்வாதியை விரோதியாக பாவித்து நடக்க, ஸ்வாதி உறவுப்பெண்ணின் பண அக்கறையைப் புரிந்துகொண்டு அக்காவிடம் சொல்லி அவளுக்கு உங்கள் பணத்தைக் கொடுத்து

விடுங்கள் என்றிருக்கிறாள். அக்காள்தான் குறிப்பிட்ட அளவு தொகையை வங்கியிலிருந்து எடுத்து கொடுத்துவிட்டு, போய் வா என்று அனுப்பி விட்டாளாம்.

அக்காவும் பையனும் நெருக்கமாகி விட்டனர். தான் எந்த நேரத்திற்கும் வந்துபோக முடிகிறது. வேலை, சர்வீஸ் என்று செய்யும் உழைப்பெல்லாம் மகிழ்ச்சியளிக்கிறது. மகன் மற்றப் பிள்ளைகளைப் போன்றே அத்தை என்று அழைக்கிறான். அக்காவும் மகனும்தான் அந்த வீடு. அவனது பெறாத தாயாகி சகலமுமான அக்கா வரமாகக் கிடைத்த தேவதை என்று கசிகிறாள் ஸ்வாதி. பங்களிப்பாளர்களின் எண்ணிக்கை அதிகமாகி அவளின் 'இயன்றதைச் செய்வோம்' அமைப்பு வளர்ச்சி பெற்று வருகிறதாம். மனதிற்குள் எப்போதும் உனக்கு நன்றி கூறிக்கொண்டிருக்கிறேன். நன்றி ரகு என்கிறாள். நன்றி? யார் யாருக்குச் சொல்வது. மகாசக்தியை வெளிர் ஊதா புடவையிலும் கறுப்பில் வெள்ளை வட்டமிட்ட புடவையிலும் கண்ட நானல்லவா நன்றி சொல்ல வேண்டும்!

ooo